മീരയുടെ കഥകൾ:
രാഷ്ട്രീയവും സൗന്ദര്യവും

ഡോ. തോമസ് സ്കറിയ

കോട്ടയം ജില്ലയിൽ കുറിച്ചിത്താനത്തു ജനനം. സാഹിത്യനിരൂപകൻ. കോളമിസ്റ്റ്. പാലാ സെന്റ് തോമസ് കോളേജ് മലയാളവിഭാഗത്തിൽ അസോസിയേറ്റ് പ്രൊഫസർ. എം.ജി. യൂണിവേഴ്സിറ്റി പി.ജി. ബോർഡ് ഓഫ് സ്റ്റഡീസ് അംഗവും ഗവേഷണ മാർഗദർശിയുമാണ്. പതിനഞ്ചോളം പുസ്തകങ്ങൾ രചിച്ചിട്ടുണ്ട്. 2023-ലെ മികച്ച സാഹിത്യനിരൂപണത്തിനുള്ള ചെങ്ങന്നൂർ സമദർശന സാഹിത്യ പുരസ്കാരം ടെറി ഈഗിൾട്ടൺ എന്ന കൃതിയ്ക്ക് ലഭിച്ചു.

വിലാസം:
പാലമറ്റം, കുറിച്ചിത്താനം പി.ഒ.
ഉഴവൂർ. കോട്ടയം

മീരയുടെ കഥകൾ: രാഷ്ട്രീയവും സൗന്ദര്യവും

പഠനങ്ങൾ

എഡിറ്റർ:
ഡോ. തോമസ് സ്കറിയ

FEMINGO BOOKS
കോട്ടയം
2023

Meerayude kadhakal:
Rashtreeyavum Saundaryavum
Editor:
Dr. Thomas Scaria

Studies

Published by:-
FEMINGO BOOKS
femingobooks@gmail.com
Ph: 90740 98776, 8301034604

Cover Design:
Maxlab

Printed in India
at Max

Edition:
First Editon January 2024

ISBN: 978-81-19940-63-9

പ്രസാധകക്കുറിപ്പ്

സൂക്ഷ്മമായ രാഷ്ട്രീയവിവേകം കൊണ്ട് ശ്രദ്ധേയമാണ് കെ.ആർ മീരയുടെ കഥകൾ. പെണ്മയുടെ ഉണ്മകളാണവയോരോന്നും ആവിഷ്കരിക്കുന്നത്. കേരളത്തിന്റെ പ്രാദേശിക ഭൂമികയിൽ നിന്നുകൊണ്ടുള്ള കഥകൾ. മണ്ണിന്റെ മണമുള്ള, പെണ്ണിന്റെ കണ്ണീരുപ്പു പുരണ്ട കഥകൾ. അവ അവളുടെ പ്രതിരോധത്തിന്റെ കഥകൾ മാത്രമല്ല. ലോകം അതിവിശാലമാണെന്നോർമ്മിപ്പിച്ചുകൊണ്ട് ദേശത്തിന്റെ അതിരുകൾ ഭേദിച്ചുകൊണ്ട് വിഭിന്നസംസ്കാരങ്ങളെ ആഴത്തിൽ തൊട്ടറിഞ്ഞ് അവർ കഥകളെഴുതിയിട്ടുണ്ട്. മനുഷ്യർ എന്ന ഒറ്റ ജാതിയേ ഉള്ളുവെന്നും, കാലദേശവർഗഭേദമന്യേ അടിസ്ഥാനവികാരങ്ങൾ അവർക്കേവർക്കും ഒന്നുതന്നെയെന്നും അവർ കഥകളിലൂടെ സ്ഥാപിക്കുന്നു. ഈ പുസ്തകത്തിലെ ലേഖനങ്ങളിലൂടെ കടന്നുപോകുന്നവർക്ക് കെ.ആർ. മീരയെന്ന കഥാകാരിയുടെ ചെറുകഥകളെക്കുറിച്ച് ആഴത്തിലും പരപ്പിലുമുള്ള ധാരണ ലഭിക്കും. കഥകളുടെ വേറിട്ടവായനയെ അനുഭവിപ്പിക്കുന്ന ലേഖനങ്ങളിലേക്ക് ഏവരെയും ക്ഷണിക്കുന്നു.

ദുർഗ മനോജ്
ഫെമിൻഗോ ബുക്സ്

അകം

സത്യാനന്തര കാലത്തെ തൃഷ്ണ

ഡോ. ഡി.വി അനിൽകുമാർ

ആൺപ്രേതം: ഭയവും രതിയും

ഡോ. ശ്രീകല എൽ. ആർ.

സ്വച്ഛഭാരതി

തെരേസ് സെബാസ്റ്റ്യൻ

സ്ത്രീയും പുരുഷനും: ചില സാമൂഹ്യചിന്തകൾ

ഡോ. സിമി പി. സുകുമാർ

അതിജീവനത്തിന്റെ അ'മൃത'കല്യാണങ്ങൾ

രേഷ്മ വി.ബി.

സർപ്പയജ്ഞം: പെണ്ണനുഭവങ്ങളുടെ വൈജാത്യങ്ങളും വൈവിധ്യങ്ങളും

സൗമ്യ ജോസ്

കഥയിൽ തെളിയുന്ന ലോകബോധത്തിന്റെ നാളങ്ങൾ

ഡോ. തോമസ് സ്കറിയ

'ഭയന്ന മാനിന്റെ തിരിഞ്ഞുനോട്ടത്തിൽ
തിരിച്ചു വന്നേക്കാം മരിച്ച ജാഗ്രത.'

(റഫീക്ക് അഹമ്മദ്)

ചെക്കോസ്ലോവാക്യയിൽ ജനിച്ച മിലൻ കുന്ദേര അധികാരത്തിന്റെ ആദിമ ചിഹ്നങ്ങൾക്കെതിരെ മനുഷ്യർ നടത്തിയ പ്രതിരോധങ്ങളെ മാനിച്ച എഴുത്തുകാരനായിരുന്നു. അദ്ദേഹം കാഫ്കയെക്കുറിച്ചു നടത്തിയ ഒരു നിരീക്ഷണമുണ്ട്. 'കാഫ്ക ഒരു പ്രവചനവും നടത്തിയിട്ടില്ല. 'പിന്നിൽ' എന്താണെന്ന് കാണുക മാത്രമാണ് അദ്ദേഹം ചെയ്തത്.' മുന്നിലെന്നപോലെ പിന്നിൽ എന്താണെന്നു കാണുന്നതും ഒരു ദർശനമാണ്. തന്റെ ദർശനവും ഒരു മുൻകാഴ്ചയാണെന്ന് അദ്ദേഹത്തിനറിയില്ലായിരുന്നു. ഒരു സാമൂഹികവ്യവസ്ഥിതിയെയും തിരുത്താൻ കാഫ്ക ഒട്ടുമേ ഉദ്ദേശിച്ചിരുന്നുമില്ല. പിൽക്കാലത്തുണ്ടാകാൻ പോകുന്ന സംഭവവികാസങ്ങൾ ചരിത്രത്തിന്റെ മഹത്തായ ഒരു ഘട്ടത്തിൽ ആ സംവിധാനങ്ങളെ തിരുത്തുമോ എന്നു സംശയിക്കാതെ, മനുഷ്യന്റെ സൂക്ഷ്മസാമൂഹ്യപ്രവർത്തനങ്ങളിൽ നിന്നും തനിക്കറിയാവുന്ന അധികാരസംവിധാനങ്ങളിലേക്ക് അദ്ദേഹം വെളിച്ചം വീശി. അധികാരത്തിന്റെ കണ്ണ് ഹിപ്നോട്ടിക്ക് കണ്ണാണെന്നു മിലൻ കുന്ദേര നിരീക്ഷിച്ചിട്ടുണ്ട്. ആ കണ്ണുകളുടെ ദയാരഹിത രേഖകൾ കണ്ടെടുക്കുന്നവരായിരിക്കണം എഴുത്തുകാർ. അധികാരം അതിന്റെ അപാരമായ പരീക്ഷണനാളികളിലൂടെ മനുഷ്യനിൽ നടത്തിയ പരീക്ഷണങ്ങളെയെല്ലാം കഥകളിൽ ആവിഷ്കരിക്കുന്ന എഴുത്തുകാരിയാണ്

കെ.ആർ മീര. സാമൂഹ്യവിമർശനമാണോ എഴുത്തുകാരന്റെ തത്ത്വശാസ്ത്രം എന്ന ചോദ്യത്തിന് അവരുടെ കഥകൾ ഉത്തരം തരും. അതേസമയം ഓരോ കഥയും ഒന്നിനൊന്നു വ്യത്യസ്തവുമായിരിക്കുന്നു.

ലോകത്തെയും കാലത്തെയും വിചാരണ ചെയ്യുന്നവയെല്ലാം നല്ല കഥകളാവണമെന്നില്ല. അത് ഇരുട്ടിൽ മറഞ്ഞിരിക്കുന്ന മാറ്റമില്ലാത്ത ഒരു മതിൽ ഭേദിക്കുന്നുണ്ടോ എന്നതാണ് നോക്കേണ്ടത്. മനുഷ്യർ സൃഷ്ടിക്കുന്ന സാഹചര്യങ്ങളുണ്ട്. അവർ അകപ്പെടുന്ന സാഹചര്യങ്ങളുമുണ്ട്. സാഹചര്യങ്ങളിൽ നിന്നു സ്വയം നവീകരിച്ചു വരുന്ന കഥാപാത്രങ്ങളെ മീരയുടെ കഥകളിൽ കണ്ടെത്താം. അവർ ഇരുട്ടിൽ നിന്നു വെളിച്ചത്തിലേക്കു വരുന്നു. മറ്റൊരു ലോകം മുന്നിലുണ്ടെന്ന തിരിച്ചറിവ് ഒച്ച കേൾപ്പിക്കാതെ നെഞ്ചിൽ നിലവിളി കൊണ്ടു നടക്കുന്നവർക്ക് ഉണ്ടാവുകയില്ല. അവരുടെ ചരിത്രം കഥയാക്കുന്നതിൽ കെ.ആർ മീരയ്ക്ക് അസാധാരണമായ സിദ്ധിയുണ്ടെന്നു പറയാം. ചരിത്രം കണ്ടുപിടിക്കുകയല്ല കണ്ടെത്തുകയാണ് വേണ്ടതെന്നു പറയുന്നതു പോലെ കണ്ടെത്തലിന്റെ കഥയായി ജീവിതത്തെ കെ.ആർ മീര അനുഭവിപ്പിക്കുന്നു. നീതികരിക്കുന്നവൻ കവിയല്ല. നീതിയെ തേടുന്നവൻ കവിയാണ്. നീതിയെ തേടുന്ന കഥാകൃത്താണ് കെ.ആർ മീര. സത്യമല്ലാത്തതെന്തിനെയും സേവിക്കുന്ന കവി വ്യാജകവിയാണ് എന്ന് കുന്ദേര പറഞ്ഞത് ഓർക്കുമല്ലോ.

രാഷ്ട്രീയജാഗ്രതയുടെ കഥകളാണ് കെ.ആർ മീര എഴുതുന്നത്. ജീവിതത്തെ രാഷ്ട്രീയത്തിലേക്ക് സന്നിവേശിപ്പിച്ചു കൊണ്ട് അവർ എഴുതുന്നു. നാം ജീവിക്കുന്ന കാലഘട്ടത്തിന്റെ ഭീകരതകളെ കണ്ടില്ലെന്നു നടിച്ചുകൊണ്ട് എഴുതുന്നവർ എഴുത്തിൽ വ്യാജജീവിതം നയിക്കുന്നവരാണ്. സങ്കൽപിച്ചുണർത്തിയും വളർത്തിയുമെടുക്കുന്ന ഭയത്തിൽ നിന്നു രൂപം കൊള്ളുന്നവയാണ് കെ. ആർ മീരയുടെ കഥകൾ. അരുളും പൊരുളും കൊണ്ട് അവ വായനക്കാരെ സ്പർശിക്കുന്നു. കണ്ണുകളിൽ കാട്ടുതീയുമായി അതിൽ സ്ത്രീകളുണ്ട്. കരഞ്ഞു കലങ്ങിയ കണ്ണുകളും അനുകമ്പ നിറഞ്ഞ നോട്ടവുമായി വരുന്ന സ്ത്രീകളെ അവിടെ കണ്ടെന്നു വരില്ല. തൊട്ടതെല്ലാം പൊന്നാക്കിയ കൈ എന്നു മാധ്യമധർമ്മനിൽ ധർമ്മൻ സാറിനെ കഥാകാരി വിശേഷിപ്പിക്കുന്നുണ്ട്. മാധ്യമധർമ്മൻ ഒരു രാഷ്ട്രീയ ആക്ഷേപഹാസ്യ കഥയാണ്. ഒരു പത്രപ്രവർത്തക മാധ്യമ സ്വാതന്ത്ര്യത്തിനു നേരെയുള്ള കടന്നുകയറ്റത്തിനെതിരെ

പ്രതികരിക്കുന്നതാണ് കഥയുടെ പ്രമേയമെങ്കിലും മാധ്യമധർമ്മത്തെ അപനിർമ്മിക്കുന്നതാണ് ഈ കഥയുടെ സവിശേഷ പ്രാധാന്യമെന്നു കാണാം. ഒരു യഥാർത്ഥ മാധ്യമപ്രവർത്തകൻ സമൂഹത്തെ കൈപിടിച്ചു നടത്തേണ്ടവനാണ്. എന്നാൽ, ധർമ്മൻ സാറിന്റെ ഔദ്യോഗിക ജീവിതം ആ നടത്തത്തിന്റെ പിന്നിലെ പ്രേരണകൾ വിരുദ്ധോക്തിയിൽ വെളിപ്പെടുത്തുന്നു. അടിമുടി വിരുദ്ധോക്തിയാണ് മാധ്യമപ്രവർത്തകയുടെ പ്രഭാഷണം. ധർമ്മൻ സാറും ഐ.ജി. റോമിയോ പാട്ടത്തിൽ സാറും തമ്മിലുള്ള കണ്ടുമുട്ടലിൽ തുടങ്ങി പാട്ടത്തിൽ സാറിന്റെ ആത്മഹത്യാക്കുറിപ്പിൽ ധർമ്മൻ സാറിന്റെ പേരു പരാമർശിച്ചിട്ടുള്ളതിനാൽ അദ്ദേഹം അറസ്റ്റ് ചെയ്യപ്പെടുന്നതുവരെയുള്ള സംഭവങ്ങളാണ് അവരവിടെ അനുസ്മരിക്കുന്നത്. കൊണ്ടും കൊടുത്തും മുന്നേറുന്ന രണ്ട് വ്യക്തികൾ. മാധ്യമങ്ങളും നിയമപാലകരും തമ്മിലുള്ള അവിശുദ്ധ കൂട്ടുകെട്ടും വാർത്ത സൃഷ്ടിക്കലും വളച്ചൊടിക്കലുമെല്ലാം ഈ കഥയിലുണ്ട്. സമൂഹത്തിന്റെ ഭാഗധേയം നിർണ്ണയിക്കുകയും നിർമ്മിക്കുകയും ചെയ്യുന്ന രണ്ട് അധികാര ശക്തികളുടെ പ്രതിനിധികളായി അവരിരുവരും കഥയിൽ നിറഞ്ഞാടുന്നു.

രാഷ്ട്രീയ ആക്ഷേപഹാസ്യത്തിന് ദീർഘവും വർണ്ണാഭമായതുമായ ഒരു ചരിത്രമുണ്ട്. അത് ജനങ്ങളുടെ അസ്വാസ്ഥ്യം പിടിച്ചെടുക്കാനും അത് നർമ്മം കൊണ്ട് അറിയിക്കാനും അധികാര ദുർവിനിയോഗം നടത്തുന്നവരെ പരിഹസിക്കാനും ശ്രമിക്കും. കഥയിലും കവിതയിലും കാർട്ടൂണുകളിലും രാജ്യത്തിന്റെ വർത്തമാനകാലവുമായി ഇഴ ചേർത്ത് അത് ഉപയോഗിക്കാറുണ്ട്. അങ്ങനെ ചെയ്യുമ്പോൾ, രാഷ്ട്രീയ ആക്ഷേപഹാസ്യം സ്വത്വത്തിന്റെയും ദേശീയതയുടെയും രൂപീകരണത്തിലേക്ക് തൊടുന്ന ഒരു സാംസ്കാരിക ഓർമ്മയെ നിർമ്മിക്കുന്നു. ആക്ഷേപഹാസ്യത്തിന്റെ ഈ അർത്ഥം യാഥാർത്ഥ്യത്തെക്കുറിച്ചുള്ള പൊതുബോധം നിർമ്മിക്കാൻ അംഗീകൃത സാംസ്കാരിക സംഹിതകൾ പിന്തുടരുകയും ചെയ്യാറുണ്ട്. മീരയുടെ രാഷ്ട്രീയ ആക്ഷേപഹാസ്യ കഥകൾ അതിന് ഉദാഹരണമാണ്. നർമ്മബോധവും ധർമ്മബോധവും സമാസമം ചേരുന്ന കെ.ആർ മീരയുടെ അത്തരം കഥകൾ വായിക്കുന്നവർ തൊട്ടതെല്ലാം പൊന്നാക്കിയ കൈ എന്നു പറഞ്ഞു പോകും.

○○

ജ്വരകാമനകളുടെ നിറഭേദങ്ങൾ

(കെ. ആർ. മീരയുടെ 'മോഹമഞ്ഞ' എന്ന കഥയിലെ കാമനകളെക്കുറിച്ചുള്ള അന്വേഷണം)

ഡോ. ദീപേഷ് കരിമ്പുങ്കര

കാമനയെപ്പറ്റി ആഴത്തിലുള്ള അന്വേഷണം നടത്തിയ ചിന്തകൻ ദെല്യൂസ് ആണ്. "The Logic of Sense" എന്ന പുസ്തകത്തിൽ കാമന എന്ന ആശയം എങ്ങനെ നിർമിക്കപ്പെടുന്നുവെന്നും അതെങ്ങനെ പ്രവർത്തിക്കുന്നുവെന്നും അദ്ദേഹം വിശദീകരിക്കുന്നു. ഇമ്മാനുവൽ കാന്റിൽനിന്നും അതുപോലെ ജോർജ് ബാറ്റയലി, കാറൽ മാർക്സ്, ഫെഡറിക് നീഷ്തെ സ്പിനോസ തുടങ്ങി ഫ്രോയിഡ്, ലക്കാൻ തുടങ്ങിയവരിൽ നിന്നൊക്കെ ദെല്യൂസ്, കാമന സംബന്ധിച്ച ആശയങ്ങൾ സ്വീകരിച്ചിട്ടുണ്ട്. കാമന ഒരു ഇച്ഛാശക്തിയായി രൂപാന്തരപ്പെടുന്നു എന്നാണ് കാന്റ് പറഞ്ഞുവെച്ചത്. അതേസമയം ദെല്യൂസ് കാമനയും ഇച്ഛയും തമ്മിലുള്ള ബന്ധത്തെയും അതു തമ്മിലുള്ള വ്യത്യാസത്തെയും വിശദീകരിക്കാൻ കൂടി ശ്രദ്ധിച്ചു. ഒരു കാമന മനസ്സിലുൽപാദിപ്പിച്ച ശേഷമേ അതിനെ യാഥാർത്ഥ്യമാക്കാൻ പറ്റൂ എന്നും തേനീച്ച തേനും, ചിലന്തി, വലയും ഉണ്ടാക്കുന്നതുപോലെ കാമന ഉത്പാദിപ്പിക്കപ്പെടുന്നു എന്നും അതിന്റെ ഉത്പന്നം യഥാർത്ഥമാണ് എന്നും ദെല്യൂസ് കാമനയുടെ പ്രവർത്തനങ്ങളെക്കുറിച്ച് വിസ്തരിക്കുന്നു.

മനുഷ്യമനസ്സിലെ കാമനകളുമായി ബന്ധപ്പെടുത്തി വിശകലനം ചെയ്യാവുന്ന ഒന്നാണ് കെ.ആർ മീരയുടെ മോഹമഞ്ഞ എന്ന കഥ. രണ്ടുപേർ തമ്മിലുള്ള കണ്ടുമുട്ടലിന്റെ കഥയാണത്. ഒരാണും പെണ്ണും തമ്മിലുള്ള കണ്ടുമുട്ടലിൽ അതാരംഭിക്കുകയും വേർപാടിൽ അവസാനിക്കുകയും ചെയ്യുന്നു. സാധാരണമായ ഒരു കണ്ടുമുട്ടലിന്റെ അസാധാരണമായ വികാസപരിണാമമാണ് ഈ കഥ. കേവ

ല വായനയയ്ക്കപ്പുറം ഈ കഥ മനുഷ്യമനസ്സിനെയും അതിനാൽ നയിക്കപ്പെടുന്ന മനുഷ്യജീവിതത്തിന്റെ ഗതിവിഗതികളെയും എടുത്തുകാട്ടുന്നു. അതുകൊണ്ടുതന്നെ കഥ അവസാനിച്ചാലും അവസാനിക്കാത്ത ജീവിതത്തിന്റെ ദുഃഖസ്പന്ദനങ്ങൾ കഥ വായനക്കാരെ അനുഭവിപ്പിക്കുക കൂടി ചെയ്യുന്നു.

അപരിചിതരായ രണ്ടുപേർ തമ്മിൽ കണ്ടുമുട്ടുമ്പോൾ അസാധാരണമായതൊന്നും സാധാരണഗതിയിൽ സംഭവിക്കാറില്ല. പരിചിതരാവുന്നതിനു മുൻപ് എല്ലാവരും അപരിചിതരായിരുന്നു. കണ്ടുമുട്ടലുകൾ പലപ്പോഴും ക്ഷണനേരത്തേക്കുള്ളതാവാം. അതല്ലെങ്കിൽ ജീവിതകാലത്തോളം പരസ്പരം കെട്ടുപിണഞ്ഞതും ആയിത്തീരാം. ഇത്തരത്തിൽ അറിഞ്ഞും അറിയാതെയും ജീവിക്കുന്ന കോടാനുകോടികളുടെ കഥയും കഥയില്ലായ്മയും കൂടിച്ചേർന്നതാണ് മനുഷ്യചരിത്രം. കണ്ടുമുട്ടലും വേർപാടുമാണ് ജീവിതം എന്നറിയാത്തവരായി ആരുമില്ല. കെ.ആർ. മീരയുടെ മോഹമഞ്ഞ എന്ന കഥയെ വേറിട്ട ഒരുഭവമാക്കിത്തീർക്കുന്നത് ജീവിതത്തിന്റെ ഈ സമവാക്യമല്ല. മറിച്ച് കാമനകളാൽ നയിക്കപ്പെടുന്ന മനുഷ്യജീവിതസങ്കീർണതകളെ സ്വാഭാവികതയോടെ അവതരിപ്പിക്കുന്നു എന്നതാണ്. രണ്ടു പേരുടെ കണ്ണുകൾ തമ്മിൽ ഉടക്കുന്ന അതേ സ്വാഭാവികതയോടെ കഥയിലെ ആൺ-പെൺ ഉടലുകൾ തമ്മിലൊന്നായിത്തീരുന്നു. മനുഷ്യർ കണ്ണുകൾകൊണ്ട് തേടുന്നതൊക്കെയും തന്റെ കാമനകൾ തന്നെയാണ്. തനിക്ക് കാണാനും അസ്വദിക്കാനും അനുഭവിക്കാനും വേണ്ടിയുള്ളതാണ് എല്ലാമെന്ന പ്രപഞ്ചബോധം അതിനു പിന്നിലുണ്ട്. അതോടൊപ്പം അബോധത്തിന്റെ അനേകം വാസനാബന്ധങ്ങളും കൂടിച്ചേരുമ്പോൾ മനുഷ്യൻ എന്ന സൃഷ്ടിയിൽ അനുഭവസൃഷ്ടിയുടെ ജൈവതാളം വന്നു നിറയുന്നു. എല്ലാ ജ്വരമൂർച്ഛകളും കാമനോല്പാദനത്തിന്റെ ഫലമാണെന്ന് ദെല്യൂസ് പറയുന്നത്. മനഷ്യമനസ്സിന്റെ നിരന്തരമായ തേടലിന്റെ പേരാണത്. ആഗ്രഹങ്ങൾ അനുഭവത്തിന്റെ സാധ്യതയിലേക്ക് മനുഷ്യരെ നിരന്തം ക്ഷണിച്ചുകൊണ്ടുപോകുന്നു. അത് ഇല്ലാത്ത ഒന്നിനെ തേടലായി മാറുന്നു.

രോഗം എന്ന രൂപകം

ജൈവശരീരം ഏറ്റുവാങ്ങുന്ന രോഗാതുരതയെപ്പറ്റിയുടെ ആഖ്യാനങ്ങൾ പലതുമുണ്ടായിട്ടുണ്ട്. ലോകസാഹിത്യത്തിലെന്ന പോലെ മലയാളത്തിലും രോഗാനുഭവത്തിന്റെ കഥനങ്ങളുണ്ട്.

രോഗവും മരണവും പകുത്തെടുക്കുന്ന ജീവിതത്തിന്റെ വ്യത്യസ്തസാക്ഷ്യങ്ങളായി അത് നിലകൊള്ളുന്നു. സൂസൺ സൊണ്ടാഗ് രോഗത്തെ ഒരു രൂപകമായി കണ്ടു. കാലത്തിലേക്കും അതിലൂടെ ജീവിതത്തിലേക്കും പടർന്നുകയറുന്ന ജ്വരസാന്ദ്രതയാണ് ആ കൃതിയുടെ അനുഭവപരിസരമായിത്തീരുന്നത്. മോഹമഞ്ഞ എന്ന കഥയിലും രോഗം ഒരു രൂപകമായി കടന്നുവരുന്നു. രോഗാവസ്ഥ മനുഷ്യരെ ശാരീരികമെന്നപോലെ മാനസികമായും ഒറ്റപ്പെടുത്തുന്നു. പകർച്ചവ്യാധികൾ എല്ലാക്കാലത്തും രോഗിക്ക് നൽകുന്നത് ഒറ്റപ്പെടലെന്ന ഏകാന്തവേദനയാണ്. ജീവിതത്തിന്റെ പ്രതീക്ഷകളെക്കാൾ രോഗം മനുഷ്യരിൽ മരണഭയവും ഏകാന്തതയും പകർത്തിവയ്ക്കുന്നു. എങ്കിലും രോഗാവസ്ഥയിൽനിന്ന് പൂർവ്വാവസ്ഥയിലേക്ക് തിരിച്ചുവരാനുള്ള ആഗ്രഹം മനുഷ്യരിൽ അത്രമാത്രം ശക്തമായിത്തീരുകയും ചെയ്യുന്നു. രോഗബാധിതനാവുന്നതിനുമുമ്പുള്ള അവസ്ഥ എത്രമാത്രം സുഖകരമായിരുന്നു എന്ന് ഓരോരുത്തരും തിരിച്ചറിയുന്നത് രോഗാവസ്ഥയിൽ മാത്രമാണ്. രോഗമില്ലാത്ത അവസ്ഥ സുഖാവസ്ഥയാണെങ്കിലും അതിനെ സുഖാവസ്ഥയായി അനുഭവിക്കാൻ മനുഷ്യർക്ക് കഴിയാറില്ല. മനുഷ്യമനസ്സിന്റെ സാസ്ഥ്യത്തെ നിരന്തരം കവർന്നെടുക്കുന്നത് മനുഷ്യമനസ്സിൽ നിറഞ്ഞുനിൽക്കുന്ന കാമനകൾ കാരണമാണ്. സഫലമാവാത്ത ആഗ്രഹങ്ങളുടെ ഒരപരലോകം മനുഷ്യമനസ്സിനെ നിരന്തരം പ്രക്ഷുബ്ധവും അശാന്തവുമാക്കുന്നു. കാമനകളുടെ നിരന്തരജ്വലനം വ്യക്തിമനസ്സിനെ ജ്വരാവർത്തിതമാക്കി മാറ്റുന്നു. പ്രത്യക്ഷമായ സുഖാവസ്ഥ ഉള്ളിലൊളിപ്പിച്ച രോഗാവസ്ഥയായി നിത്യജീവിതത്തിലുടനീളം നിലകൊള്ളുന്നു. കാമനകൾ പലതുണ്ടെങ്കിലും പൂർണവളർച്ചയെത്തിയ വ്യക്തിശരീരത്തിൽ നിരന്തരമുണരുന്നത് ലൈംഗികതതന്നെയാണ്. മനുഷ്യപ്രകൃതിയുടെ ജൈവസത്യമാണത്. അതേസമയം ആധുനികമനുഷ്യൻ ആന്തരികമായി പ്രാകൃതനാണെങ്കിലും സാമുഹികസംവിധാനത്തിൽ സംസ്കൃതനായി പെരുമാറേണ്ടി വരുന്നു. സാമൂഹികമായ ആരോഗ്യം എന്തെന്ന് മത-സംസ്കാരചിന്തകളിലാകെയും പറഞ്ഞുവെച്ചിട്ടുണ്ട്. വിവാഹം, ദാമ്പത്യം തുടങ്ങിയ സാമൂഹികനിഷ്കർഷകൾ സംസ്കൃതാവസ്ഥയുടെ ഉത്പന്നങ്ങളാണ്. വ്യക്തിവാസനയും സാമൂഹികമായ ഇച്ഛയും തമ്മിലുള്ള സംഘർഷം ഇത്തരത്തിൽ മനഃശാസ്ത്രത്തിന്റെ എക്കാലത്തെയും പ്രധാനവിഷയമാണ്.

കഥാകാരിയുടെ ആഖ്യാനമായാണ് മോഹമഞ്ഞ എന്ന കഥ

വികസിക്കുന്നത്. മനുഷ്യനിർമിതമായ ലോകസംവിധാനത്തേക്കാൾ മനുഷ്യമനസ്സിന്റെ വാസനാബന്ധത്തെക്കുറിച്ചുള്ള അറിവാണ് കഥയായി വികസിക്കുന്നത്. സാമൂഹികസംവിധാനത്തോട് ചേർന്നുനിൽക്കുകയും സാഹചര്യമനുസരിച്ച് വ്യക്തിചോദനകളാൽ ബന്ധിതതരോ ബന്ധമുക്തരോ ആവുകയും ചെയ്യുന്ന മനുഷ്യാവസ്ഥയെ കഥ തുറന്നുകാട്ടുന്നു. കഥാപാത്രങ്ങൾക്ക് അറിയാത്തതൊക്കെയും കഥാകാരി അറിയുന്നു. അത് വെളിപ്പെടുത്തുന്നു. 'അവൾക്ക് യഥാർത്ഥത്തിൽ മഞ്ഞപ്പിത്തമായിരുന്നു' എന്ന ആദ്യവാക്യം തന്നെ അതാണ് സൂചിപ്പിക്കുന്നത്.

മുപ്പത്തഞ്ചോളം വയസ്സു തോന്നിക്കുന്ന വിവാഹമോചിതയും രണ്ടു കുട്ടികളുടെ അമ്മയുമായ കഥയിലെ നായികയ്ക്ക് തന്നെ ബാധിച്ച രോഗമെന്തെന്ന് അറിയില്ല. കോട്ടയം മെഡിക്കൽ കോളേജിലെ സാംക്രമികരോഗികളുടെ വാർഡിൽ ഡോക്ടറെ കാണാനുള്ള കാത്തിരിപ്പിലാണ് അവൾ. ഡോക്ടറെ കണ്ടശേഷം രോഗം നിർണയിക്കാൻ ലാബ് ടെസ്റ്റിനു കൂടി രണ്ടുപേർക്കും കാത്തിരിക്കേണ്ടി വരുന്നു. മണിക്കൂറുകൾ നീണ്ട ഈ ഇടവേളയിലാണ് രണ്ടു മനുഷ്യർ പരസ്പരബന്ധിതരും ബാധിതരുമായിത്തീരുന്നത്.

കണ്ണുകൾ കഥ പറയുന്നു

കണ്ണുകൾ കഥപറയുന്ന നിശബ്ദതയുടെ സൗന്ദര്യമാണ് മോഹമഞ്ഞ എന്ന കഥയുടെ ആദ്യതലം. മഞ്ഞപ്പിത്തം ബാധിച്ച് കാഴചയിൽ എല്ലാ മഞ്ഞച്ചുപോയ ഒരു പെൺകണ്ണും വൈറൽ പനി ബാധിച്ച് കാഴ്ചയിൽ ചാരനിറം കലർന്ന ആശുപത്രിയിൽ എത്തിച്ചേർന്ന് ഒരു ആൺകണ്ണും തമ്മിൽ കൂട്ടിമുട്ടിന്നിടത്താണ് കഥ പൊട്ടിമുളയ്ക്കുന്നത്. പുറത്ത് ദുർബലമായി മഴ പെയ്തിറങ്ങുന്നു. ആ സമയത്താണ് അവളവിടെ എത്തിച്ചേർന്നത്. മുടിയിഴകളിൽ തങ്ങിനിൽക്കുന്ന മഴത്തുള്ളികൾ തട്ടിത്തെറിപ്പിച്ച് പിന്നീട് അയാളും വാർഡിൽ വന്നുചേർന്നു. അയാൾ ഇരുന്നത് അവൾക്കഭിമുഖമായിരുന്നു. അയാൾക്ക് വൈറൽ പനിയായിരുന്നു. അയാൾ മുഖമുയർത്തി നോക്കി. അത് അവളുടെ കണ്ണിലേക്കായിരുന്നു. 'ജീവിതത്തിൽ ആദ്യമായി കാണുകയാണെങ്കിലും പ്രണയബന്ധത്തിൽ പതിവുള്ളതുപോലെ, ഇയാളെ എവിടെയോ കണ്ടിട്ടുണ്ടല്ലോ എന്ന് അവളും ഇവളെ എപ്പോഴോ പരിചയപ്പെട്ടിട്ടുണ്ടല്ലോ എന്ന് അയാളും വിചാരിച്ചു.' കുറച്ചുനേരത്തിനിടയിൽ അവരുടെ കണ്ണുകൾ പലവട്ടമുടക്കി. സാഹചര്യത്തിന്റെ ലയത്തിൽ അവരുടെ കണ്ണുകളിൽ

അവർ തമ്മിൽ കണ്ടു. അതുപോലെ ചുണ്ടിൽവിരിഞ്ഞ ചിരികൾ അവർ തമ്മിൽ കൈമാറി. മുമ്പിലിരുന്ന അയാൾ കുറച്ചുകഴിഞ്ഞപ്പോൾ അവളുടെ തൊട്ടടുത്ത കസേരയിലെത്തിയത് അവൾ കണ്ടു. അവൾ അയാളെ നോക്കുമ്പോൾ അയാളേതോ ഗാഢമായ ചിന്തയിലായിരുന്നു. അയാൾ ചിന്തിക്കുന്നതെന്താവും?

രോഗത്തെക്കുറിച്ചാകുമോ? മരണത്തെക്കുറിച്ചായിരിക്കുമോ? അല്ലെങ്കിൽ അനാഥരായിപ്പോകുന്ന കുട്ടികളെക്കുറിച്ചോ ഭാര്യയെക്കുറിച്ചോ ആവുമോ? താനില്ലെങ്കിൽ അനാഥമായിപ്പോകുന്ന കുട്ടികളെക്കുറിച്ചോ ഭാര്യയെക്കുറിച്ചോ ആയിരിക്കുമോ? വീടിനെക്കുറിച്ചുള്ള വിചാരം അവളെ സ്വന്തം വീട്ടിലേക്ക് കൊണ്ടുപോകുന്നു. മക്കൾക്കുവേണ്ടി ജീവിക്കുന്ന ഒരമ്മയുടെ നിസ്സഹായമായ ചിത്രം മനുഷ്യകാമനകൾക്കിടയിൽ അതിശയകരമായി വിളക്കിചേർക്കാൻ കഥാകാരി ശ്രദ്ധിച്ചിട്ടുണ്ട്. ചായ കുടിക്കാൻ പരുപുരുഷനോടൊപ്പം നടക്കുമ്പോൾ അവളുടെ മനസ്സിലേക്ക് കടന്നുവരുന്ന വീടോർമ്മയിൽ മക്കളെക്കുറിച്ചുള്ള ആധിയാണ്. ജീവിക്കാനെന്നപോലെ മരിക്കാനും കൂടി സാധ്യമല്ലാത്ത തരത്തിലേക്ക് പെൺജീവിതം. അതിനിടയിൽ അവൾ തന്നെക്കുറിച്ച് തന്നെ ഓർക്കുന്നു. തന്റെ പൈദാഹങ്ങളെക്കുറിച്ചുള്ള ഓർമ. രാവിലെ കുട്ടികളെ സ്കൂളിൽ വിടുന്ന തിരക്കിൽ ചായകുടിക്കാൻ മറന്നത് അവളോർത്തു. കുട്ടികൾക്കുവേണ്ടി എല്ലാം ഒരുക്കുന്നതിനിടയിൽ സ്വന്തം കാര്യം മറന്നുപോകുന്ന ഒരു വീട്ടമ്മയുടെ ചിത്രം കഥയോർമിപ്പിക്കുന്നു. കുടിക്കാൻ മറന്ന ചായ അവൾ മെത്തിക്കുടിക്കാതെപോയ ജീവിതമായിത്തീരുന്നു. ഉണ്ടാക്കിവെച്ചത് കുടിക്കാൻ പോലും മറക്കുന്നത് വീട്ടമ്മയെ സംബന്ധിച്ചിടത്തോളം വൈകിയെത്തുന്ന ഓർമ്മ നിസ്സഹായമായ വെറുമൊരറിവ് മാത്രമാണ്. മറ്റാരും ഓർമ്മിപ്പിക്കാനില്ലാതെ സ്വയം നഷ്ടപ്പെടുന്ന അനേകം അനുഭവങ്ങളിൽ ഒന്നുമാത്രമാണ് അവൾക്കത്. മറവിയെ ഓർമയാക്കുന്നവർ കൂട്ടുകെട്ടുകൾ സൃഷ്ടിക്കുകയും നിലനിർത്തുകയും ചെയ്യുന്നു. സമൂഹികമായ അംഗീകാരമുള്ള ബന്ധത്തെക്കാൾ ഇതിരബന്ധങ്ങൾക്ക് അത് ഊടും പാവുമായിത്തീരുന്നു. ഓർമിപ്പിക്കാൻ ഒരാളുണ്ടാവുക, ഇച്ഛകളെ പൂരിപ്പിക്കാൻ ഒരു കൂട്ടുണ്ടാവുക എന്നത് ജീവിതത്തിന്റെ സവിശേഷമായ സന്ദർഭവും അസാധാരണമായ അനുഭവവുമായി മാറുന്നു. അത്തരമൊരു അനുഭവത്തിലേക്കാണ് ഒരന്യപുരുഷൻ അവളെ ക്ഷണിക്കുന്നത്.

'നമുക്കൊരു ചായ കുടിച്ചാലോ?' എന്ന ചോദ്യം അവളിലുണ്ടാ

ക്കുന്ന ഭാവമാറ്റം അതാണ് സൂചിപ്പിക്കുന്നത്. ഒരു നോട്ടത്തിൽ, ചെറുചിരിയിൽ, സ്നേഹപൂർവ്വമായ ഒരു ക്ഷണത്തിൽ അപരിചിതരുടെ രണ്ടകലങ്ങൾ ഇല്ലാതാവുകയും കാമനകളുടെ പാരസ്പര്യത്തിൽ അവരടുക്കുകയും ചെയ്യുന്നു. 'വളരെക്കാലത്തിനുശേഷം ഒരു പുരുഷനെ അവൾ മതിപ്പോടെ നോക്കുകയും ഇഷ്ടത്തോടെ പുഞ്ചിരിക്കുകയും ചെയ്തത്' അതുകൊണ്ടാണ്. ഭർത്താവുമായി പിരിഞ്ഞതിനുശേഷം അവൾ ആദ്യമായി അന്ന് ഒരു പുരുഷനോടൊപ്പം നടന്നു. ഈ കൂട്ടുചേരലിൽ ആണും പെണ്ണും തമ്മിൽ സാധ്യമാകുന്ന കേവലസൗഹൃദത്തിനുള്ള ഇടമോ ഇടനാഴി വിരിച്ചുവയ്ക്കാനോ കഥാകാരി ശ്രമിക്കുന്നില്ല. പകരം ആൺ-പെൺ ബന്ധത്തിന്റെ സ്വാഭാവികവികാസത്തിനുള്ള സാഹചര്യമൊരുക്കുകയും ശ്രദ്ധാപൂർവ്വം രതിയിലേക്ക് വഴി തുറക്കുകയുമാണ് ചെയ്യുന്നത്. 'സമ്മതിച്ചാലും ഇല്ലെങ്കിലും സ്ത്രീപുരുഷന്മാരിൽ കണ്ടുവരുന്ന ലൈംഗികതാത്പര്യങ്ങളാണ് അവരെ കോട്ടയത്തിന് പ്രാന്തപ്രദേശത്തുള്ള ഈ ഇടത്തരം ലോഡ്ജ് മുറിയിലേക്ക് നയിച്ചത്' എന്ന പ്രസ്താവനയിൽത്തന്നെ ഇത് കഥാകാരി ഉള്ളടക്കം ചെയ്തിട്ടുണ്ട്. അതുകൊണ്ടു തന്നെ അതിലേക്കുള്ള അനുക്രമവികാസമായി കഥ കെ.ആർ. മീര മോഹമഞ്ഞ എന്ന കഥയെ വികസിപ്പിച്ചെടുക്കുന്നത്.

ലൈംഗികത വൈകാരികമായ ഉണർവ്വിന്റെ ജതിവേഗങ്ങളിലേക്ക് മനുഷ്യരെ ഉണർത്താറുണ്ട്. കഥയിലെ സ്ത്രീപുരുഷന്മാരിൽ അത്തരമൊരു ഉടലുണർവ്വുകളില്ല. തിടുക്കമോ അമിതാവേശമോ രതിമോഹിതമായ കെണിമനസ്സോ അവർക്കില്ല. ശരീരത്തിലും അതുപോലെ മനസ്സിലും രോഗതാരുമായ ഏതൊക്കെയോ വേവലാതികളിലൂടെയും വേദനയിലൂടെ ജീവിതം കടന്നുപോകുന്ന രണ്ടുപേരാണവർ. അവർ വളരെ സ്വാഭാവികമായി സംസാരിച്ചു തുടങ്ങുന്നു. ആദ്യം സംസാരിച്ചത് അയാളാണ്.

'എവിടെയാണ് താമസിക്കുന്നത്?'

'പന്തളം.'

ഉത്തരത്തിൽനിന്ന് മറ്റൊരു സരസമായ ചോദ്യം അവൾക്കു നേരം നീട്ടുന്നു.

'പടപേടിച്ചു പോയതാണോ?'

'അല്ല പന്തം കൊളുത്താൻ.'

സരസമായ ചോദ്യത്തിന് തക്ക ഉത്തരമാണ് അവൾ നൽകുന്നത്. ചോദിക്കുന്ന ചോദ്യത്തിലും പറയുന്ന ഉത്തരത്തിലും തുളുമ്പി

നിൽക്കുന്ന സരസത അവർ വിനിമയം ചെയ്യുന്ന പാരസ്പര്യത്തിന്റെയും സ്വാതന്ത്ര്യത്തിന്റെ കൊടിയടയാളമായിത്തീരുന്നു. ചായകുടിച്ച് ഡോക്ടറെ കണ്ടു മുറിയിൽ നിന്ന് അവളിറങ്ങുമ്പോഴാണ് അയാൾ അകത്തേക്ക് കയറാനൊരുങ്ങിയത്. അതിനിടയിൽ യാത്ര പറയാനെന്നോളം അവൾ അയാളെ നോക്കി. ഒരസ്വസ്ഥത അയാളിൽ നിന്ന് തന്നിലേക്ക് സംക്രമിക്കുന്ന അവൾ അറിയുകയും ചെയ്തു. വേണമെങ്കിൽ കഥ അവിടം കൊണ്ട് അവസാനിപ്പിക്കാം. പക്ഷെ അയാളുടെ കണ്ണുകൾ അവളെത്തേടി വീണ്ടും ആശുപത്രിയിലെ മറ്റൊരിടത്ത് എത്തിച്ചേരുന്നു. ആരെയോ തിരയുന്ന നോട്ടത്തോടെയാണ് അയാൾ വീണ്ടുമെത്തിയത്. പ്രാരാബ്ധത്തിന്റെ ചുളിവീണ ഒരു പുരുഷന്റെ കൗമാരം തന്നെയാണെന്ന് തിരയുന്നത് എന്നറിയുമ്പോൾ മിക്ക പെണ്ണുങ്ങൾക്കുമെന്നപോലെ അവളുടെ ഹൃദയവും ആഹ്ലാദപൂർണമാവുന്നു. ചുണ്ടുകളെക്കാൾ കണ്ണുകൾകൊണ്ട് പരസ്പരം പകരുന്ന നിമന്ത്രണമാണ് കഥയുടെ ഹൃദയസംഗീതമായി മാറുന്നത്. കണ്ണുകളിലൂടെ കഥ വിരിയുകയും നോട്ടങ്ങളുടെ വാഗർത്ഥങ്ങളിലൂടെ കഥാകാരി കഥയെ പതിയെപ്പതിയെ വിളക്കിയെടുക്കുകയും ചെയ്യുന്നു.

കാഴ്ചയുടെ നിറഭേദങ്ങൾ

മാർക്കേസിന്റെ കോളറാക്കാലത്തെ പ്രണയം എന്ന നോവലിൽ കോളറയ്ക്കും പ്രണയത്തിനും മഞ്ഞനിറമാണ് നൽകുന്നത്. നോവലിലെ നായകൻ ഫ്ളോറൻറീന അരിസയും നായിക ഫെർമിന ഡാസയുമാണ്. അവർ തമ്മിലുള്ള പ്രണയത്തിന്റെയും രോഗത്തിന്റെയും മാത്രമല്ല; മരണത്തിന്റെയും നിറമായി മഞ്ഞ നോവലിലുടനീളം കൊടി പാറിക്കുന്നു. വൈലോപ്പിള്ളിയുടെ 'മാമ്പഴം' എന്ന കവിതയുടെ മനഃശാസ്ത്രവിശകലനത്തിൽ എം.എൻ വിജയൻ ആനൽ ഇറോട്ടിക് സ്വഭാവത്തെ മാങ്കനിയുടെ സൗഗന്ധിക സ്വർണനിറവുമായി ബന്ധപ്പെടുത്തുന്നതായും കാണാം. കെ.ആർ മീരയുടെ മോഹമഞ്ഞ എന്ന കഥയിലും മഞ്ഞ ഒരു നി മെന്നതിനപ്പുറം പല അർത്ഥങ്ങൾ പ്രതിഫലിപ്പിക്കുന്ന ഒന്നായി മാറുന്നു. മനസ്സിലെ മോഹത്തിനും ശരീരത്തിലെ രോഗത്തിനും ജീവിതത്തിന്റെ മറുപുറമായ മരണത്തിനുമൊക്കെ കഥയിൽ മഞ്ഞനിറമാണ്. മഞ്ഞപ്പിത്തം എന്ന രോഗമാണ് കഥയിൽ മഞ്ഞനിറമായി പരന്നുനിൽക്കുന്നത്. സ്ത്രീപാത്രം ശരീരത്തിലേറ്റുന്ന രോഗത്തിന്റെ പേരാണത്. കഥയുടെ ഒന്നാമത്തെ വാക്യത്തിൽത്തന്നെ രോഗത്തെ

ക്കുറിച്ചും രോഗം കഥാനായികയായ രോഗിയിലുണ്ടാക്കുന്ന പരിണാമത്തെക്കുറിച്ചും കഥാകാരി വ്യക്തമായി സൂചിപ്പിക്കുന്നു. 'അവൾക്ക് യഥാർത്ഥത്തിൽ മഞ്ഞപ്പിത്തമായിരുന്നു. അതുകൊണ്ട് എല്ലാം മഞ്ഞയായി തോന്നി'. പ്രസ്താവത്തിൽ വായനക്കാർക്കൊക്കെയും രോഗസൂചന ലഭിക്കുന്നുണ്ട്. സ്വന്തം ശരീരത്തിൽ പേറുന്ന രോഗത്തെക്കുറിച്ച് കഥാകാരിക്കും അതിന്റെ വെളിപ്പെടുത്തലിലൂടെ വായനക്കാർക്കും അറിയാമെങ്കിലും കഥയിലെ നായികാപാത്രത്തിന് അതേക്കുറിച്ച് അറിയില്ല.

അതേസമയം കഥയിലെ പുരുഷപാത്രത്തിന്റെ കാഴ്ചയ്ക്ക് ചാരമിറമാണ്. വൈറൽ പനി ബാധിച്ച അയാളുടെ കാഴ്ചയ്ക്ക് ചാരനിറമായിരുന്നു. അതുകൊണ്ടു തന്നെ അവളുടെ ചുരുണ്ടമുടിയും വിളറിയ കവിലുകളും കറുത്ത ചെറിയ പൊട്ടും എല്ലാം ചാരനിറമായി അവൾക്ക് തോന്നി. കാമനകളുടെ കൂടായി മാറുന്ന ജീവിതരതിയും മരണവിധിയും ആണും പെണ്ണുമായ രണ്ടുപേരുടെ ജീവിതത്തിലെ ഒരു ദിവസമാണ് മോഹമഞ്ഞ എന്ന കഥയുടെ പ്രധാനഭാഗമെങ്കിലും രണ്ടു ജീവിതത്തിന്റെ ദുഃഖദീർഘലങ്ങളത്രയും കഥയിൽ സന്നിവേശിപ്പിക്കാൻ കഥാകാരിക്ക് കഴിഞ്ഞിട്ടുണ്ട്. ആദ്യാവസാനം വരെ കഥയിൽ രണ്ടുപേരും ഉണ്ട്. പക്ഷേ, കഥയുടെ അവസാനത്തെ വരിയിലാണ് അതിലൊരാൾ ഒരാഴ്ച മുമ്പെ മരണപ്പെട്ട കാര്യം അറിയുന്നത്. അയാളാൽ ക്ഷണിക്കപ്പെട്ട ഒരു ഹോട്ടൽ മുറിയിൽ എത്തി വിശ്രമിക്കുകയും ക്ഷീണാവസ്ഥ മാറിയപ്പോൾ എല്ലാ മറന്ന് ഇണചേർന്ന തിരിച്ചുവരികയും ചെയ്ത രാത്രിയിൽ അവളുടെ രോഗം വഷളായി. മഞ്ഞപ്പിത്തം സ്ഥിരീകരിച്ചതിനെത്തുടർന്ന് അവൾ പിന്നെയും രണ്ടാഴ്ച കാലം ആശുപത്രിയിൽ കിടന്നു. മരുന്നിനും ക്ഷീണത്തിനുമിടയിൽ അവൾ പലപ്പോഴായി അയാളെ ഓർത്തു. ഒടുവിൽ രോഗം മാറി വീട്ടിൽ തിരിച്ചെത്താൻ അവൾക്ക് ഭാഗ്യമുണ്ടായി. ശേഷം ഒരാഴ്ച പിന്നീട്ടതേയുള്ളൂ. അവൾ മുറ്റം വൃത്തിയാക്കുകയായിരുന്നു. ഒരാഴ്ച മുമ്പത്തെ ഒരു പത്രക്കീറിൽ അവൾ അയാളെ ഒരിക്കൽ കൂടി കണ്ടു. മഞ്ഞപ്പിത്തത്താൽ ഒരധ്യാപകൻ മരിച്ചു എന്ന ഒരു വെറും വാർത്ത മാത്രയായി അയാൾ. അപ്പോഴും അവളുടെ ഓർമകളിൽ അയാളുടെ നിറമുണ്ടായിരുന്നു. അത് അയാളുടെ യഥാർത്ഥ നിറമല്ല. വൈറൽ പനിയുടെ ചാരനിറത്തിന് പകരം അവളുടെ കണ്ണുകൾ അയാളെ കണ്ടതിന്റെ ഓർമ മനസ്സിൽനിന്നും തെളിഞ്ഞുവരുന്നു. മഞ്ഞിച്ച്, മഞ്ഞിച്ച്.. മഞ്ഞിച്ച്... നിന്ന് സ്നേഹത്തിന്റെ ഒരോർ

മ്മ നിറമാണത്. ഓർമയുടെ സ്നേഹഭരിതമായ മഞ്ഞനിറം രോഗത്തിൽനിന്ന് പ്രണയത്തിലേക്കും അതിൽനിന്ന് മരണത്തിലേക്കുമായി കഥയിൽ സംക്രമണം ചെയ്യുന്നു. ജീവിതത്തിന്റെ ഭ്രമണപഥങ്ങളിൽ ചില സ്നേഹസംയോഗങ്ങൾ നിത്യമായ ആത്മവ്യായോഗത്തിന് തന്നെ കാരണമായിത്തീരുന്നു. പ്രണയം എന്നപോലെ രോഗവും തമ്മിൽ കൈമാറാനുള്ളതായി തീരുന്നു. സ്ത്രീയുടെ രോഗശരീരം പുരുഷശരീരത്തിന് പകർന്നുനൽകുന്ന രോഗത്തിലൂടെ നൽകുന്ന ആൾ കഥയിൽ രക്ഷപ്പെടുന്നു. സ്വീകരിച്ചയാൾ മരണത്തിന് കീഴടങ്ങുകയും ചെയ്യുന്നു.

കാമനകളുടെ ജ്വരസംക്രമണമാണ് മോഹമഞ്ഞ എന്ന കഥ. മനുഷ്യമനസ്സിനെയും ജീവിതത്തെയും നിലനിർത്തുകയും പലപ്പോഴും നിലംപരിശാക്കുകയും ചെയ്യുന്ന കാമനയ്ക്ക് വൈയക്തികതലം മാത്രമല്ല സാമൂഹികവും സാംസ്കാരികവുമായ അനേകം അനുഭവതലങ്ങൾ കൂടിയുണ്ട്. അത് പറയാതെ പറയാൻ മോഹമഞ്ഞ എന്ന കഥയ്ക്ക് കഴിയുന്നുണ്ട്. കാമനകളുടെ കേളീഗൃഹമായ മനുഷ്യമനസ്സിന്റെ പ്രവർത്തനവും പ്രതിസന്ധിയുമാണ് കെ. ആർ മീര വിദഗ്ധമായി ഈ കഥയിൽ സന്നിവേശിപ്പിക്കുന്നത്. വ്യക്തിമനസ്സിൽ നിലകൊള്ളുന്ന ആഗ്രഹങ്ങളും അതിന് വിഘാതമായിത്തീരുന്ന സാമൂഹികസാഹചര്യങ്ങളും വ്യക്തിമനസ്സിലുണ്ടാക്കിയ വികാരസംഘർഷങ്ങളെ പലപ്പോഴും കെ.ആർ മീരയുടെ കഥകൾ ഉയർത്തിക്കാട്ടിയിട്ടുണ്ട്. ആഗ്രഹങ്ങളും ആഗ്രഹപൂർത്തിക്കായുള്ള മനുഷ്യമനസ്സിന്റെ ഇച്ഛയും വ്യക്തിമനസ്സിലുണ്ടാക്കുന്ന ജ്വരസന്ധികൾ കഥാപാത്രസൃഷ്ടി ഒരു സാമൂഹിക അനുഭവമാക്കിത്തീർക്കാൻ കഥയ്ക്ക് കഴിയുന്നു. തനിക്ക് സ്വന്തമായി ഉള്ളതിനോടല്ല; മറിച്ച് തനിക്ക് ഇല്ലാത്തതിനോട് തോന്നുന്ന കാമനകളുടെ നൈരന്തര്യത്തിലും അതിന്റെ സംഘർഷത്തിലുമാണ് മനുഷ്യമനസ്സ് നിലകൊള്ളുന്നത്. ലക്കാൻ അഭാവത്തെ പ്രതിനിധീകരിക്കുന്ന ഒന്നായ ലക്കാൻ കാമനയെ വിശേഷിപ്പിച്ചത് അതുകൊണ്ടായിരിക്കാം.

ഡോ. ദീപേഷ് കരിമ്പുങ്കര

സ്വദേശം കണ്ണൂർ ജില്ലയിലെ ചക്കരക്കൽ. ചേളന്നൂർ ശ്രീനാരായണഗുരു കോളേജ് മലയാളം വകുപ്പ് മേധാവി. കണ്ണൂർ യൂണിവേഴ്സിറ്റിയിൽ നിന്ന് 'ആധുനികമലയാള കവിതയിലെ പിതൃബിംബങ്ങൾ' എന്ന വിഷയത്തിൽ ഡോക്ടറേറ്റ് നേടി. 2013-ൽ മികച്ച പ്രബന്ധത്തിനുള്ള പി. കുഞ്ഞിരാമൻ നായർ അവാർഡും 2023-ൽ

കാവ്യരൂപന്റെ കാൽപ്പാടുകൾ എന്ന ജീവചരിത്രകൃതിക്ക് മഹാ കവി പി. സാഹിത്യപുരസ്കാരം ലഭിച്ചു. ഷാർജയിൽ അറേബ്യ ദിനപ്പത്രത്തിലും കണ്ണൂരിൽ സമയം മാസികയിലും സബ് എഡി റ്റർ ആയിരുന്നു.

വിജയൻമാഷ് ഓർമ്മപ്പുസ്തകം, മലയാളികളുടെ മാർക്കേസ്, കഥ പറഞ്ഞുപറഞ്ഞ് കഥയായൊരാൾ, തിരക്കാഴ്ചയിലെ പുതു ലോകങ്ങൾ, മൊളക്കാൽമുരുവിലെ രാപകലുകൾ, മോട്ടോർസൈ ക്കിൾ ഡയറീസ് ജോണിനൊപ്പം, മരുഭൂമിയിലെ മറുജീവിതങ്ങൾ, കാവ്യരൂപന്റെ കാൽപ്പാടുകൾ എന്നിവയാണ് പ്രധാന കൃതികൾ.

മൊബൈൽ : 9633269652

ΟΟ

അച്ചാമ്മമാരുടെ എഴുത്തുവഴികളിൽ 'സമ്പവി'ക്കുന്നത്

ഡോ. സ്വപ്ന ആന്റണി

ആഖ്യാനവഴികളിൽ പുതിയ ഭാവുകത്വം സൃഷ്ടിച്ചുകൊണ്ട് നിരന്തരം മാറിക്കൊണ്ടിരിക്കുന്ന സാഹിത്യരൂപമാണ് ചെറുകഥ. ജീവിതത്തിന്റെ സമസ്തമേഖലകളിലേക്കും കടന്നുചെന്നുകൊണ്ട് കഥനസമ്പ്രദായങ്ങളും ഇന്ന് പുതുവഴി തേടുന്നുണ്ട്. സമൂഹത്തിന്റെയും വ്യക്തിയുടെയും ആന്തരലോകത്തെ ചിത്രീകരിച്ചും നഗരസംസ്കാരത്തെയും നവമാധ്യമ ലോകത്തെയും പശ്ചാത്തലമാക്കിയും ഗൃഹാതുരതയുടെ ഓർമ്മകളെ അടയാളപ്പെടുത്തിയും മൗലികമായ ചിന്തകളുടെയും കാഴ്ചകളുടെയും ലോകം തുറന്നുതരുന്നു നവകഥകൾ. ആൺ പെൺവിനിമയത്തിലെ തുറസ്സുകളും മാറിയ കാലത്തിന്റെ വിശാല ജീവിതവീക്ഷണവും ലിംഗരാഷ്ട്രീയവും സ്വത്വരാഷ്ട്രവുമൊക്കെ ചേർന്ന് കഥാസാഹിത്യം കൂടുതൽ ചലനാത്മകവും ജൈവികവും ആവുകയുണ്ടായി ഇക്കാലത്ത്.

വ്യവസ്ഥാപിത മൂല്യങ്ങളോട് കലഹിച്ചുകൊണ്ടാണ് മലയാളത്തിലെ എഴുത്തുകാരികൾ തങ്ങളുടെ സാഹിത്യജീവിതത്തിൽ സ്ത്രീപക്ഷചിന്തകൾ ആവിഷ്കരിച്ചിട്ടുള്ളത്. പുരുഷന്റെ കാഴ്ചയിലെ സ്ത്രീസങ്കല്പത്തെ തകർത്തെറിഞ്ഞുകൊണ്ടാണ് അവർ ഇത് സാധ്യമാക്കിയത്. സിതാരയുടെ 'അഗ്നി'പോലുള്ള കഥകളും കെ.ആർ. മീര, ഇന്ദു മേനോൻ, രേഖ എന്നിവരുടെ രചനകളും ചെറുകഥയുടെ പാരമ്പര്യങ്ങളെയും സ്ത്രീ സ്വത്വപ്രതിനിധാനങ്ങളെയും മറികടക്കുന്ന ആഖ്യാനങ്ങളാണ്.

ഇന്നു നിലനിൽക്കുന്ന സാമൂഹികവ്യവസ്ഥയിൽ ആദ്യം മുതൽ തന്നെ സ്വയം അംഗീകരിച്ച അധികാരഭാവം പുരുഷനുണ്ട്. അയാളുടെ നിർണയനശക്തിയാണ് ലിംഗപദവിയുടെ രാഷ്ട്രീയത്തെ

നിശ്ചയിക്കുന്നത്. സ്ത്രീയുടെ സാമൂഹികപങ്കാളിത്തവും അവളുടെ വ്യക്തിസത്തയുടെ അതിരുകളും നിശ്ചയിക്കുന്നതിൽ ഈ പുരുഷാധിപത്യ അധികാരവ്യവസ്ഥയുടെ കൃത്യമായ ഇടപെടലുകൾ ഉണ്ടാവും. പുരുഷന്റെ മാത്രം ഇഷ്ടങ്ങളും താൽപര്യങ്ങളും അതിക്രമങ്ങളും ത്യാഗ മനോഭാവത്തോടെ സ്വീകരിക്കുക കുലസ്ത്രീ ധർമ്മമായാണ് സമൂഹം എല്ലാക്കാലത്തും കണക്കാക്കിയിരുന്നത്. ഇതാണ് സ്ത്രീ അനുഭവിക്കുന്ന എല്ലാ ദുരിതങ്ങളുടെയും അടിസ്ഥാന കാരണം.സ്ത്രീയുടെ സാമൂഹിക പദവി എന്ന സങ്കല്പം തന്നെ അവിടെ അട്ടിമറിക്കപ്പെടുന്നു. കാലങ്ങളായി സമൂഹം വ്യവസ്ഥപ്പെടുത്തിയ കർമ്മവും ധർമ്മവും കൃത്യമായി ചെയ്തു തീർക്കേണ്ടവളായി അവൾ മാറിയപ്പോൾ സ്ത്രീയുടെ കർതൃത്വം അവിടെ ചോദ്യചിഹ്നമായി അവശേഷിച്ചു. മുൻനിരയിലേക്ക് കടന്നുവരുന്നവരെ പല്ലും നഖവും ഉപയോഗിച്ച് പിൻമടക്കാൻ പുരുഷാധിപത്യത്തിന് കഴിയുകയും ചെയ്തു.

എഴുത്തിന്റെ ലോകത്തിലേക്ക് കടന്നുവന്ന സ്ത്രീകൾ നേരിട്ട പ്രശ്നങ്ങളിൽ ഏറ്റവും പ്രധാനം ആൺകോയ്മയിൽ അധിഷ്ഠിതമായ സാമൂഹികമൂല്യങ്ങളെ പൊളിച്ചുകളയുക എന്നതു കൂടിയായിരുന്നു. സ്ത്രീയുടെ ആത്മാവിഷ്കാരത്തെ ഒട്ടൊരു ഭയപ്പാടോടെ മാത്രം നോക്കിക്കണ്ട അധികാരവ്യവസ്ഥ ലൈംഗികതയെക്കുറിച്ചും ശരീരത്തെക്കുറിച്ചുമുള്ള എഴുത്തുകളെ അപവാദങ്ങൾ കൊണ്ടും വിമർശനങ്ങൾ കൊണ്ടും നേരിട്ടു. അങ്ങനെ ആത്മാഭിമാനത്തോടെ ജീവിക്കണമെങ്കിൽ കർതൃത്വവും സ്വത്വബോധവും നഷ്ടപ്പെട്ട് ഒതുങ്ങിക്കൂടേണ്ടിവരുന്ന അവസ്ഥയിൽ, ഇതിനോട് കലഹിച്ചുകൊണ്ടാണ് മലയാളത്തിലെ ആദ്യകാല സ്ത്രീവാദഎഴുത്തുകൾ പ്രത്യക്ഷപ്പെടുന്നത്. ലിംഗപരവും വർഗ്ഗപരവുമായ അസന്തുലിതാവസ്ഥകളും അസമത്വങ്ങളും സാഹിത്യരംഗത്തേക്കുള്ള സ്ത്രീകളുടെ പ്രവേശനത്തെ ദുഷ്കരമാക്കുന്നു എന്ന് ജിസാ ജോസ് (2020, 75) നിരീക്ഷിക്കുന്നു.

ദാമ്പത്യജീവിതത്തിന്റെ വിരസതയും ഒറ്റപ്പെടൽ സൃഷ്ടിക്കുന്ന വിഹ്വലതയും സംഘർഷഭരിതമാക്കുന്ന സ്ത്രീ ഹൃദയത്തിന്റെ ആകുലതകൾ തുറന്നുകാട്ടുന്നവയാണ് കെ.ആർ മീരയുടെ കഥകൾ. ഗഹനമായ ജീവിതവീക്ഷണവും ഭാവതീക്ഷ്ണതയാർന്ന ഭാഷാശൈലിയും അപൂർവ്വതയുള്ള പ്രമേയവും നർമസ്പർശം ഉള്ള അവതരണവും കൊണ്ട് ശ്രദ്ധേയമാണ് ഇവരുടെ കഥകൾ. മാറിയ ലോക സാഹചര്യത്തിലും കാലഗതിയിലും സ്ത്രീ അനുഭ

വിക്കേണ്ടി വരുന്ന ജീവിതയാഥാർത്ഥ്യങ്ങളെ തീവ്രമായി ആവിഷ്കരിക്കുന്നുണ്ട് ഈ കഥാകാരി. ലൈംഗികതയെക്കുറിച്ച് തുറന്നെഴുതുന്ന ഒരു സ്ത്രീയോടുള്ള പൊതുസമൂഹത്തിന്റെ മനോഭാവത്തെ നർമ്മരസത്തോടെ അവതരിപ്പിക്കുന്ന കഥയാണ് കെ. ആർ മീരയുടെ 'അച്ചാമ്മയ്ക്ക് സമ്പവിച്ചത്'. അച്ചാമ്മ എന്ന നിരക്ഷരരായ വീട്ടമ്മ അക്ഷരം പഠിക്കുകയും എഴുത്തിന്റെ ലോകത്തിലേക്ക് കടക്കുകയും ചെയ്തതോടെ സമൂഹത്തിലും കുടുംബത്തിലും ഉണ്ടാകുന്ന കുഴപ്പങ്ങളും പുരുഷാധിപത്യസമൂഹത്തിനും മതമേലാധികാരികൾക്കും ഉണ്ടാവുന്ന ആശങ്കകളുമാണ് ഈ കഥയുടെ പ്രമേയം. എത്രയൊക്കെ സ്ത്രീസ്വാതന്ത്ര്യം പ്രസംഗിച്ചാലും കാലം എത്ര പുരോഗതി പ്രാപിച്ചാലും പെണ്ണ് ശരീരത്തെക്കുറിച്ച് എഴുതുമ്പോൾ അതിനോടുള്ള നിലപാടിൽ ആത്യന്തികമായി മാറ്റമൊന്നും സംഭവിച്ചിട്ടില്ല എന്ന് ഈ കഥ നമ്മെ ഓർമ്മപ്പെടുത്തുന്നു.

മധ്യതിരുവിതാംകൂർ ക്രിസ്ത്യാനികളുടെ സംസാരഭാഷയിലാണ് ഈ കഥ എഴുതിയിട്ടുള്ളത്. ഒരുസ്ത്രീയുടെ എഴുത്തുജീവിതം പൊതുസമൂഹത്തിൽ ഉണ്ടാക്കുന്ന വേവലാതികൾ നർമ്മം കലർത്തി മനോഹരമായി ആവിഷ്കരിച്ചിരിക്കുന്നു ഇതിൽ. വയസ്സുകാലത്ത് നിരക്ഷരയായ അച്ചാമ്മ എന്ന വീട്ടമ്മ, സാക്ഷരതാ ക്ലാസ്സിലൂടെ അക്ഷരം പഠിക്കുന്നു. അവർ പിന്നീട് വായനയിലൂടെ എഴുത്തിന്റെ ലോകത്തിലേക്കും അവിടുന്ന് തുറന്നെഴുത്തിലേക്കും എത്തുന്ന കഥയാണ് മീര ഒട്ടൊരു തമാശയോടെ അവതരിപ്പിച്ചിരിക്കുന്നത്. സ്ത്രീയുടെ കാമനകളെയും ലിംഗരാഷ്ട്രീയ നിലപാടുകളെയും ഭയപ്പാടുകളെയും നോക്കി കാണുന്ന മധ്യവർഗ്ഗത്തിന്റെ വേവലാതികളുടെ നേർക്കാഴ്ചയാണ് ഈ കഥ.

കത്തോലിക്കാ സമുദായത്തിൽപ്പെട്ട അച്ചാമ്മ വയസ്സുകാലത്ത് സാക്ഷരതാ ക്ലാസ്സിൽ ചേരുന്നിടത്താണ് എല്ലാ കുഴപ്പങ്ങളും ആരംഭിക്കുന്നത്. അതുവരെ 'അച്ചാമ്മ രാവിലെ ഏഴരനാഴികയ്ക്കേ ഉണർന്നു. ഏഴുമണിക്ക് അവറാച്ചൻ ഉണർന്നു വരുമ്പളത്തേക്ക് മുറ്റമടിച്ച് കാപ്പിവെള്ളോം വെച്ച് കഞ്ഞിക്ക് അരീമിട്ട് പശൂനേം അഴിച്ചുകെട്ടി പാലും കറന്ന് കോഴിയേം അഴിച്ചുവിട്ട് കഞ്ഞിക്കു കറീമുണ്ടാക്കി അവറാച്ചന് കുളിക്കാൻ ചൂടുവെള്ളോമനത്തി കാത്തുനിന്നു.' 'എയ്തുവിട്ട അമ്പിന്റെ ഏകാഗ്രത'യോടെ പള്ളിയിൽ പോയി തിരിച്ചുവരുന്ന സാധാരണ കുടുംബിനിയായിരുന്നു അവർ. വീട്ടിലെത്തിയാൽ ഭർത്താവ് അവറാച്ചൻ, മക്കൾ, പാചകം,

പശു, വീട് വൃത്തിയാക്കൽ എന്നിങ്ങനെ ഒരു വൃത്തത്തിനുള്ളിൽ കറങ്ങിക്കൊണ്ടിരിക്കുകയായിരുന്നു അച്ചാമ്മ. അപ്പോഴാണ് മകൾ ജോളിക്കുട്ടിയുടെ കൊച്ചിനെ കാണാൻ കൂട്ടുകാരിപ്പെണ്ണ് വന്നത്. അവളാകട്ടെ 'സാക്ഷരതേം' കൊണ്ട് നടക്കുന്നവളും. ജോളിക്കുട്ടിയും ജാൻസിപ്പെണ്ണും നിർബന്ധിച്ചപ്പോൾ അവറാച്ചന്റെ കൂടി സമ്മതത്തോടെ സാക്ഷരതാക്ലാസ്സിൽ പോയി അക്ഷരം പഠിച്ചു തുടങ്ങുന്നു അച്ചാമ്മയും. തറ പറയായും പത പനയായും അക്ഷരമാല പഠിച്ച് വായന തുടങ്ങുന്നു അവർ. 'അച്ചാമ്മ അക്ഷരം പഠിച്ചത് കന്നുകയത്തിൽ ചാടുന്നത് പോലായിരുന്നു. തിരിച്ചു കയറാൻ വിസമ്മതിച്ചു' (പുറം 55). ജാൻസി അവരെ വായനശാലയിൽ ചേർത്തതോടുകൂടി അച്ചാമ്മയുടെ ജീവിതത്തിൽ ആകെ ഒരു മാറ്റം ഉണ്ടാകുന്നു. പിന്നീട് അവർ ക്രിസ്ത്യാനികളുടെ പരമ്പരാഗതവേഷമായ ചട്ടയും മുണ്ടും മാറ്റി സാരിയും നൈറ്റിയും ഒക്കെ ധരിച്ചുതുടങ്ങുന്നു. ഇതിനിടയിലാണ് അച്ചാമ്മ എഴുത്തിന്റെ ലോകത്തിലേക്ക് തിരിയുന്നത്. ആദ്യമൊക്കെ സന്മാർഗ്ഗ കഥകൾ എഴുതിയിരുന്ന അവർ പിന്നീട് തുറന്നെഴുതിലേക്ക് തിരിയുന്നതോടെ കുടുംബത്തിലും സമൂഹത്തിലും ഉണ്ടാകുന്ന പ്രശ്നങ്ങളാണ് ഈ കഥയുടെ കേന്ദ്രബിന്ദു

അച്ചാമ്മയുടെ പുതിയ പുസ്തകമായ 'സുരതസങ്കീർത്തനങ്ങൾ' പൊതുജനങ്ങളുടെ ഇടയിൽ ഉണ്ടാക്കിയ കോലാഹലങ്ങളെ അടിസ്ഥാനപ്പെടുത്തിയാണ് ഈ കഥ മുന്നേറുന്നത്. പള്ളിക്കമ്മിറ്റിയുടെ ആപ്പീസ് മുറിയിൽ ട്രസ്റ്റികളെല്ലാം കൂടെ ഇതിനെക്കുറിച്ച് കൂടിയാലോചന നടത്തുന്നു. കമ്മറ്റിക്ക് എത്തിയ ആളുകളുടെ പ്രതികരണങ്ങളിൽ കൂടി എങ്ങനെയാണ് പുരുഷാധിപത്യസമൂഹം സ്ത്രീയെഴുത്തിനെ കാണുന്നത് എന്ന് വളരെ രസകരമായി കഥാകാരി എഴുതുന്നുണ്ട്. കിണറ്റിങ്കൽ ചാക്കോച്ചൻ പുസ്തകം തുറന്നു നോക്കിയപ്പോൾ കണ്ടതിതാണ്. 'അയാളുടെ നഗ്നമായ അരക്കെട്ടിൽ അവളുടെ കരങ്ങൾ മുറുകി. അയാൾ പക്ഷേ ഭീതിയോടെ പിന്മാറി. എന്നെ നശിപ്പിക്കരുതേ, നശിപ്പിക്കരുതേ' (പുറം 52). ചാക്കോച്ചൻ ആന്തലോടെ ചുറ്റും നോക്കി. താൻ കാര്യമായിട്ട് ഒന്നും വായിച്ചിട്ടില്ലെന്നമട്ടിൽ ചിരിക്കാൻ ശ്രമിച്ചു. പക്ഷേ 'ചില പുസ്തകങ്ങൾ വായിച്ചാൽ പിന്നെ പുരുഷന്മാർക്ക് എങ്ങനെ നിഷ്കളങ്കമായി പുഞ്ചിരിക്കാൻ സാധിക്കും?' എന്ന് ചാക്കോച്ചന്റെ ആത്മസംഘർഷം കഥാകാരി വ്യക്തമാക്കുന്നുണ്ട്. ചാക്കോച്ചന് ഒരിക്കൽ കൂടി ആ കഥയൊന്നു വായിക്കാൻ തോന്നി. പെമ്പ്രന്നോ

ര് വയസ്സാംകാലത്ത് എന്നാ ഒക്കെയാ എഴുതിപ്പിടിപ്പിച്ചേക്കുന്നതെന്ന് അറിയണമല്ലോ. അയാൾ അസ്വസ്ഥനായി. പുസ്തകത്തിലെ 'അയാൾ' എന്ന സംഗതി ചാക്കോച്ചനു മനസ്സിലായില്ല. ആധുനികത രൂപപ്പെടുത്തിയ ലൈംഗികബോധം ആണിന് കീഴടക്കലും പെണ്ണിന് വിധേയത്വവും ആണ്. അതു കൊണ്ടു തന്നെയാണ് ചാക്കോച്ചൻ ഇത് വായിച്ചു നടുങ്ങുന്നത്. ജീവിതത്തെക്കുറിച്ച് ഗാഢമായി ആലോചിച്ച് അയാൾക്ക് നഷ്ടബോധം തോന്നുന്നു. 'ഇക്കണ്ടകാലമത്രയും കാശുണ്ടാക്കി. മക്കളെ ഒരുനിലയിലാക്കി. പക്ഷേ ഈ പറഞ്ഞ പോലെ നഗ്നതയാകട്ടെ മൂർച്ചയാകട്ടെ നമ്മൾ ഇതൊന്നും അറിഞ്ഞിട്ടില്ല. മേരിക്കുട്ടീം അറിഞ്ഞു കാണുകേല'. ആരുമറിയാതെ അടിച്ചുമാറ്റിയ 'സുരതസങ്കീർത്തനങ്ങൾ' കാറിലിരുന്നു വായന തുടങ്ങിയ ചാക്കോച്ചൻ, 'എന്നോട് ഇണ ചേരേണ്ടതെങ്ങനെ' എന്ന കഥ വായിച്ച് അധികരിച്ച രക്തസമ്മർദ്ദത്തോടെയാണ് വീട്ടിലെത്തിയത്. അയാൾക്ക് മേരിക്കുട്ടിയെ നോക്കാൻ മനഃപ്രയാസം തോന്നി. രാത്രി മദ്യപിച്ച് കിടന്ന അയാൾ രാവിലെ ഉണർന്നപ്പോൾ കണ്ടത് നരച്ച ചുരുണ്ട മുടി നീട്ടി കറുപ്പിച്ച് കുർത്തയും പാവാടയും ഇട്ട് വായനയിൽ ലയിച്ചിരിക്കുന്ന തന്റെ ഭാര്യയെയാണ്. 'അയാൾക്ക് ഒന്നും മനസ്സിലായില്ല. അടിവയറ്റിൽ പശുതൊഴിച്ചതുപോലൊരു അനുഭവമുണ്ടായി.' എന്ന് കഥ അവസാനിക്കുകയും ചെയ്യുന്നു. താനും മറ്റൊരു അവറാച്ചൻ ആയി മാറുകയാണോ എന്ന ഞെട്ടൽ ഇവിടെ പ്രകടമാണ്.

സ്ത്രീയുടെ തുറന്നെഴുത്തിനെ പുരുഷൻ എത്രമാത്രം ഭയപ്പാടോടെയാണ് കാണുന്നത് എന്ന് ഈ കഥ പറയുന്നുണ്ട്. ശരീരത്തെക്കുറിച്ചും ലൈംഗികതയെക്കുറിച്ചുമുള്ള സ്ത്രീയുടെ കാമനകൾ അടിച്ചമർത്താനാണ് ആണധികാരസമൂഹം എക്കാലവും ശ്രമിച്ചിട്ടുള്ളത്. ഈ കഥയിൽ പോർക്കാട്ടിലച്ചനോട് അരുവിനാക്കുന്നേൽ തോമാച്ചൻ പറയുന്നത് നോക്കുക: 'അച്ചൻ നല്ല കടുപ്പത്തിലങ്ങ് പറഞ്ഞേര്. നാളെ വേറെ പെമ്പിളമാർക്ക് ഇതുപോലെ വേണ്ടാതീനങ്ങൾ എഴുതാൻ തോന്നിയാലോ. ഇതൊക്കെ മുളയിലേ നുള്ളണം. വേണ്ടിവന്നാ കുടുമ്മത്തോടെ അങ്ങ് മൊടക്കണം' (പുറം 53). എക്കാലത്തെയും സമൂഹത്തിന്റെ നിലപാട് തന്നെയാണിത്. പള്ളിക്കമ്മിറ്റിയിൽ തോമാച്ചൻ ക്ഷുഭിതനാകുന്നു: 'അച്ചാമ്മേടെ പൊത്തകം മുഴുവൻ ഏതാണ്ട് മൂർച്ചേടെ കാര്യമൊക്കെയാ പറയുന്നേ എന്ന് വറീച്ചായനും ഇടപെട്ടു. മൂർച്ചയോ എന്ന് ചാക്കോച്ചൻ അത്ഭുതം കൂറി. തോമാച്ചൻ വീണ്ടും ക്ഷുഭിതനായി.

പിന്നല്യോ കുഞ്ഞോമാച്ചൻ സാറേ, പെണ്ണുങ്ങളെല്ലാം ഈ മൂർച്ച യില്ലാതെ വിഷമിക്കുകാന്നാന്നല്ലോ ഈ പെമ്പ്രന്നോര് എഴുതിവ ച്ചിരിക്കുന്നേ, നമ്മക്കൊന്നുമില്ലാത്ത ഈ മൂർച്ച പെണ്ണുങ്ങക്കെവി ടുന്നാ? അതും പോട്ടെ. നമ്മടെയൊക്ക അമ്മയമ്മാമ്മമാർക്കും ഈ മൂർച്ചയൊന്നുമില്ലാരുന്നല്ലോ. അവർക്കൊക്കെ എന്നാ കേടുപറ്റി? നമ്മുടെയൊക്കെ വല്യമ്മ പത്തും പതിനാലും പെറ്റു. ഒരു മൂർച്ചേം വേണ്ടാരുന്നു. എന്റെ സാറമ്മയോടു ഞാൻ ചോദിച്ചു, എടീ, എന്നാടീ, ഈ മൂർച്ച? ജീവിതത്തിലാദ്യമായിട്ടാ അച്ചോ, അവളെ ന്നെ നോക്കി ഒരാട്ടാട്ടിയത്, മേലാൽ ഇങ്ങനത്തെ തെമ്മാടിത്ത രോം പറഞ്ഞോണ്ട് വന്നേക്കരുതെന്ന്. അല്ലേലും കുടുമ്മത്തിപ്പിറ ന്ന പെണ്ണുങ്ങക്ക് മൂർച്ചേം കദേം ഒന്നും കാണത്തില്ല വറീച്ചാ....

കുഞ്ഞോമാച്ചൻ സാറു പിന്നെയും സൗമ്യമായി കുത്തുവാക്കു പറഞ്ഞു. മൂർച്ച കൂടിയോ, വേലി ചാടിയിരിക്കും. പക്ഷേ അവസാ നം മൂർച്ചയേ കാണൂ, കുടുമ്മം കാണത്തില്ല' (പുറം 57).

വ്യവസ്ഥാപിത മൂല്യങ്ങളോട് ദാക്ഷിണ്യമില്ലാതെ കലഹിക്കു ന്ന അച്ചാമ്മ, സ്ത്രീ മനസ്സിന്റെ നിഗൂഢമായ ആശകളെയും അഭി ലാഷങ്ങളെയും കുറിച്ച് തന്റെ കഥകളിൽ തുറന്നെഴുതി. എന്നാൽ സ്ത്രീ രതിമൂർച്ചയെക്കുറിച്ച് പറയുന്നതിനെ ഞെട്ടലോടെയും ഭയ ത്തോടെയും ആണ് പുരുഷസമൂഹം കാണുന്നത്. അച്ചാമ്മയുടെ കഥയായ 'എന്നോട് ഇണചേരേണ്ടതെങ്ങനെ' എന്ന കഥ വായി ച്ചാണ് അവറാച്ചന് ആദ്യത്തെ ഹാർട്ടറ്റാക്ക് വന്നത്. പുറത്ത് മാധ്യ മപ്രവർത്തകരുമായുള്ള അഭിമുഖത്തിൽ 'ലിങ്ഗം, യോനി, എണ ചേരൽ, ലിംഗപരിപ്രക്ഷം' എന്നൊക്കെ കേട്ട അദ്ദേഹം കൺട്രോൾ നഷ്ടപ്പെട്ട് വെട്ടിയെടുത്ത റബർക്കമ്പുമായിച്ചെന്ന് എല്ലാവർക്കും നല്ലതു കൊടുക്കുന്നു. അപ്പോൾ അയാൾക്ക് രണ്ടാമത്തെ അറ്റാക്കു മുണ്ടായി.

സ്ത്രീയുടെ ജീവിതം നിർണയിക്കുന്നത് പുരുഷന്റെ കാഴ്ചപ്പാ ടുകളാണെന്ന ചിന്തയിലധിഷ്ഠിതമാണ് അവറാച്ചൻ ഉൾപ്പെട്ട സമൂഹത്തിന്റെ നിലപാടുകൾ. സ്ത്രീയുടെ കാമനകൾക്ക് അതിർ വരമ്പുകൾ നിശ്ചയിക്കുന്നത് പുരുഷാധിപത്യസമൂഹമാണെന്ന പൊ തുബോധമാണ് ഇവിടെ പ്രവർത്തിക്കുന്നത്. പരമ്പരാഗതമായി കുടുംബമെന്ന മൂല്യസങ്കല്പത്തിൽ സമർപ്പണമനസ്സോടെ സ്ത്രൈ ണതയുടെ ഭിന്നമുഖങ്ങൾ, അമ്മയായും ഭാര്യയായും സഹോദരി യായും മകളായും എതിർപ്പുകൾ ഇല്ലാതെ ചെയ്തു തീർക്കേണ്ടവ ളാണ് സ്ത്രീയെന്നാണ് സമൂഹത്തിന്റെ കാഴ്ചപ്പാട്. പുരുഷന്റെ

ആധിപത്യവാസന എക്കാലത്തും സ്ത്രീയുടെ സർഗ്ഗശേഷിയെ അടിച്ചമർത്തിയിരുന്നു. ലൈംഗികത എന്നാൽ പുരുഷന്റെ മാത്രം വിഷയമാണെന്ന് വിചാരിച്ചുകൊണ്ടിരുന്ന ആൺബോധത്തെ അച്ചാമ്മയുടെ വാക്കുകൾ വിറളിപിടിപ്പിക്കുന്നുണ്ട്.

സ്ത്രീയുടെ ലൈംഗികാഭിലാഷങ്ങൾ, കാമനകൾ ഇവയെല്ലാം പൊതുസമൂഹത്തിന് അപകടമാണെന്നും അവയെ മുളയിലെ നുള്ളേണ്ടതാണെന്നും പുരുഷാധിപത്യ സമൂഹവും മതവും ഒരു പോലെ വിശ്വസിക്കുന്നു. സ്ത്രൈണതയെയും സ്ത്രീ ശരീരത്തെയും പുരുഷന്റെ ആവശ്യങ്ങൾക്കും അഭിരുചികൾക്കും അനുസരിച്ച് നിർവചിക്കാനാണ് അവർ ശ്രമിച്ചിട്ടുള്ളത്. സ്ത്രീയുടെ അസ്തിത്വത്തെ ഇല്ലാതാക്കാനും അവളെ രണ്ടാംതരം എന്ന് തരം താഴ്ത്താനും വേണ്ട മൂല്യസങ്കല്പങ്ങൾക്കാണവർ ഊന്നൽ നൽകിയത്.

അങ്ങനെയുള്ളിടത്താണ് അച്ചമ്മ അക്ഷരം പഠിച്ച്, അറിവ് നേടി വായനയിലൂടെ പുതിയൊരു കർതൃബോധത്തിലേക്ക് എത്തിച്ചേരുന്നത്. അച്ചാമ്മയുടെ എഴുത്തിനെത്തുടർന്ന് നടക്കുന്ന വിവാദ കോലാഹലങ്ങളിലൊന്നും അവർ തൽപരയല്ല. എന്നാൽ വീട്ടിൽ നിന്നിറക്കി വിടുമെന്ന ഭീഷണിയെ പോലീസിൽ പരാതിപ്പെട്ടുകൊണ്ടാണ് അവർ നേരിട്ടത്. കുറ്റപ്പെടുത്തലും കല്ലേറിയലും അവരെ ഭയപ്പെടുത്തുന്നേയില്ല. അവർ ചുരുണ്ട മുടി കറുപ്പിച്ച് അഴിച്ചിട്ടു. കയ്യില്ലാത്ത കുർത്തായും കല്ലുമാലയും തടിവളയും ധരിച്ചു. നെറ്റിയിൽ വലിയ സിന്ദൂരപ്പൊട്ടു വെച്ചു. പുരുഷാധിപത്യ സമൂഹത്തിൽ സ്ത്രീകൾ അനുഭവിക്കുന്ന ശാരീരികവും മാനസികവും ലൈംഗികവുമായ അടിമത്തത്തിനെതിരെയുള്ള പ്രതിഷേധം കൂടിയാണ് അച്ചാമ്മയുടെ കഥകൾ. സ്ത്രീയുടെ സ്വതന്ത്രചിന്തക്കും തുറന്നെഴുതിനും കൂച്ചുവിലങ്ങിടുന്ന വർത്തമാനകാല പശ്ചാത്തലത്തിൽ, സമൂഹത്തിനോടുള്ള പ്രതിഷേധം തന്നെയായി മാറുന്നു അച്ചാമ്മയുടെ കഥകൾ.

പുരുഷനെ അതിവർത്തിക്കുന്ന മട്ടിലുള്ള സ്ത്രൈണശേഷികളെക്കുറിച്ച് സ്ത്രീവാദം, ഗൈനോക്രിറ്റിസിസം, ഇക്കോ ഫെമിനിസം തുടങ്ങിയ വ്യത്യസ്തസരണികളിലൂടെ നിരവധി നിരീക്ഷണങ്ങൾ മലയാളത്തിലുൾപ്പെടെ ഇന്ന് അവതരിപ്പിക്കപ്പെട്ടു കഴിഞ്ഞിട്ടുണ്ട്. സ്ത്രീയുടെ സർഗ്ഗശേഷിയോടുള്ള പുരുഷാധിപത്യലോകത്തിന്റെ ഭയമാണ് വാസ്തവത്തിൽ സ്ത്രീയെ രണ്ടാം കിടയാക്കി നിലനിർത്തുന്ന മട്ടിലുള്ള സാമൂഹ്യഘടന രൂപപ്പെടുത്തിയത്.

പുരുഷാധിപത്യ പ്രത്യയശാസ്ത്രം ഉണ്ടാക്കിയ വ്യവസ്ഥകളിലും സ്ഥാപനങ്ങളിലും എല്ലാം ഈ അധികാരം പ്രവർത്തിക്കുന്നത് കാണാൻ കഴിയും. കുടുംബവും മതവും അത്തരത്തിലുള്ള രണ്ടു സ്ഥാപനങ്ങളാണ്. സ്ത്രീയെ പുരുഷന്റെ രതി ഉപകരണമായാണ് പലപ്പോഴും പുരുഷാധിപത്യലോകം കണ്ടിട്ടുള്ളത്. ഇതിനെ ശരി വെക്കുന്ന മട്ടിലാണ് കുടുംബഘടനയും മതഘടനയും എല്ലാം പ്രവർത്തിക്കുന്നത്. അച്ചാമ്മ രതിമൂർച്ഛയെ കുറിച്ച് എഴുതുമ്പോൾ സംഭവിക്കുന്നത് പുരുഷൻ നിർമ്മിച്ചെടുത്ത അത്തരം ധാരണകൾ തകർന്നുപോകുന്നു എന്നതാണ്. അതുകൊണ്ടാണ് ആദ്യകാല എഴുത്തുകളിൽ ഇല്ലാത്ത മട്ടിൽ കുടുംബവും പള്ളിയും എല്ലാം അച്ചാമ്മയ്ക്ക് എതിരാകുന്നത്. ചിന്താപരമായും ബൗദ്ധികമായും ഒരു സ്ത്രീ എങ്ങനെ നവീകരിക്കപ്പെടുന്നു എന്നതും അതിനെ കുടുംബം പള്ളി തുടങ്ങിയ എല്ലാത്തരം അധികാരഘടനയും സമ്മർദ്ദങ്ങളിൽ ആക്കി വരിഞ്ഞുമുറുക്കുന്നത് എങ്ങനെയെന്നും ഈ കഥയിൽ തെളിയുന്നുണ്ട്.

കേരളത്തിലെ സാമൂഹിക മുന്നേറ്റങ്ങളുടെ ചരിത്രവുമായി ബന്ധപ്പെട്ട ചില സംവാദങ്ങൾ കൂടി ഈ കഥയിൽ രേഖപ്പെടുത്തിയിട്ടുണ്ട്. സാക്ഷരതാപ്രസ്ഥാനമാണ് വാർദ്ധക്യത്തിൽ അച്ചാമ്മയ്ക്ക് അക്ഷരലോകത്തിലേക്കുള്ള പ്രവേശനം സാധ്യമാക്കിയത്. അവർ ചിത്രകഥയോ, മംഗളം, മനോരമ പോലുള്ള വാരികകളോ വായിച്ചിരുന്ന കാലത്ത് പോലും അത് വലിയൊരു പ്രശ്നമുണ്ടാക്കിയിരുന്നില്ല. എന്നാൽ വായനശാലയുടെ ലോകത്തിലേക്ക് അവർ പ്രവേശിക്കുമ്പോൾ ഗ്രന്ഥശാല സംഘത്തിന്റെ, വലിയൊരു സാമൂഹ്യ പ്രസ്ഥാനത്തിന്റെ ചരിത്രത്തെ തൊട്ടുനിൽക്കുകയാണവർ. അത്തരമൊരു വായനാലോകം എങ്ങനെയാണ് അച്ചാമ്മയുടെ ചിന്തയെ മാറ്റിമറിച്ചത് എന്നത് ശ്രദ്ധേയമാണ്. ഇങ്ങനെ വായനയുടെ, ഗ്രന്ഥശാലാപ്രസ്ഥാനത്തിന്റെ വിശാലമായ ലോകങ്ങളിലൂടെ സഞ്ചരിച്ചുവരുമ്പോൾ ആന്തരികമായും ചിന്താപരമായും ബൗദ്ധികമായും ഒരു സ്ത്രീ എങ്ങനെ നവീകരിക്കപ്പെടുന്നു എന്ന് അച്ചാമ്മയുടെ എഴുത്ത് ജീവിതം നമ്മോട് പറയുന്നു. അത് എങ്ങനെ പുതിയൊരു സാമൂഹികവിപ്ലവം ഉണ്ടാക്കുന്നു എന്നതാണ് അവരുടെ എഴുത്തിലും വേഷത്തിലും സംഭാഷണത്തിലും എല്ലാം തെളിയുന്നത്.

ചിന്തയിലൂടെ അവർ എഴുത്തിലേക്കും എഴുത്തിലൂടെ പൊതുമണ്ഡലത്തിലേക്കും പ്രവേശിക്കുമ്പോഴാണ് മാധ്യമപ്രവർത്തകർ

അവരെ അന്വേഷിച്ചെത്തുന്നതും അവർക്ക് പുതിയ ഇടങ്ങൾ ഉണ്ടായിത്തീരുന്നതും. ഒരു ഘട്ടത്തിൽ കുടുംബത്തിനകത്തെ ഇടുങ്ങിയ വട്ടത്തിൽ ജീവിച്ച ഒരു സ്ത്രീ അക്ഷരങ്ങളിലൂടെ, വായനയിലൂടെ, എഴുത്തിലൂടെ, ചിന്തയിലൂടെ തന്നെത്തന്നെ കണ്ടെത്തുകയും ആവിഷ്കരിക്കുകയും ചെയ്യുന്നു. വിശാലമായ ഈ ലോകത്തിലേക്ക്, അതിന്റെ പൊതുമണ്ഡലത്തിലേക്ക് സ്ത്രീ പ്രവേശിക്കുകയും തന്റെ സ്വത്വം സ്ഥാപിക്കുകയും ചെയ്യുന്നിടത്താണ് പുരുഷാധിപത്യലോകം അസ്വസ്ഥമായിത്തീരുന്നത്. രതിയെ സംബന്ധിച്ചും സ്ത്രീയുടെ രതിമൂർച്ഛയെ സംബന്ധിച്ചും ഒക്കെ അവർ പറഞ്ഞു തുടങ്ങുമ്പോൾ പുരുഷനും മതവും കെട്ടി ഉയർത്തിയ സദാചാരബോധവും ലിംഗബോധവും തകിടം മറിയുകയും പുരുഷാധിപത്യം ദുർബലമായി പോവുകയും ചെയ്യുന്നു എന്നതുകൊണ്ടാണ് പള്ളിയും ട്രസ്റ്റികളുമെല്ലാം അച്ചാമ്മയുടെ എഴുത്തിനെ ഭയപ്പെടുന്നത്.

കുടുംബം എന്ന ഘടന നിലനിർത്തിക്കൊണ്ടു പോകേണ്ടത് സ്ത്രീകളുടെ മാത്രം ഉത്തരവാദിത്തമായാണ് സമൂഹം കാണുന്നത്. ഇവിടെ അച്ചാമ്മ എഴുത്തിലൂടെ പൊതുമണ്ഡലത്തിലേക്കും പുതിയ ലോകങ്ങളിലേക്കും പ്രവേശിക്കുമ്പോൾ അവരുടെ കുടുംബം എന്തായിത്തീരും എന്നുള്ള ആധിയും അച്ചാമ്മമാർ ആ വഴികളിൽ സഞ്ചരിക്കുമ്പോൾ കുടുംബത്തിനുവേണ്ടി മാത്രം എരിഞ്ഞു തീരുന്ന സ്ത്രീ എന്ന പുരുഷ സങ്കല്പം തന്നെ ഇല്ലാതായിത്തീരും എന്നുമുള്ള ഭയവുമാണ് പുരുഷാധിപത്യലോകത്തെ നയിക്കുന്നത്. അതുകൊണ്ട് വീടുകളിൽത്തന്നെ സ്ത്രീയെ തളച്ചിടുകയും ഇതര ലോകങ്ങളിലേക്കുള്ള പ്രവേശനം തടയുകയും ചെയ്യുക എന്നതാണ് പുരുഷാധിപത്യം കാലങ്ങളായി ചെയ്തു കൊണ്ടുവരുന്നത്. ചിന്തയുടെ മണ്ഡലവും പൊതുമണ്ഡലവും പുരുഷനുമാത്രം അവകാശപ്പെട്ടതാണെന്ന ഒരു ബോധം പുരുഷാധിപത്യസമൂഹം വെച്ചുപുലർത്തുന്നുണ്ട്. അച്ചാമ്മ എഴുത്തിലേക്ക് പ്രവേശിച്ചതല്ല, മറിച്ച് ചിന്തയുടെയും പൊതുമണ്ഡലത്തിന്റെയും കേന്ദ്രത്തിലേക്ക് പ്രവേശിച്ചതാണ് പുരുഷാധിപത്യലോകത്തെ വിളറി പിടിപ്പിക്കുന്നത് എന്നുകാണാം.

വിദ്യാഭ്യാസവും വായനയും എഴുത്തും സ്വതന്ത്രചിന്തയും ഒരു സ്ത്രീയുടെ ജീവിതത്തിൽ വരുത്തുന്ന മാറ്റങ്ങൾ അച്ചാമ്മയിൽ കാണാം. ആദ്യകാലത്ത് പരമ്പരാഗത വേഷമായ ചട്ടയും മുണ്ടും ധരിച്ചവൾ ആയിരുന്നു അച്ചാമ്മ. ചലനത്തെ പരിമിതപ്പെടുത്തുന്ന

ആ വസ്ത്രത്തിൽ നിന്ന് കൂടുതൽ ചലനസ്വാതന്ത്ര്യം നൽകുന്ന കുർത്തയിലേക്കുള്ള അച്ചാമ്മയുടെ രൂപമാറ്റം സമൂഹത്തിലെ സ്ത്രീജീവിതത്തിൽ ഉണ്ടായ പുരോഗതി കൂടിയാണ് സൂചിപ്പിക്കുന്നത്. ജനിതകവും ജൈവികവുമായ സവിശേഷതകൾ മാറ്റി നിർത്തിയാൽ വ്യക്തികളുടെ ശരീരവും ചലനവും അവരുടെ സാമൂഹികപദവിയെയും പൊതുവിടത്തിലെ അധികാരവ്യവസ്ഥയെയും സൂചിപ്പിക്കുന്നുണ്ട്. ചട്ടയും മുണ്ടും നൽകുന്ന ഒതുക്കത്തിലും മുറുക്കത്തിലും നിന്ന് സാരിയുടെ ഞൊറിവുകളിലേക്കും അവിടെ നിന്ന് നൈറ്റിയുടെ അയവുകളിലേക്കും പിന്നെ കുർത്തയുടെ സ്വാതന്ത്ര്യത്തിലേക്കും ഉള്ള അച്ചാമ്മയുടെ സഞ്ചാരം സ്ത്രീയുടെ സ്വാതന്ത്ര്യത്തിലേക്കുള്ള അതിജീവനപാത കൂടി അടയാളപ്പെടുത്തുന്നുണ്ട്. സ്വയം നിർണയനത്തിന്റെയും കർതൃബോധത്തിന്റെയും വഴികളിലേക്ക് ആർജ്ജവത്തോടെ സ്ത്രീ സഞ്ചരിച്ചെത്തുന്ന വഴി കൂടിയാണത്.

സഹായക ഗ്രന്ഥങ്ങൾ

1. ഉഷാകുമാരി, ജി., കഥയും കാമനയും, ലോഗോസ് ബുക്സ്, പാലക്കാട്, 2018.
2. ജയകൃഷ്ണൻ, എൻ., കേരളഭാഷാ ഇൻസ്റ്റിറ്റ്യൂട്ട്, തിരുവനന്തപുരം, 2017.
3. ജിസാ ജോസ്, സ്ത്രീവാദ സൗന്ദര്യശാസ്ത്രം പ്രയോഗവും പ്രതിനിധാനവും, കേരള ഭാഷാ ഇൻസ്റ്റിറ്റ്യൂട്ട്, തിരുവനന്തപുരം, 2020.
4. ജ്യോതിലക്ഷ്മി, പി.എസ്., (എഡി) സ്ത്രൈണ സർഗ്ഗാത്മകത എഴുത്തും എഴുത്തുകാരികളും, ബുക്ക് മീഡിയ, കോട്ടയം, 2013.
5. മീര, കെ.ആർ., പെൺപഞ്ചതന്ത്രം മറ്റു കഥകളും, ഡിസി ബുക്സ്, കോട്ടയം, 2019.

ഡോ. സ്വപ്ന ആന്റണി

മാടായി കോളേജിൽ മലയാളവിഭാഗം അസോസിയേറ്റ് പ്രൊഫസർ. കണ്ണൂർ സർവ്വകലാശാലയിൽ നിന്ന് ഡോക്ടറേറ്റ് നേടി. 'ദേശം, എഴുത്ത്, സംസ്കാരം: വായനയുടെ സഞ്ചാരവഴികൾ' എന്ന പുസ്തകം പ്രസിദ്ധീകരിച്ചിട്ടുണ്ട്.

എഴുത്തും സ്വാതന്ത്ര്യബോധവും

('ഓർമ്മയുടെ ഞരമ്പ്" എന്ന കഥയെ മുൻനിർത്തിയുള്ള വായന)

ഡോ. ജൈനിമോൾ കെ.വി.

"Write yourself your body must be heard. Only then the immense resources of the unconscious spring forth' (Helene Cixous)

എഴുത്തിലൂടെ സ്വാതന്ത്ര്യം നേടാൻ ആഹ്വാനം ചെയ്ത എഴുത്തുകാരികൾ നിരവധിയാണ്. വീട് ഒരു തടവറയായി മാറുന്ന അവസ്ഥയെക്കുറിച്ചും അതിൽനിന്നും വിടുതൽ നേടുമ്പോൾ മാത്രമാണ് സ്ത്രീകൾ സ്വാതന്ത്ര്യം നേടുന്നതെന്നും അവർ എഴുതി. പെണ്ണെഴുത്തിനെ പരിഹസിച്ചിരുന്ന പുരുഷ കേസരികളെ തങ്ങളുടെ കൃതികളിലൂടെ മുഖത്തടിച്ചു നിലംപരിശാക്കിയ ധാരാളം എഴുത്തുകാരികൾ മലയാള സാഹിത്യലോകത്തുണ്ട്. കൊടുങ്ങല്ലൂർ തമ്പുരാക്കന്മാർ മാത്രം സ്വതന്ത്രഭാഷാനാടകങ്ങൾ രചിച്ചു വിരാജിച്ചിരുന്ന സാഹിത്യലോകത്തേക്ക് ധൈര്യസമേതം കടന്നുവന്ന തോട്ടയ്ക്കാട് ഇക്കാവമ്മയെ ഈ സന്ദർഭത്തിൽ ഓർക്കേണ്ടതുണ്ട്.

'മല്ലാക്ഷീമണിയായ ഭാമ സമരം
ചെയ്തീലയോ? തേർ തെളി
ച്ചില്ലേ പണ്ടു സുഭദ്ര, പാരിതുഭരി
ക്കുന്നില്ലെ വിക്ടോറിയാ?
മല്ലാക്ഷീമണികൾക്കു പാടവമിവ
യ്ക്കെല്ലാം ഭവിച്ചീടുകിൽ -
ച്ചൊല്ലേറും കവിതയ്ക്കുമാത്രമിവരാ
ളല്ലെന്നു വന്നീടുമോ?"

എന്ന് തന്റെ ഇരുപത്തിരണ്ടാമത്തെ വയസ്സിൽ ഇക്കാവമ്മ എഴുതി. 'സ്ത്രീകൾ ഇത്ര കേമികളാണോ? എങ്കിൽ കവയ്ക്കട്ടെ (കവിതയെഴുതട്ടെ/കാൽ കവച്ചു വയ്ക്കട്ടെ) വൃത്തം കാണട്ടെ' എന്ന് പുരുഷകവികൾ വെല്ലുവിളിച്ചു. അന്നത്തെ പുരുഷകേസരികൾക്ക് ഇത്രയും മികച്ച ഒരു കൃതിയെഴുതാൻ ഒരു പെണ്ണിന് സാധിക്കുമോ എന്ന സംശയം ഉണ്ടായിരുന്നു. ആണുങ്ങളാരെങ്കിലും എഴുതിയതായിരിക്കുമെന്ന് അവർ ആശ്വസിച്ചു.

"ഒന്നാമതായ് സുമുഖി! ബുക്കു പകുത്തെടുത്തു
നന്നായി നോക്കി 'നടുതൊട്ടോടു' വാകുവോളം
എന്നാലിതിന്റെ നവരീതിയിലെന്മനസ്സു
മന്നാടിയാരുടെയതെന്നൊരു ശങ്ക തേടി"

എന്ന വെണ്മണി മഹന്റെ സംശയം സ്ത്രീ എഴുത്തിനെക്കുറിച്ച് എക്കാലവും പുരുഷകേസരികൾ വെച്ചുപുലർത്തി.

1980-കൾക്ക് ശേഷം ആണഹന്തകൾക്കെതിരെ ശക്തമായ വിമർശനങ്ങളുമായി നിരവധി എഴുത്തുകാരെത്തി. ഇന്ന് സിനിമയിലും നാടകത്തിലും കവിതയിലും സൈബറിടത്തിലുമെല്ലാം സ്ത്രീകൾ ശക്തമായ സാന്നിധ്യമാകുന്നു. വീട് സ്ത്രീയുടെ തടവറ മാത്രമാണെന്നും ഒരിക്കലും തീരാത്ത ജോലിഭാരങ്ങൾ അടിച്ചേല്പിക്കുന്ന ഇടമാണെന്നും അവർ നിരന്തരം ഓർമ്മപ്പെടുത്തി. എഴുത്തെന്നാൽ സ്വാതന്ത്ര്യമാണെന്ന് സ്ഥാപിച്ചു.

"വിട്ടയക്കുക കൂട്ടിൽ നിന്നെന്നെഞാ-
നൊട്ടു വാനിൽ പറന്നു നടക്കട്ടെ
കാണ്മതുണ്ടതാ തെല്ലകലത്തിൽ
ജന്മഭൂമിയാം കാനനം മോഹനം"

സ്വാതന്ത്ര്യമോഹിയായ പെൺപക്ഷിയെക്കുറിച്ചുള്ള ബാലാമണിയമ്മയുടെ ഈ വരികൾ യഥാർത്ഥത്തിൽ സ്ത്രീ സ്വാതന്ത്ര്യത്തെക്കുറിച്ചു തന്നെയല്ലേ? സ്ത്രീക്ക് സ്വന്തമായി ഒരു എഴുത്തുമുറി വേണം (A room of one's own) എന്ന ആശയം പാശ്ചാത്യ എഴുത്തുകാരിയായ വെർജീനിയ വൂൾഫ് അവതരിപ്പിച്ചു.

'പട്ടുനൂൽകെട്ട്പൊട്ടിച്ചെറിഞ്ഞുനീ
പോവുക, ജാലകത്തിൽ
നിലാവുദിക്കുമ്പോഴാ
പേടകം തൂക്കി വീടൊഴിഞ്ഞീടുക"

എന്ന് തച്ചന്റെ മകളിൽ വിജയലക്ഷ്മിയെഴുതി. ലളിതാംബികാ അന്തർജ്ജനവും മാധവിക്കുട്ടിയും സാവിത്രീ രാജീവനും സിതാര

യും കെ.ആർ മീരയും സ്ത്രീ സ്വാതന്ത്ര്യത്തിന്റെ കരുത്തറിയിച്ചവരാണ്.

കുട്ടി എഴുതുമോ? എന്നാണ് പുതുതായി തന്റെ കുടുംബത്തിലേക്ക് കയറിവന്ന പെൺകുട്ടിയോട് ഓർമ്മയുടെ ഞരമ്പ് എന്ന കഥയിലെ വൃദ്ധ ആദ്യം തന്നെ ചോദിക്കുന്നത്. സ്ത്രീകൾ എഴുതുന്നതും സ്വാതന്ത്ര്യപൂർവ്വം സമൂഹത്തിൽ ഇടപെടുന്നതും തെറ്റാണെന്ന് കരുതുന്ന ഒരു കുടുംബത്തിലേക്കാണ് അവൾ വന്നു കയറിയിരിക്കുന്നത്. പുതിയ സ്വപ്നങ്ങളുമായി ഭർത്താവിന്റെ വീട്ടിലെത്തിയ പെൺകുട്ടിക്ക് വൃദ്ധയായ മുത്തശ്ശി പറഞ്ഞു കൊടുക്കുന്ന കഥകളിലൂടെയാണ് ഈ കഥ വികസിക്കുന്നത്. കെ.ആർ മീരയുടെ ശക്തമായ സ്ത്രീപക്ഷ എഴുത്താണ് ഓർമ്മയുടെ ഞരമ്പ്. വ്യക്തി, കുടുംബിനി, എഴുത്തുകാരി എന്നീ മൂന്നു തലങ്ങളിലും കുടുംബം എന്ന സ്ഥാപനം സ്ത്രീകളുടെ ജീവിതത്തിൽ പ്രതിലോമപരമായി ഇടപെടുന്നതിന്റെ വ്യക്തമായ ചിത്രം കഥയിലുണ്ട്. കഥയിലെ വൃദ്ധയായ സ്ത്രീ എന്നും തന്റെ പഴയ നോട്ടുബുക്ക് തിരയുകയാണ്. ഇതിനെ വേലക്കാരി പത്മാക്ഷി പരിഹസിക്കുന്നു. ജീവിതത്തിലുടനീളം ഇത്തരം പരിഹാസം അനുഭവിച്ച സ്ത്രീയാണ് വൃദ്ധ. കവിത എഴുതും എന്നു പറഞ്ഞപ്പോൾ ഭർത്താവിന്റെ വീട്ടുകാരുടെ പരിഹാസം ഇങ്ങനെയായിരുന്നു, 'പെണ്ണായാൽ ചോറും കറിയും വയ്ക്കണം ... പെറണം'. സ്ത്രീത്വത്തിനെതിരെയുള്ള എക്കാലത്തെയും പരിഹാസമാണിത്. എഴുത്തുകാരിയാവണമെന്ന സ്വപ്നം രഹസ്യമാക്കേണ്ടി വരുന്ന എത്രയോ സ്ത്രീകളുടെ പ്രതിനിധിയാണ് വൃദ്ധ. ഭർത്താവ് ജയിലിലായ സമയത്താണ് അവർ തന്റെ ആദ്യത്തെ കഥയെഴുതുന്നത് എന്നത് ശ്രദ്ധേയമാണ്. സ്വാതന്ത്ര്യസമരത്തിൽ പങ്കെടുക്കുന്ന സ്ത്രീയെക്കുറിച്ചായിരുന്നു ആ കഥ. രണ്ടാമത്തെ കഥ എഴുതുമ്പോൾ തന്റെ ഭർത്താവ് പാർലമെൻറ് അംഗമായിരുന്നുവെന്ന് വൃദ്ധ എടുത്തുപറയുന്നുണ്ട്. ഒരു എം.പിയുടെയും സ്വാതന്ത്ര്യസമരസേനാനിയുടെയും ഭാര്യയായിട്ടും വൃദ്ധയുടെ ലോകം വീട്ടിലെ നാല് ചുമരുകൾക്കുള്ളിലായിരുന്നു. പുരോഗമനം പ്രസംഗിക്കുമ്പോഴും, സ്ത്രീകൾ സ്വാതന്ത്ര്യത്തിനുവേണ്ടി പോരാടുന്നതിനെയും പൊതുമണ്ഡലത്തിലേക്ക് ഇറങ്ങി പ്രവർത്തിക്കുന്നതിനെയും തെറ്റായി കൽപ്പിക്കുന്ന പുരുഷമേധാവിത്വത്തെ കെ.ആർ മീര തുറന്നുകാട്ടുന്നു. സ്ത്രീ കഥയെഴുതി പുരുഷന്റെ പേർ വെച്ച് ആഴ്ചപ്പതിപ്പിലയക്കുന്നതും സമ്മാനം ലഭിക്കുമ്പോൾ അത് താൻ എഴുതിയതാണെന്ന് അവ

കാശവുമായി പുരുഷൻ രംഗത്ത് വരുന്നതും രണ്ടാമത്തെ കഥയിലൂടെ അവർ വെളിപ്പെടുത്തുന്നു. സ്ത്രീകൾക്ക് തലച്ചോറില്ല. അതുകൊണ്ട് സാഹിത്യമൊന്നും മനസ്സിലാകില്ല എന്ന് ആദ്യത്തെ പെൺകഥയായ തലച്ചോറില്ലാത്ത സ്ത്രീകൾ എന്ന കഥയിലെ സ്ത്രീയോട് എം. ഗോവിന്ദൻ നായർ എന്ന ഭർത്താവ് പറയുന്നുണ്ട്. സ്ത്രീയെ പുരുഷന്റെ കാമപൂരണത്തിനുള്ള വെറും ഉപകരണം മാത്രമായി കണ്ട് ആനന്ദിച്ചിരുന്ന മണിപ്രവാളകവികളെയും ഈ കഥ ഓർമ്മപ്പെടുത്തുന്നുണ്ട്. വൃദ്ധ പറയുന്ന മൂന്നാമത്തെ കഥയുടെ പേര് ദുർമ്മരണം എന്നാണ്. ഈ കഥയിൽ അധികം വിശദീകരണമൊന്നുമില്ല. ചില ഓർമ്മപ്പെടുത്തലുകൾ മാത്രം. കഴുത്തിൽ കുടുക്കിടുമ്പോൾ ഞരമ്പ് തെറ്റിപോകരുതെന്നും അത് ഓർമ്മയെ തകരാറിലാക്കുമെന്നുമുള്ള അവരുടെ ഉപദേശം അടുത്ത തലമുറയോടാണ്. തലമുറകളെ തമ്മിൽ ബന്ധിപ്പിക്കുന്ന സമാനഅനുഭവങ്ങളുടെ ലോകമാണ് വയലറ്റ് നിറമുള്ള ആ ഞരമ്പുകൊണ്ട് സൂചിപ്പിക്കുന്നത്. വൃദ്ധയുടെ വാക്കുകൾ പെൺകുട്ടിയെ ചിന്തിപ്പിക്കുന്നു. വൃദ്ധയോട് ആദ്യമൊന്നും യാതൊരു താൽപര്യവും പെൺകുട്ടിക്കുണ്ടായിരുന്നില്ല. മാത്രമല്ല, അവരുടെ വെപ്പുപല്ലുകൾ ഇളകുമ്പോൾ അവൾക്ക് അറപ്പും ഓക്കാനവുമാണ് ഉണ്ടാവുന്നത്. പക്ഷേ, വൃദ്ധയുടെ മൂന്ന് കഥകളും കേട്ടു കഴിഞ്ഞതോടെ അവൾ അവരുമായി താദാത്മ്യം പ്രാപിക്കുന്നു. ഒരു നിമിഷം അവരും താനും ഒന്നുതന്നെയാണ് എന്ന് അവൾ മനസ്സിലാക്കുന്നു. ആ വീട്ടിലെ ഏറ്റവും വായുസഞ്ചാരമുള്ള മുറി വൃദ്ധയുടേതാണെന്ന് അവൾക്ക് തോന്നുന്നു. വൃദ്ധകഥാപാത്രം പറഞ്ഞ മൂന്ന് കഥയും സ്ത്രീജീവിതാവസ്ഥകളും അതിനെതിരെയുള്ള വിമർശനവും ഉൾക്കൊള്ളുന്നു. സ്ത്രീകൾക്ക് സമൂഹജീവിതം നിഷേധിക്കുന്നതിനെക്കുറിച്ചുള്ളതാണ് ഒന്നാമത്തെ കഥ. സമൂഹത്തിൽ മാത്രമല്ല സാഹിത്യരംഗത്തും പുരുഷാധിപത്യം പത്തിവിടർത്തുന്നു. മൂന്നാമത്തെ കഥയിലെ ദുരൂഹത വായനക്കാർക്ക് പൂരിപ്പിക്കാനായി വിട്ടിരിക്കുകയാണ് എഴുത്തുകാരി. വൃദ്ധ നടത്തിയ ആത്മഹത്യാശ്രമമായോ അവരുടെ ഉള്ളിലെ സർഗാത്മകതയെ കുരുക്കിട്ടു പിടിച്ച് ഇല്ലാതാക്കിയതിനെക്കുറിച്ചോ യാതൊരു പരിഗണനയും ഇല്ലാതെ അപമാനിതയായ സ്ത്രീത്വത്തെക്കുറിച്ചോ എന്തുമാവാം ദുർമ്മരണത്തിന്റെ അർത്ഥതലങ്ങൾ.

പ്രസവവും കുട്ടികളെ വളർത്തലും സ്ത്രീയുടെ കടമയാവുമ്പോഴും ആ കുട്ടികൾക്ക് പേരിടുന്നതിനോ അവരുടെ കാര്യങ്ങൾ

തീരുമാനിക്കുന്നതിനോ അവൾക്ക് അവകാശമില്ല. തനിക്ക് ആൺകുട്ടി ഉണ്ടാകുമ്പോൾ രവീന്ദ്രനാഥ് എന്ന് പേരിടാൻ ആ സ്ത്രീ ആഗ്രഹിച്ചു. തന്റെ മകൻ രവീന്ദ്രനാഥ് എന്ന പേരിൽ അറിയപ്പെടണമെന്ന അവളുടെ മോഹം മുളയിൽ തന്നെ ഭർത്താവ് തള്ളിക്കളയുന്നു. പകരം ഇടുന്ന പേര് ശ്രീരാമൻ എന്നാണ്. പുരുഷോത്തമൻ എന്ന് വാഴ്ത്തപ്പെട്ടവനാണല്ലോ രാമൻ. ആരാണ് ഭൂമിയിലെ പുരുഷോത്തമൻ എന്ന വാല്മീകിയുടെ ചോദ്യത്തിന് നാരദൻ പറഞ്ഞ മറുപടി മര്യാദാപുരുഷോത്തമൻ രാമനാണ് എന്നാണ്. അകാരണമായി സീതയെ സംശയിക്കുകയും ഉപേക്ഷിക്കുകയും ചെയ്ത ശ്രീരാമന്റെ പേര് തന്നെ അടുത്ത തലമുറയ്ക്കും നൽകുകയാണ് ഭർത്താവ്. തെറ്റായ നീതിബോധവും ധർമ്മസംഹിതയും തലമുറകളിൽ നിന്ന് തലമുറകളിലേക്ക് കൈമാറുന്ന പുരുഷാധിപത്യ മാമൂലുകളെക്കുറിച്ച് ധ്വന്യാത്മകമായി സൂചിപ്പിക്കുകയാണ് ശ്രീരാമൻ എന്ന പേരിടലിലൂടെ എഴുത്തുകാരി ചെയ്യുന്നത്. മകൾക്കായി വൃദ്ധ പേരു കണ്ടുവെച്ചില്ല. കണ്ടുവെച്ചാലും കാര്യമുണ്ടാവില്ലെന്ന് അക്കാലമായപ്പോഴേക്കും അവൾക്ക് മനസ്സിലായിരുന്നു. ശ്രീകുമാരി എന്ന് ഭർത്താവ് തന്നെ പേരിട്ടു. എന്നാൽ തന്റെ മകന് കുട്ടികൾ ഉണ്ടാവുമ്പോഴെങ്കിലും തന്റെ ആശ നിറവേറണമെന്ന് ആ സ്ത്രീ ആഗ്രഹിച്ചു. രവീന്ദ്രനാഥ് എന്നും മൃണാളിനി എന്നും തന്റെ കൊച്ചുമക്കൾക്കെങ്കിലും പേരുണ്ടാവണം എന്ന് അവർ മകനോട് ചട്ടം കെട്ടുന്നു. പേരിൽ വരുത്താൻ ആഗ്രഹിക്കുന്ന ഈ മാറ്റം വായനക്കാരെ ചിന്തിപ്പിക്കും. 1914-ലാണ് സ്ത്രീർപത്ര എന്ന ചെറുകഥ ടാഗോർ എഴുതുന്നത്. സ്ത്രീയെ അമ്മയായും ദൈവമായും കാമുകിയായും മാത്രം അവതരിപ്പിച്ചിരുന്ന കാലത്ത് സ്ത്രീർപത്ര എന്ന ചെറുകഥയിലൂടെ ടാഗോർ സ്ത്രീകളുടെ കഥ പറയുകയായിരുന്നു. ബംഗാളി ഭാഷയിൽ സ്ത്രീർപത്ര എന്നാൽ 'പെണ്ണിന്റെ എഴുത്ത്' എന്നാണർത്ഥം. വർഷങ്ങളോളം വീട്ടിൽ അടങ്ങിയൊതുങ്ങിക്കഴിഞ്ഞ ഒരുവളുടെ സ്വയം വെളിപ്പെടുത്തലും സ്വാതന്ത്ര്യത്തിലേക്കുള്ള ഇറങ്ങിപ്പോക്കുമാണ് ഈ കഥ. മൃണാൾ എന്ന കുലവധു, ഭർത്താവിന് എഴുതുന്ന കത്തിലൂടെയാണ് ടാഗോർ ഈ കഥ അവതരിപ്പിച്ചത്. മൃണാൾ എന്നാൽ സ്വതന്ത്രയായ സ്ത്രീ എന്നാണ് അർത്ഥം. ടാഗോറിന്റെ ഭാര്യയുടെ പേരും മൃണാളിനി എന്നു തന്നെ. സ്ത്രീർപത്രയിലെ നായികയ്ക്ക് ഓർമ്മയുടെ ഞരമ്പിലെ വൃദ്ധയുമായി സാമ്യമുണ്ട്. മൃണാൾ ഭർത്താവിനെഴുതുന്ന കത്തിലെ പ്രധാനഭാഗം നോക്കുക:

'വീട്ടുപണികൾക്കു പുറമേ നിങ്ങളാർക്കും അറിയാത്ത മറ്റൊന്നുകൂടി ഞാൻ ചെയ്തിരുന്നു. ഞാൻ രഹസ്യമായി കവിതകൾ എഴുതിയിരുന്നു. അതിനി എത്ര ചവറായിക്കോട്ടെ, അതിലെങ്കിലും ഞാൻ നടുമുറ്റത്തിന്റെ അതിരുകൾക്കു പുറത്തായിരുന്നു. എന്റെ കവിതയിൽ ഞാൻ സ്വതന്ത്രയായിരുന്നു, ഞാൻ ഞാനായിരുന്നു. രണ്ടാമത്തെ മരുമകൾ എന്ന നിലയല്ലാതെ മറ്റെന്തെങ്കിലും എന്നിലുണ്ടായിരുന്നെങ്കിൽ നിങ്ങൾക്കതിഷ്ടമായിരുന്നില്ല, നിങ്ങളതു കണ്ടമട്ടു നടിച്ചതുമില്ല. ഈ പതിനഞ്ചു കൊല്ലമായിട്ടും ഞാൻ കവിത എഴുതിയിരുന്ന കാര്യം നിങ്ങളാരും കണ്ടുപിടിച്ചില്ലല്ലോ!' (സ്ത്രീർപത്ര)

'രാമൻകുട്ടിയുടെ പഴയ നോട്ടുബുക്ക്. ഇവിടുത്തെ അമ്മ കാണാതെ രാത്രിയില് ഈ മുറിയുടെ മൂലയിൽ വിളക്ക് കത്തിച്ചു വച്ചിരുന്ന് എഴുത്യ കഥ. ഇവിടുത്തെ അമ്മയ്ക്ക് എഴുതുന്നതും വായിക്കണതും കണ്ടാൽ കലി ഇളകും. അതുകൊണ്ട് തറവാട്ടിലേക്ക് എന്താ പ്രയോജനം? അമ്മ ചോദിക്കും. അവർ ബുക്കിലെ പേജുകൾ സാവകാശം മറിച്ചു. സമ്മേളനത്തിന് കവിത വായിച്ച പെൺകുട്ടിയെ ഇഷ്ടപ്പെട്ടൂന്ന് പറഞ്ഞതിന് ഇവിടെ വലിയ പുകിലായിരുന്നൂത്രേ. ശര്യല്ലേ... എന്തിനാ പാട്ടും കഥയും? അമ്മ പറയുന്നതുപോലെ പെണ്ണായാൽ ചോറും കറിയും വയ്ക്കണം. പെറണം.' (ഓർമ്മയുടെ ഞരമ്പ്)

മൃണാൾ ഒരു തറവാട്ടിലെ രണ്ടാമത്തെ മരുമകൾ (മെജോ ബൗ) ആണ്. വൃദ്ധയെപ്പോലെ വീട്ടുപണികൾക്ക് പുറമേ രഹസ്യമായി കവിതകൾ എഴുതിയവൾ. തന്റെ കവിതയിലൂടെ സ്വതന്ത്രയാകാൻ ശ്രമിച്ചവൾ. രണ്ടാമത്തെ മരുമകൾ എന്ന പദവിക്ക് പുറത്ത് അവളെ ആരും അംഗീകരിച്ചില്ല. 15 വർഷമായി കവിത എഴുതുന്ന കാര്യംപോലും ആ വീട്ടിൽ ആരും മനസ്സിലാക്കിയില്ല. തന്റെ പ്രിയപ്പെട്ടവളായ ബിന്ദുവിന്റെ മരണത്തിലൂടെ സ്വന്തം വീട്ടിൽ സ്ത്രീകളുടെ പദവി എന്തെന്ന് തിരിച്ചറിയുകയും സ്വാതന്ത്ര്യത്തിലേക്ക് നടന്നകലുകയും ചെയ്യുന്ന സ്ത്രീയാണ് മൃണാൾ. സ്ത്രീ സ്ത്രീയാകണമെങ്കിൽ കുടുംബത്തിന്റെ വേലിക്കെട്ടുകളിൽ നിന്ന് പുറത്തു ചാടുക മാത്രമാണ് പോംവഴിയെന്ന് 1914 ൽ തന്നെ സ്ത്രീർപത്രയിലൂടെ ടാഗോർ നിർദ്ദേശിച്ചു. കഥയിലെ വൃദ്ധ തന്റെ അടുത്ത തലമുറയിലെ കുട്ടികൾക്കെങ്കിലും രവീന്ദ്രനാഥ്, മൃണാളിനി എന്നിങ്ങനെയുള്ള പേരുകൾ നിർദ്ദേശിക്കുന്നതിന്റെ പശ്ചാത്തലവും പൊരുളും ഇതാണ്. കുടുംബത്തിൽ സ്ത്രീ അനുഭവിക്കുന്ന

പ്രശ്നങ്ങളെയും വേദനകളെയും മനസ്സിലാക്കിയ ടാഗോറിനെപ്പോലെയായിരിക്കണം പുരുഷന്റെ വരും തലമുറകൾ എന്ന് വൃദ്ധ ആഗ്രഹിക്കുന്നു..

കഥയിലെ വൃദ്ധയ്ക്ക് ടാഗോറിന്റെ മൃണാളിനെപ്പോലെ തന്നെ ആശാന്റെ സീതയുമായും സാമ്യമുണ്ട്. 1914 കാലഘട്ടത്തിലാണ് ആശാൻ ചിന്താവിഷ്ടയായ സീതയുടെ രചന തുടങ്ങുന്നത്. കരുത്തുറ്റ സീതയെയാണ് ആശാൻ സൃഷ്ടിച്ചത്. പ്രതികരണശേഷി നശിച്ചുപോകാത്ത സ്ത്രീകളുടെ പ്രതിനിധിയാണ് അവൾ. സ്ത്രീസ്വത്വത്തിനെതിരെ പ്രവർത്തിക്കുന്ന പുരുഷനായി നിലകൊള്ളുന്ന രാമനെ ആശാൻ തുറന്നുകാട്ടുന്നുണ്ട്. താൻ പ്രസവിച്ച മക്കളെ രാമന് നൽകുന്നവളാണ് സീത അയോധ്യയിലേക്ക് പ്രവേശനം നിഷേധിക്കപ്പെട്ടവൾ.

സുതർ മാമുനിയോടൊപ്പം അയോധ്യയിലേക്ക് പോയ ദിവസത്തിലാണ് അതിചിന്ത വഹിച്ചു സീത സ്വയം ചില ചോദ്യങ്ങളിലും ഉത്തരങ്ങളിലും എത്തിച്ചേരുന്നത്. 'ശ്രീരാമജയം' എന്നാണ് വൃദ്ധ എഴുതുന്ന രണ്ടാമത്തെ കഥയുടെ പേര്. ഡൽഹി കാണാൻ കൊതിച്ചിരുന്ന തന്നെ അവഗണിച്ചുകൊണ്ട് കുടുംബത്തിൽ മറ്റെല്ലാവരും യാത്രപോയ ദിവസമാണ് വൃദ്ധ ഈ കഥ എഴുതുന്നത്. പശുക്കളെ നോക്കാനും അസ്ഥിത്തറയിൽ തിരികൊളുത്താനും അവരെ വീട്ടിൽ നിർത്തണമായിരുന്നു. സ്ത്രീയെ എന്നും വീട്ടുജോലികളിൽ തളച്ചിടുകയും അതിന് സ്ത്രീകളെ തന്നെ ഉപയോഗപ്പെടുത്തുകയും ചെയ്യുന്ന പ്രവണതയും സമൂഹത്തിൽ എന്നുമുണ്ട്. ഡൽഹിയിൽ അധികാരസിംഹാസനത്തിൽ അമർന്നിരിക്കുന്ന തന്റെ ഭർത്താവിനെ കാണാൻ അവർക്ക് അനുവാദം ഉണ്ടാകുന്നില്ല. വനവാസത്തിനുശേഷം അയോധ്യാപതിയാവുന്ന രാമന്റെ സാമീപ്യം സീതയ്ക്കും ലഭിക്കുന്നില്ലല്ലോ. ജയംവരിച്ച പുരുഷൻ എക്കാലവും സ്ത്രീയെ തള്ളിപ്പറയുന്നു. പുരുഷന്റെ അധികാരകേന്ദ്രങ്ങളിലേക്ക് അവൾക്ക് പ്രവേശനമില്ല.

വൃദ്ധയുടെ ആത്മപ്രകാശനങ്ങളായിരുന്നു അവർ രഹസ്യമായി എഴുതിയിരുന്ന കഥകൾ. തന്റെ ജീവിതത്തിന്റെ സ്വാതന്ത്ര്യവും സൗരഭ്യവും കഥയെഴുത്ത് മാത്രമാണെന്നും താൻ ജീവിച്ചുവെന്നതിനുള്ള ഏക തെളിവ് തന്റെ കഥകളാണെന്നും വൃദ്ധ വിശ്വസിക്കുന്നു. അത് അവരുടെ ജീവിതം തന്നെയായിരുന്നു. നഷ്ടപ്പെട്ടുപോയ തന്റെ ജീവിതമാണ് അവർ എന്നും തിരഞ്ഞുകൊണ്ടിരുന്നത്. പക്ഷേ, ഇക്കാര്യം തിരിച്ചറിയുന്നവർ ആ കുടുംബത്തിൽ ഉണ്ടായി

രുന്നില്ല. ആ സ്ത്രീ അവരുടെ കുടുംബത്തിൽ എന്നും പരിഹാസ കഥാപാത്രം മാത്രമായിരുന്നു.എല്ലാവരാലും തിരസ്കൃതയാക്കപ്പെട്ട വൃദ്ധയുടെ ജീവിതം കാലങ്ങൾക്കിപ്പുറം ആ കുടുംബത്തിൽ വന്നുചേരുന്ന പെൺകുട്ടിക്ക് കണ്ടെത്താനാവുന്നുണ്ട്.

സ്വാതന്ത്ര്യം എന്ന വാക്കിന്റെ വിഭിന്നമായ അർത്ഥതലങ്ങൾ ഈ കഥയിൽ മീര അവതരിപ്പിക്കുന്നുണ്ട്. സ്വാതന്ത്ര്യമില്ലായ്മ മരണത്തിന് തുല്യമാണ്. എഴുത്തെന്നാൽ സ്വതന്ത്രമായ ആവിഷ്കാരമാണ്. എഴുതുമോ എന്ന ചോദ്യത്തിൽ സ്വാതന്ത്ര്യം കൊതിക്കുന്നുവോ എന്ന ധ്വനിയുണ്ട്. അങ്ങനെയെങ്കിൽ ഓർമ്മ തെറ്ററുത് എന്ന് വൃദ്ധ പെൺകുട്ടിയെ ഓർമ്മപ്പെടുത്തുന്നു.

സ്വാതന്ത്ര്യം ആഗ്രഹിക്കുന്ന സ്ത്രീകൾക്ക് കുടുംബത്തിനകത്തും പുറത്തും ധാരാളം വിലക്കുകളുണ്ട്. ജനനം മുതൽ ആൺപെൺ ഭേദത്തിന്റെ അടിസ്ഥാനത്തിൽ അധികാരാവകാശങ്ങൾ വെവ്വേറെ ചാർത്തപ്പെടുന്നു. ഈ ജീർണ്ണതയെ ചോദ്യം ചെയ്യുകയാണ് എഴുത്തുകാരി. സ്ത്രീയുടെ സ്വാതന്ത്ര്യത്തെ ഹനിക്കുന്ന ഓരോ ചലനത്തെയും ജാഗ്രതയോടെ സമീപിക്കണമെന്ന വൃദ്ധയുടെ ഉപദേശം പെൺകുട്ടിക്ക് എളുപ്പത്തിൽ ഉൾക്കൊള്ളാനാവുന്നുണ്ട്. അതുകൊണ്ടാണ് രാത്രി വൈകിയെത്തിയ തന്റെ പുരുഷനെ പരിഗണിക്കാതെ അവൾ തന്റെ ഓർമ്മയുടെ ഞരമ്പ് കണ്ടെത്താനും അത് ഭദ്രമാക്കാനും ശ്രദ്ധിക്കുന്നത്.

സ്ത്രീജീവിതത്തെ സൂക്ഷ്മമായി പരിശോധിക്കുകയും ആവിഷ്കരിക്കുകയും ചെയ്യുന്നുണ്ട് കെ.ആർ മീര. കഥയുടെ പ്രമേയത്തിൽ മാത്രമല്ല ഭാഷയിലും പശ്ചാത്തലത്തിലും പദപ്രയോഗത്തിലും ധ്വനിസാന്ദ്രമായ കഥയാണ് ഓർമ്മയുടെ ഞരമ്പ്. സ്വാതന്ത്ര്യം, സൗരഭ്യം, കഥ തുടങ്ങിയ പദങ്ങൾ ഉച്ചരിക്കുമ്പോൾ ഇളകിയാടുന്ന വെപ്പ്പല്ല്, ആരെയോ മാലയിട്ട് സ്വീകരിക്കുമ്പോൾ മേധാവിത്വത്തോടെ തല ഉയർത്തി നിൽക്കുന്ന ചുമരിലെ പുരുഷന്റെ ചിത്രം, കത്തിത്തീരുന്ന ചന്ദനത്തിരിയായി അവതരിപ്പിക്കുന്ന വൃദ്ധയുടെ ജീവിതം, രക്തത്തോട് ഉപമിക്കുന്ന സീമന്തരേഖയിലെ സിന്ദൂരം, സിന്ദൂരം താഴേക്ക് വീണ് മരിച്ചു എന്ന പ്രയോഗം, സ്ത്രീ കുട്ടികൾക്ക് കണ്ടുവെക്കുന്ന പേരുകളും പിന്നീട് പുരുഷൻ കുട്ടികൾക്കിടുന്ന പേരുകളും അവയുടെ പൊരുളും എല്ലാം ചേർന്ന് കഥയുടെ ആന്തരികാർത്ഥത്തിന് അസാമാന്യശക്തി നൽകുന്നു.

സ്വാതന്ത്ര്യം തേടുകയും എഴുതുകയും ചെയ്യുന്ന സ്ത്രീകൾക്കെതിരെ അശ്ലീലച്ചുവയുള്ള വിമർശനങ്ങൾ ആരോപിക്കുന്ന രീതി

ക്ക് നവമാധ്യമകാലത്തും മാറ്റം വരുന്നില്ല. അശ്ലീല ട്രോളുകളിലൂടെയും കമന്റുകളിലൂടെയും സ്ത്രീകളെ തകർത്തുകളയാമെന്ന് വ്യാമോഹിക്കുന്ന സമൂഹത്തിൽ 'ഓർമ്മയുടെ ഞരമ്പ്' ഉയർത്തുന്ന സ്ത്രീപക്ഷ രാഷ്ട്രീയത്തിന് പ്രസക്തിയേറുന്നു.

ഡോ. ജൈനിമോൾ കെ. വി.

കെ. ജനാർദ്ദനന്റെയും കെ. ഭവാനിയുടെയും മകളായി കണ്ണൂർ ജില്ലയിലെ കക്കറയിൽ ജനനം. മലയാളസാഹിത്യത്തിൽ എം.എ, ബി.എഡ് ബിരുദങ്ങൾ. കേൾവിയുടെ രാഷ്ട്രീയവും സംസ്കാര നിർമ്മിതിയും: കേരളത്തിലെ സ്വകാര്യ എഫ്എം റേഡിയോകളെ മുൻനിർത്തിയുള്ള പഠനം എന്ന വിഷയത്തിൽ കണ്ണൂർ സർവ്വകലാശാലയിൽ നിന്നും പിഎച്ച്. ഡി നേടി. മാധ്യമം വിനിമയവും വിചിന്തനവും, ഫിഫ്ത്ത് എസ്റ്റേറ്റ് (എഡി), ജനാധിപത്യവും മാധ്യമങ്ങളും (എഡി), റേഡിയോ ചരിത്രം സംസ്കാരം വർത്തമാനം: ആകാശവാണി മുതൽ സ്വകാര്യ എഫ്എം വരെ, എൻ. പ്രഭാകരൻ: ദേശം ദർശനം രാഷ്ട്രീയം(എഡി), ഗൾഫ് മലയാളം റേഡിയോ ചരിത്രം എന്നീ പുസ്തകങ്ങൾ പ്രസിദ്ധീകരിച്ചു. മാടായി സി.എ.എസ് കോളേജ് മലയാളവിഭാഗത്തിൽ അസിസ്റ്റന്റ് പ്രൊഫസറാണ്.

സോളോ ഗോയ്യാ:
ചരിത്രം മായ്ക്കാത്ത അക്ഷരങ്ങൾ

ഡോ. സുനിൽ ജോസ്

ആധുനികചിത്രകലയുടെ പിതാവ് എന്നറിയപ്പെടുന്ന ഫ്രാൻസിസ്കോഡി ഗോയ്യ പതിനെട്ടാംനൂറ്റാണ്ടിന്റെ ഒടുവിലാണ് സ്പെയിനിൽ ജീവിച്ചിരുന്നത്. രോഗവും മരണവും മതതീവ്രവാദവും മതദ്രോഹവിചാരണകളും അന്ധവിശ്വാസങ്ങളും നിറഞ്ഞ ഒരുകാലത്ത് തന്റെ ജീവിതപരിസരങ്ങളെ കലാജീവിതത്തിന്റെ പശ്ചാത്തലമാക്കിയാണ് ഗോയ്യ ചിത്രങ്ങൾ രചിച്ചത്. കൊട്ടാരം ചിത്രകാരനായി രാജാക്കന്മാരെയും പ്രഭുകുടുംബാംഗങ്ങളെയും ചിത്രീകരിക്കുന്നതോടൊപ്പം തന്നെ സാധാരണക്കാരുടെ ജീവിത യാഥാർത്ഥ്യങ്ങളെയും ഗോയ്യ ക്യാൻവാസിൽ പകർത്തിയിട്ടുണ്ട്. കെ.ആർ മീരയുടെ 'സോളോ ഗോയ്യ' എന്ന കഥ ഗോയ്യയുടെ ജീവിതത്തിന്റെ ഒരേടാണ്. ചരിത്രവസ്തുതകളുടെ സമൃദ്ധിയും അവയുടെ വിവരണങ്ങളുടെ ധാരാളിത്തവും ഈ കഥയിലുണ്ട്. മലയാളകഥ അതിന്റെ പതിവുശീലങ്ങളിലും പരിസരങ്ങളിലും നിന്ന് അകന്ന് ചരിത്രത്തിലെ പൂരിപ്പിക്കാതെ കിടന്ന ഇടങ്ങളിലേക്ക് ശ്രദ്ധയോടെ ഒട്ടും അപരിചിതത്വമില്ലാതെ കടന്നുവരുന്നതിന്റെ നേർചിത്രമാണ് മീരയുടെ 'സോളോ ഗോയ്യാ'. മലയാളകഥയുടെ ഭാവുകത്വ പരിസരത്തുനിന്ന് അകന്ന് ചരിത്രവും ജീവചരിത്രവും വസ്തുതകളും ഭാവനയും ചേർന്ന വ്യത്യസ്തമായ ഒരു ആഖ്യാനമാണ് ഈ കഥ.

താൻ വരച്ച ചിത്രങ്ങളുടെ പേരിൽ ഗോയ്യ വിചാരണ നേരിടേണ്ടി വന്നു. തന്റെ കരങ്ങൾ ഛേദിക്കപ്പെടുമെന്ന ഭീതി പത്തൊമ്പതാംനൂറ്റാണ്ടിലെ സ്പെയിനിനിലും ഈ ചിത്രകാരനെ തളർത്തിയിരുന്നു. കൈകൾ വെട്ടിമാറ്റപെടും മുമ്പ് ധൃതിയിൽ അദ്ദേഹം വരച്ചു കൊണ്ടിരുന്നു. പ്രസിദ്ധമായ 'നേക്കഡ് മജ', 'ദ് ക്ലോത്തഡ് മജാ' എന്നീ ചിത്രങ്ങളാണ് വിചാരണയ്ക്ക് വിധേയമായത്. തലനാരിഴക്കാണ് അദ്ദേഹം രക്ഷപ്പെട്ടത്. വാർദ്ധക്യവും അനാരോഗ്യവും പരിഗണിച്ച് സഭ അദ്ദേഹത്തെ വെറുതെ വിട്ടു. ഒരു പ്രകാരത്തിൽ കുതിരവണ്ടിയിൽ കയറി വീട്ടിലെത്തി വെറും നിലത്ത് തന്റെ ചിത്രങ്ങളുടെ ക്യാൻവാസുകൾക്ക് മുൻപിൽ 'മരിയ.. മരിയ...' എന്ന് ദൈന്യതയോടെ നിലവിളിച്ചു. 'മൈ.. മരിയ... മൈ.. മരിയ... മൈ.. ഡച്ചസ്' എന്ന് നിലവിളിയോടെ അറുപത്തിയൊമ്പതാം വയസ്സിൽ ചിത്രകാരൻ ഒരു കുഞ്ഞിനെപ്പോലെ തേങ്ങിക്കരഞ്ഞു. വിചാരണ കഴിഞ്ഞ് പതിമൂന്നാം വർഷം 1828 ബൊർദോയിൽ വച്ച് ഗോയ്യ മരിച്ചു. ഇരുപത്തൊന്നു വർഷങ്ങൾക്ക് മുമ്പായിരുന്നു ആ സ്ത്രീ ആദ്യമായി ചിത്രകാരന്റെ പണിശാല സന്ദർശിക്കാൻ എത്തിയത്. മരിയ തെരേസ അല്ലെങ്കിൽ 'ഡച്ചസ് ഓഫ് ആൽബ', സ്പെയിനിനിലെ സുന്ദരിമാരിൽ സുന്ദരി. ആൽബ വംശത്തിലെ പതിമൂന്നാമത്തെ പ്രഭ്വി. അവരെക്കുറിച്ച് കേൾക്കാതെ സ്പെയിനിനിൽ ജീവിക്കുക അക്കാലത്തു അസാധ്യമായിരുന്നു. അവർ കടന്നുപോകുമ്പോൾ പുരുഷന്മാർക്ക് ശ്വാസം നിലച്ചു. കൈക്കുഞ്ഞുങ്ങൾ പോലും കരച്ചിൽ മറന്നു. രാജ്യം ഭരിച്ചിരുന്ന ചാൾസ് നാലാമന്റെ ഭാര്യ മരിയ ലൂയിസയും മരിയതെരേസയും തമ്മിലുള്ള ശത്രുതയും കുപ്രസിദ്ധമായിരുന്നു. രാജ്ഞിയെ വരച്ചതുപോലെ തന്റെ ചിത്രവും വരയ്ക്കണമെന്നു മരിയ തെരേസ ഗോയോയ്ക്ക് കത്തെഴുതി. തന്റെ ചിത്രത്തെപ്പറ്റി മോശമായി പറഞ്ഞതിന്റെ ദേഷ്യത്തിൽ ആ കത്ത് അയാൾ കീറിയെറിഞ്ഞു. കത്തെഴുതിയതിന്റെ പിറ്റേന്നാണ് അവർ സ്റ്റുഡിയോ സന്ദർശിക്കാനെത്തിയത്. ഒറ്റനോട്ടത്തിൽത്തന്നെ അവർ ഗോയ്യയെ കീഴടക്കി. പ്രകാശിക്കുന്ന വെണ്ണയുടെ നിറം. ആ പിങ്ക് പാദങ്ങളിൽ ഗോയ്യ ഭ്രാന്തനെപ്പോലെ മുഖമമർത്തി. അന്നുമുതൽ അവളെക്കുറിച്ചുള്ള വികാരത്താൽ ഉരുകി അയാൾ ജീവിച്ചു. നോക്കുന്നിടത്തെല്ലാം അവരെ മാത്രം കണ്ടു. ആ ഡിസംബർ 13-നു ശേഷം ഒരു വർഷവും ആറു മാസവും കഴിഞ്ഞു ജൂൺ 17-ന് ഗോയ്യാ 'നേക്കഡ് മജാ' വരച്ചു. പച്ചപ്പട്ടുമെത്തയിൽ ചാരിവെച്ച വെള്ള പട്ടുതലയിണകൾക്കു മേൽ

രണ്ടു കൈകളും തലയ്ക്കു പിന്നെലേക്കുയർത്തി കൂസലില്ലാതെ മലർന്നുകിടക്കുന്ന സ്ത്രീയുടെ ചിത്രമാണ്. ചിത്രം വരയ്ക്കാൻ പ്രഭുവിന്റെ കൊട്ടാരത്തിൽ എത്താൻ കത്തുകിട്ടിയപ്പോൾ അദ്ദേഹം ആ ചിത്രം കയ്യിൽ കരുതി. അത് അവർക്കു സമ്മാനിച്ചു. അവരുടെ മുഖത്ത് അമ്പരപ്പും വിനയവും നിറഞ്ഞു.

രാജ്ഞിയോടുള്ള പക മനസ്സിൽ കാത്തുവയ്ക്കുന്ന മരിയതെരേസ രാജ്ഞിയുടെ പ്രേമഭാജനമായിരുന്ന ജുവാഗ്യന്റെ മരണത്തിൽ സന്തോഷിച്ചു. ഈ കഥകൾ കേട്ടപ്പോൾ ഗോയ്യ, മരിയ തെരേസയെ ഭയന്നു. പക്ഷേ, മനസ്സിൽ നിന്ന് അവരെ തുടച്ചുമാറ്റാൻ കഴിഞ്ഞില്ല. സ്പെയിനിലെ റോയൽഅക്കാദമി ഓഫ് ആർട്സ് ഡയറക്ടറായി നിയമിതനായ വർഷം അദ്ദേഹത്തിന് ആൽബ ഹൗസിലെ അംഗങ്ങളുടെ ചിത്രം വരയ്ക്കാൻ ക്ഷണം കിട്ടി. 'ഡച്ചസ് ഓഫ് ആൽബ ഇൻ വൈറ്റ്', 'ഡച്ചസ് ഓഫ് ആൽബ ഇൻ ബ്ലാക്ക്' എന്ന മരിയ തെരേസയുടെ ചിത്രങ്ങൾ അങ്ങനെ വരച്ചതാണ്. ആദ്യചിത്രത്തിൽ വിരൽ ചൂണ്ടുന്നത് പ്രഭ്വി ചവിട്ടിനിൽക്കുന്ന അക്ഷരങ്ങളിലേക്കാണ്. ആൽബയിലെ പ്രഭ്വിക്ക് ഫ്രാൻസിസ്കോ ഡി ഗോയ്യാ 1795' എന്ന് അതിൽ വായിക്കാം. കറുത്ത ചിത്രത്തിൽ പാദങ്ങൾക്ക് മുന്നിൽ അക്ഷരങ്ങൾ വ്യക്തമാണ് 'സോളോ ഗോയ്യാ' എന്നാൽ ഗോയ്യാ മാത്രം എന്നർത്ഥം. ചൂണ്ടുവിരലിലും നടുവിരലിലും മോതിരങ്ങൾ ഉണ്ട്. നടുവിരലിലെ മോതിരത്തിൽ ആൽബ എന്ന് വായിക്കാം ചൂണ്ടുവിരലിലെ മോതിരത്തിൽ സൂക്ഷിച്ചു നോക്കിയാൽ ഗോയ്യാ എന്നും. ആൽബ ഗോയ്യാ, സോളോ ഗോയ്യാ.

പതിനെട്ടാം നൂറ്റാണ്ടിലെ സ്പെയിനിൽ പ്രേമം ജുഗുപ്സാവഹമായിരുന്നു. സ്ത്രീകളുടെ കാൽപാദങ്ങൾ പുറത്തുകാണുന്നത് വിലക്കിയിരുന്നു. സ്നേഹം സാഹസികമായിരുന്നു. ആദ്യ കൂടിക്കാഴ്ചയ്ക്കു ശേഷം ഗോയ്യാ വരച്ച 21 ഓളം ചിത്രങ്ങളിൽ മരിയാ തെരേസയുടെ രൂപമുണ്ട്. അവരുടെ ഗാഢബന്ധത്തിന്റെ ഡയറിക്കുറിപ്പുകൾ ആ ചിത്രങ്ങളാണ്. 1797 'കാപ്രികോസ്' എന്ന ചിത്രപരമ്പര തുടങ്ങി. മനുഷ്യന്റെ തിന്മകളെയും ക്ഷണിക ചാപല്യങ്ങളെയും കുറിച്ചുള്ള ചിത്രങ്ങളാണ്. അവയിലെ സ്ത്രീരൂപങ്ങൾ പലതിനും മരിയയുടെ മുഖമായിരുന്നു. മരിയ തെരേസ പിന്നീട് പലരെയും തന്റെ കാമുകരാക്കി. ഗോയ്യ ആകട്ടെ ആസക്തിയും അസൂയയും ദൈന്യതയും കൊണ്ട് ഉരുകിജീവിച്ചു. അദ്ദേഹത്തെ മരിയ തീർത്തും അവഗണിച്ചു. ഗോയ്യ അവരെ ആഗ്രഹിച്ചു, അവ

രെ വെറുത്തു, അവരെ ശപിച്ചു അപ്പോഴും തീവ്രമായി സ്നേഹിച്ചു. നഷ്ടബോധത്താൽ അടിപതറി. ബധിരതയും പ്രേമനിരാസവും ആത്മവീര്യം തകർത്തു. അദ്ദേഹം വീടിനു 'ഗിന്റെ ഡെൽ സൊർഡോ' അഥവാ 'പൊട്ടന്റെ വീട്' എന്ന പേരിട്ടു. മരിയ ഒന്നുരണ്ടു വട്ടംകൂടി ഗോയ്യയെ സന്ദർശിച്ചു. ജൂലൈ 23-ന് അവർ മരിച്ചു. ദുരൂഹമായ മരണത്തിനുശേഷം അവരുടെ വിൽപത്രത്തിലെ അവസാന വരി ഇതായിരുന്നു 'ആൽബ എസ്റ്റേറ്റിൽ നിന്ന് ആജീവനാന്തം ദിവസം 10 റിയാലേ വീതം ഫ്രാൻസിസ്കോ ഡി ഗോയ്യയുടെ മകന് അവകാശപ്പെട്ടിരിക്കുന്നു.'

ഗോയ്യ പെട്ടെന്ന് വൃദ്ധനായി. ഭ്രാന്തനെപ്പോലെ ചിത്രങ്ങൾ വരച്ചു. വർഷങ്ങളോളം രാജകുടുംബം ഗോയ്യയെ മുൾമുനയിൽ നിർത്തി. വിചാരണയും നിരോധനവും ഒഴിവാക്കാൻ അദ്ദേഹം 'കാപ്രിക്കോസി'ന്റെ ചെമ്പു തകിടുകൾ രാജാവിനു അടിയറവച്ചു. യുദ്ധത്തിന്റെ ദിനങ്ങൾക്കൊടുവിൽ മാനുവൽ ഗോദാവയുടെ സ്വകാര്യമുറിയിൽ നിന്ന് 'ക്ലോത്തഡ് മജാ' പുതിയ രാജാവ് കണ്ടെത്തി. കത്തോലിക്കാസഭ ഗോയ്യയെ വിചാരണ ചെയ്തു. വിചാരണ കഴിഞ്ഞ് കൃത്യം പതിമൂന്നാം വർഷം ഗോയ്യ മരിച്ചു.

ഗോയ്യ മരിച്ചു പതിമൂന്നാം വർഷം മരിയയെ സംസ്കരിച്ചിരുന്ന പള്ളി തകർന്നു. 1842-ൽ മരിയ തെരേസയുടെ കല്ലറ പൊളിച്ച് മറ്റൊരിടത്തേക്ക് മാറ്റി. പാദങ്ങൾ മുറിക്കപെട്ട് നാലടി നീളമുള്ള അസ്ഥികൂടമായി സുന്ദരിമാരിൽ സുന്ദരി പല്ലിളിച്ചു കൂസലില്ലാതെ മലർന്നു കിടന്നു. തിക്കിത്തിരക്കിയവർ ആ കിടപ്പിൽ 'നേക്കഡ് മജ'യെ കണ്ടു. ഗോയ്യായെ മാത്രം ഓർത്തു. 'ആൽബ ഗോയ്യാ, സോളോ ഗോയ്യാ...'

മീര തന്റെ കഥകളോരോന്നിലും ഭാഷയെയും അവബോധത്തെയും സമീപനത്തെയും പുനർജനിപ്പിക്കുന്നു. ഭാഷാപരമായും ശില്പപരമായും സ്വന്തവും വ്യത്യസ്തവുമായ ലോകത്തിലാണ് അവ നിലകൊള്ളുന്നത്. 'ഉത്തരാധുനികതയുടെ അടയാളങ്ങളിലൊന്നായ ബുദ്ധിപരത മീരയുടെ കഥകളിൽ പ്രകടമാണ്. മാത്രമല്ല ഉത്തരാധുനികതയ്ക്കു ശേഷം വരാൻ പോകുന്ന ഹൈപ്പർ റിയലിസത്തിന്റെ സൂചനകളും ഇതിലുണ്ട് 'എന്ന എം. മുകുന്ദന്റെ നിരീക്ഷണങ്ങൾ ശ്രദ്ധേയമാണ് .

'സോളോ ഗോയ്യാ' എന്ന കൈയൊപ്പാണ് ചിത്രകാരനും മരിയ തെരേസയുമായുണ്ടാകാനിടയുള്ള ബന്ധത്തിന്റെ ഏറ്റവും ശക്തമായ തെളിവ്. ഈ ഒരു കഥാതന്തുവിനെ ഭാവനയും ചരിത്രവും

ആഖ്യാനസവിശേഷതകളും കൊണ്ട് സമർത്ഥമായി പൂരിപ്പിച്ചിരിക്കുകയാണ് കെ.ആർ മീര. നിരന്തരം ആവർത്തിക്കുന്ന നൂറ്റാണ്ടുകളുടെ പരാമർശങ്ങൾ; 'പതിനെട്ടാം നൂറ്റാണ്ടിലെ സ്പെയിനിൽ' (6 തവണ), '19 നൂറ്റാണ്ടിലെ സ്പെയിനിൽ' (നാലുതവണ) 'ഇരുപതാം നൂറ്റാണ്ടിലെ സ്പെയിനിൽ' (ഒരുതവണ) 11 പ്രാവശ്യം ആവർത്തിക്കുന്ന വാക്യങ്ങൾ കഥയ്ക്ക് പുതിയൊരു താളവും മാനവും നൽകുന്നുണ്ട്. എഴുത്തുകാരനായ സക്കറിയയുടെ അഭിപ്രായത്തിൽ 'എഴുത്തുകാരനായ സക്കറിയയുടെ അഭിപ്രായത്തിൽ മീരയുടെ സോളോഗോയ്യ എന്ന കഥ ഇന്നത്തെ മലയാളകഥയുടെ വിമോചചിഹ്നമായിത്തീരാൻ പര്യാപ്തമായ കഥയാണ്. പാഴ്‌വാക്കായിത്തീർന്ന മലയാളത്തനിമയിൽ നിന്നും മലയാളത്തിന്റെ നിർബന്ധിതഭാവുകതകളിൽ നിന്നും, പരമ്പരാഗത കഥാഖ്യാനത്തിന്റെ സ്തംഭിച്ച മനുഷ്യബന്ധക്കുരുക്കുകളിൽ നിന്നും, കഥയ്ക്ക് എങ്ങനെ പറന്നുയരാൻ കഴിയും എന്നതിന്റെ ഏറ്റവും പുതിയതും ശക്തവുമായ അടയാളമാണ് സോളോഗോയ്യാ. ചരിത്രവും ജീവചരിത്രവും വസ്തുതകളും ഭാവനയുടെ മാന്ത്രികവെളിച്ചത്തിൽ അത്ഭുതരൂപങ്ങളും അർഥങ്ങളും കൈകൊള്ളുന്നു. മലയാളകഥയുടെ അംഗീകൃത സ്വഭാവങ്ങളെത്തന്നെ ഈ കഥ അട്ടിമറിക്കുന്നു.'

വിചാരണ നേരിട്ടും കരങ്ങൾ ഛേദിക്കപ്പെടുമെന്നു ഭയന്നും കലാകാരൻ നൂറ്റാണ്ടിൽ ജീവിച്ചു എന്നതിന്റെ ആവർത്തനം സമകാലികലോകത്തിലുള്ള ചില സ്വാതന്ത്ര്യനഷ്ടങ്ങളെ കൂടി പരിഗണിക്കാൻ വായനക്കാരെ പ്രേരിപ്പിക്കാൻ ഇടയുണ്ട്. കലാകാരനും പ്രഭ്വിയും തമ്മിലുണ്ടായ ഈ പ്രണയകഥയുടെ വർത്തമാനകാല പ്രസക്തി അതാണ്. ആഖ്യാനസവിശേഷതകൾ കൊണ്ട് മീരയുടെ കഥകളിൽ നിന്ന് മാത്രമല്ല സമകാലിക മലയാളകഥകളിൽ നിന്നും വേറിട്ട് നിൽക്കുന്ന കഥയാണ് അനശ്വരമായ കലയെയും പ്രണയത്തെയും ചരിത്രവൽക്കരിക്കുന്ന 'സോളോ ഗോയ്യാ'.

ഡോ. സുനിൽ ജോസ്

കവിയും കലാകാരനും അധ്യാപകനുമാണ്. കവിതകൾ വിവിധ അച്ചടിമാസികകളിലും സമാഹാരങ്ങളിലും ഓൺലൈൻ പ്രസിദ്ധീകരണങ്ങളിലും പ്രസിദ്ധീകരിച്ചിട്ടുണ്ട്. പൂവുകൾ കൊണ്ട് പൂരിപ്പിക്കേണ്ട ഇടങ്ങൾ, (ഡിസി ബുക്സ് കോട്ടയം, 2007), ഇരുപുറത്തിൽ കവിയാതെ പിന്നെയും, (ഫാബിയൻ ബുക്സ്, മാവേലിക്കര, 2009). ഹുയാന്സാങ്ങിന്റെ കൂട്ടുകാരി (സാപിയൻ ബുക്സ്

തൃശൂർ, 2019) കവിതാ സമാഹാരങ്ങൾ, കവിയുടെ ദൈവം (പ്രണത ബുക്ക്സ് കൊച്ചി, 2010) കവിത പഠനം എന്നിവ പ്രസിദ്ധീകരിച്ചിട്ടുണ്ട്. കുഞ്ചൻ നമ്പ്യാർ സ്മാരക സമിതി പുരസ്കാരം 2020 നേടിയിട്ടുണ്ട്. കോഴിക്കോട് സെന്റ് ജോസഫ്സ് (സ്വയംഭരണം) കോളേജ്, ദേവഗിരിയിലെ മലയാളവിഭാഗം മേധാവി.

ഠഠ

മല്ലപ്പ മുതൽ മല്ലപ്പ വരെ

ഫാ.ഡോ. മാത്യൂസ് വാഴക്കുന്നത്ത്

കർണാടകത്തിലെ ബീജാപ്പൂരിൽ മാദരസയുടെയും മദലാംബയുടെയും മകനായി പന്ത്രണ്ടാം നൂറ്റാണ്ടിൽ ജനിച്ച ബസവൻ ആണ് പിൽക്കാലത്ത് ബസവണ്ണ എന്ന് അറിയപ്പെട്ടത്. വീരശൈവമതത്തിലെ ലിംഗായത പ്രസ്ഥാനത്തിന്റെ സ്ഥാപകനായി അദ്ദേഹം ആദരിക്കപ്പെടുന്നു. ബ്രാഹ്മണകുലജാതൻ എങ്കിലും ആ സമൂഹത്തിലെ ഉച്ചനീചത്വനിലപാടുകളെ എതിർത്തുകൊണ്ടാണ് ബസവണ്ണ തന്റെ വ്യക്തിത്വം വെളിപ്പെടുത്തിയത്. തന്റെ സഹോദരിക്ക് ഉപനയനദീക്ഷ നിഷേധിച്ചത് പോലും സമത്വനിഷേധമാണെന്ന് അക്കാലത്തു തന്നെ അദ്ദേഹം സൂചിപ്പിച്ചു. എല്ലാവർക്കും ഒരുപോലെ വേദങ്ങളും, ഇതിഹാസപുരാണങ്ങളും അർഹതപ്പെട്ടതാണ് എന്ന നിലപാട് സ്വീകരിക്കുകയും ചെയ്തു. യാഥാസ്ഥിതികരായ സമുദായവാദികൾക്ക് അംഗീകരിക്കാൻ കഴിയുന്ന ഒന്നായിരുന്നില്ല ആ വാദം. അതുകൊണ്ട് അവർ അദ്ദേഹത്തെ അഗ്രഹാരത്തിൽ നിന്നും പുറത്താക്കുന്നു. എല്ലാ മനുഷ്യർക്കും തുല്യത എന്ന തന്റെ ആഗ്രഹം സഫലമാകുവാൻ സ്വസമുദായത്തിൽ നിന്നുള്ള വിമോചനം നന്നാണെന്ന് തിരിച്ചറിഞ്ഞത് ആ ജീവിതയാത്രയുടെ തിളക്കം വർദ്ധിപ്പിച്ചതേയുള്ളു. കുടലസംഗമത്തിലെ തുടർ വിദ്യാഭ്യാസകാലം വൈജ്ഞാനികസൗഹൃദങ്ങൾ ലഭിക്കുന്നതിനും ഇടയാക്കി. ശൈവഭക്തിയിൽ അടിയുറച്ച ജീവിതം നയിക്കാൻ തുടങ്ങിയ അദ്ദേഹം, അധ്വാനം ഈശ്വരനാണ് എന്ന് പ്രഖ്യാപിക്കുന്ന കായകസിദ്ധാന്തം സമൂഹത്തിന് പകർന്നുനൽകി. ബഹുദൈവസങ്കല്പത്തിൽ നിന്നും എല്ലാവർക്കും ഒരേയൊരു ദൈവം എന്നതിലേക്ക് നയിച്ച് വിശ്വാസത്തിന് സമുദായഭേദം ആവശ്യമില്ലെന്ന് ഉദ്ബോധിപ്പിച്ചു. ബസവണ്ണയുടെ സാഹിത്യപരമായ പ്രതിരോധമാണ് വചനകവിതകൾ എന്ന നിരീക്ഷണം പ്രസക്തമാണ്. മതം മനു

ഷ്യനന്മയ്ക്ക് ഉതകണം എന്നതായിരുന്നു അദ്ദേഹത്തിന്റെ അഭിപ്രായം. സ്ത്രീപുരുഷ സമത്വത്തിന് ഊന്നൽ നൽകുകയും ചെയ്തു. ആത്മീയമഹിളാവേദികൾ ആരംഭിച്ച് തന്റെ ദർശനത്തിന് പ്രായോഗികത സമ്മാനിച്ചു. മിശ്രവിവാഹം പ്രോത്സാഹിപ്പിച്ചത് മനുഷ്യബോധം വളർത്താൻ തന്നെ ആയിരുന്നു. ബസവണ്ണയുടെ ജീവചരിത്രം സംബന്ധിച്ച് പല കല്പിതകഥകളും പ്രചാരത്തിലുണ്ട്. സാധാരണ മനുഷ്യരുടെ അനുഭവങ്ങളുമായി താദാത്മ്യം പ്രാപിച്ച വീരശൈവ സമൂഹത്തിലാണ് കവികളുടെ ദർശനങ്ങൾ വചനകവിതകൾ എന്ന് പ്രസിദ്ധമായത്. അവരിൽ ബസവണ്ണ ഏറെ ശ്രദ്ധേയനായിരുന്നു.അദ്ദേഹത്തിന്റേത് എന്നറിയപ്പെടുന്ന വചനകവിതകളാകട്ടെ ബസവണ്ണയുടെ മാനവദർശനത്തിന്റെ നിത്യസ്മാരകങ്ങൾ തന്നെയാണ്. കളചൂരി രാജാവായിരുന്ന ബീജ്ജുളന്റെ ധനമന്ത്രി ആയിരുന്ന ആ കവിവര്യൻ കന്നഡ കാളിദാസൻ എന്ന് പ്രകീർത്തിക്കപ്പെടുന്നു. എല്ലാവരിലും ചെറിയവൻ താൻ തന്നെ എന്ന് കരുതിയും ജീവിതതത്വങ്ങൾ പ്രദർശിതമാക്കിയും പുലർന്ന കവിയായിരുന്നു അദ്ദേഹം. കെ.ആർ മീരയുടെ 'ഭഗവാന്റെ മരണം' എന്ന കഥയുടെ ഉൾത്തലങ്ങളിൽ സഞ്ചരിക്കുന്നത് ബസവണ്ണയെക്കുറിച്ച് അല്പമെങ്കിലും അറിഞ്ഞുകൊണ്ടായിരിക്കണമെന്ന് തോന്നുന്നു.

ഭഗവാന്റെ മരണം എന്ന പേരിൽ 2007-ൽ ആദ്യപതിപ്പായി ഡി.സി ബുക്സ് പ്രസിദ്ധീകരിച്ച കഥാസമാഹാരത്തിലെ ആറ് കഥകളിൽ ഒന്നാണ് ഭഗവാന്റെ മരണം. മറ്റ് കഥകളും സൂക്ഷ്മനിരീക്ഷണം അർഹിക്കുന്ന രാഷ്ട്രീയസാമൂഹികമാനങ്ങൾ അവകാശമാക്കുന്നവ തന്നെ.

'കറവക്കാരനായ കൃഷ്ണൻ അർജ്ജുനനാകുന്ന പശുക്കുട്ടിയെ വിട്ട് ഉപനിഷത്തുക്കളിൽ നിന്ന് കറന്നെടുത്ത ഗീതാമൃതത്തെ അധിക്ഷേപിച്ച ആ കെളവനെ കാച്ചിയിട്ടു വാ; കല്യാണം ഞാൻ നടത്തും, എന്ന് ഭഗവാന്റെ പേരിൽ മല്ലപ്പ സത്യം ചെയ്തത് കൊണ്ട് മാത്രമാണ് അന്നത്തെ ദിവസം അമര കർമ്മം നിർവഹിക്കാൻ സന്നദ്ധനായത്.' എന്നുള്ള പ്രാരംഭഭാഗത്തെ എഴുത്ത് ഈ കഥയുടെ ആദ്യന്തസ്വഭാവത്തെ നിർണ്ണയിക്കുന്ന ഒരു പ്രയോഗമാണ്. പലവട്ടം വഴി തെറ്റിയെങ്കിലും ഒടുവിൽ വിശാലമായ കുളത്തിന് നേരെ എതിരെ വഴിയിലേക്ക് പൂക്കൾ എയ്യുന്ന പിച്ചകപ്പടർപ്പിന് പിന്നിൽ പ്രൊഫസറുടെ വീട് കണ്ടെത്തുന്നത് കാവേരി എന്ന ഓർമ്മയുമായാണ്. മല്ലപ്പയുടെ നിർദേശവും ശിവപ്പയുടെയും ആര്യ

യുടെയും സഹകരണവും ഉണ്ടായെങ്കിലും അമരയുടെ ഉള്ളിൽ വിളയുന്ന കാവേരി എന്ന ആഗ്രഹമാണ് മുഖ്യപ്രചോദനം.

പ്രൊഫസറുടെ പ്രൗഢരൂപം അമര, മനം കൊണ്ട് അളന്നറിഞ്ഞപ്പോൾ തന്നെ, വരൂ അകത്തേക്ക് വരൂ എന്ന് ക്ഷണിച്ചുകൊണ്ട് പരിചിത ഭാവത്തിൽ സംസാരിക്കുന്ന അദ്ദേഹത്തെ നേരിൽ കണ്ടറിഞ്ഞു. പുസ്തകങ്ങൾ നിറഞ്ഞ മുറിയിൽ നെഞ്ച് വിരിച്ച നിൽപും വചനവും കണ്ടുംകൊണ്ടും കെളവന്റെ ധൈര്യം എന്ന് അത്ഭുതപ്പെട്ടു. എങ്കിലും മനോവിഭ്രമം മറച്ച് പ്രൊഫസർക്ക് നേരെ തോക്കുയർത്തി. അത് ഗൗനിക്കാത 'മകനേ, രക്തം മാത്രം കുടിക്കുന്ന പശുക്കളാണ് മതങ്ങൾ എല്ലാം.' എന്ന് ശക്തമായ ഭാഷയിൽ പറഞ്ഞു.

അതോടൊപ്പം പ്രൊഫസർ, 'നീ ഒരു ദളിതയെ വിവാഹം കഴിച്ചാൽ നിന്റെ മതം അവളുടെ രക്തം കുടിക്കും. അതല്ല, ബ്രാഹ്മണിയെ കഴിച്ചാലത് നിന്റെ രക്തം കുടിക്കും. ഇന്നലെ ബസവണ്ണ, ഇന്ന് ഞാൻ, നാളെ നീ, കൂടലസംഗമദേവാ.' എന്ന് കൂടി പറഞ്ഞപ്പോൾ അമരയുടെ ഉള്ളൊന്നു കാളി. കെളവന് എല്ലാം അറിയാമോ എന്നൊക്കെ ചിന്തിച്ച് പരിഭ്രമിച്ചു എങ്കിലും, ഉന്നം പിടിക്കുമ്പോൾ ഓർക്കേണ്ട പുരാണപ്രതീകത്തെ മല്ലപ്പ ഉപദേശിച്ചത് മറന്നെങ്കിലും അമര തോക്ക് പിൻവലിക്കാതെ തന്നെ പ്രൊഫസറുടെ തൊണ്ടക്കുഴിയിൽ പിടിച്ചമർത്തിയപ്പോൾ അദ്ദേഹം പിടഞ്ഞു തെറിച്ച് കോവണിയും മറിഞ്ഞ് ഷെൽഫുകളിലൊന്നിലെ പുസ്തകങ്ങൾ എല്ലാം അസ്ത്രവർഷമായി എന്ന പ്രയോഗം അറിവുകൊണ്ട് അജ്ഞതയെ നേരിടണമെന്ന ഓർമ്മപ്പെടുത്തൽ കൂടിയാണ്.

വലതുകാലിനും കരത്തിലും ഇടത് കൺപുരികത്തിലും പരുക്കേറ്റ് സർക്കാർ ഡിസ്പെൻസറിയിലായ അമര കണ്ണ് തുറന്നുകാണുന്നത് അടുത്തുള്ള കസേരയിൽ ഇരുന്ന് പുസ്തകം വായിക്കുന്ന പ്രൊഫസറെയാണ്. കാഴ്ചയുടെ ആ അങ്കലാപ്പിനിടയിൽ കയ്യിലുള്ള പുസ്തകം അവന് നേരെ ഓങ്ങി 'ഇത് വച്ച് ഒരെണ്ണം തന്നാലുണ്ടല്ലോ, പുസ്തകത്തെക്കാൾ മാരകായുധം മറ്റൊന്നില്ല.' എന്നും പറയുന്നുണ്ട്. അത് ബോധോദയത്തിലേക്കുള്ള ഒരു ക്ഷണിക്കലായി തീരുന്നുണ്ട്.

ആ കിടക്കയിൽ കിടന്ന് അമര ഓർക്കുന്നത് കവേരിയെ ആണ്. അവന്റെ ആദ്യത്തെയും അവസാനത്തെയും പ്രണയം എന്ന് വായിക്കുമ്പോൾ അവളോടുള്ള അവന്റെ സ്നേഹം എത്രയെന്ന് പ്രകടമാകുന്നു. പ്രൊഫസറെ കൊന്നതിന് ശേഷം ദാവൺഗെരെ

റെയിൽവേ സ്റ്റേഷനിൽ ചെന്ന് കവേരിയോടൊപ്പം മൂന്ന് മണിക്ക് ട്രിച്ചി എക്സ്പ്രസിൽ മധുരയ്ക്ക് പോകാനായിരുന്നു നിശ്ചയം. അവിടെ കല്യാണം കഴിഞ്ഞ് താമസിക്കാൻ വീടും ക്രമപ്പെടുത്തി യിരുന്നു..

കൊല്ലാൻ ചെന്ന തന്നെക്കുറിച്ച് പ്രൊഫസർ പോലീസിൽ അറിയിച്ചിട്ടുണ്ടെങ്കിൽ പോലും മല്ലപ്പ രക്ഷിക്കും എന്ന് അപ്പോഴും അമര കരുതുന്നുണ്ട്. അങ്ങനെയാണെങ്കിൽ പോലും മൂന്ന് മണി ക്ക് റെയിൽവേ സ്റ്റേഷനിൽ എത്താൻ കഴിയില്ല എന്നതാണ് ദുഃഖം.

ആറാഴ്ച പൂർണ്ണ വിശ്രമം വിധിച്ച ഡോക്ടർ 'പ്രൊഫസറുടെ പുതിയ ശിഷ്യൻ ആണല്ലേ' എന്ന് പറയുമ്പോൾ 'അവന് ഞാൻ ശിഷ്യപ്പെടാൻ പോകുകയാണ്' എന്ന മറുപടിയ്ക്ക് വചനകവിത യോട് ചേർത്ത് ചിന്തിക്കുമ്പോൾ അർത്ഥവ്യാപ്തി കൈവരുന്നു.

കാവേരിയോടുള്ള പ്രണയം പ്രൊഫസറെ കൊല്ലാനുള്ള തരി പ്പിലേക്കാണ് അമരയെ പ്രേരിപ്പിക്കുന്നത്. ഡിസ്പെൻസറി വിട്ട് പ്രൊഫസറുടെ വീട്ടകത്തിൽ അവനെ എത്തിക്കുമ്പോൾ ഗ്രാമീണ രും സഹായത്തിന് എത്തുന്നുണ്ട്. നിഷ്കളങ്കത ക്രൂരതയെ പരിച രിക്കുന്നതിന്റെ സൂചനയാണത്.

അമരയ്ക്ക് അവിടെ നൽകപ്പെട്ട ചെറിയ മുറിയിൽ നിന്നും നോ ക്കുമ്പോൾ അടുക്കള വാതിലിനരികിലെ ഭിത്തിയിൽ ഒരു ബ്ലാക്ക് ആൻഡ് വൈറ്റ് ചിത്രം കാണാം.ആരുടെ ചിത്രമാണ് അത് എന്ന ചോദ്യത്തിന് പ്രൊഫസറോട് അമര പറയുന്നു.

ബസവണ്ണയെ ആർക്കാണ് അറിയാത്തത്. അടുത്ത ചോദ്യം ബസവണ്ണയുടെ ഒരു വചന പറയൂ എന്നായിരുന്നു. അവിടെ അമ രയ്ക്ക് ഉത്തരം മുട്ടി.

'ബസവണ്ണയെ അറിയാം, വചനം അറിയില്ല, വചനം അറിയാ ത്തതിൽ വിഷമമില്ല, അറിയുന്നവരോട് ബഹുമാനവും ഇല്ല.'

മതം ബാഹ്യമോടികളിൽ മാത്രം അഭിരമിക്കുകയും സത്തനഷ്ട മാക്കുകയും ചെയ്യുന്നുവെന്ന് വർഗീയവിളനിലമാകുന്ന ഭൂമികയിൽ എപ്പോഴും ഓർക്കേണ്ടത് തന്നെ.

മുറിയിൽ നിന്നും എങ്ങനെയും രക്ഷപ്പെടണം എന്ന തോന്നൽ ആണ് അമരയ്ക്ക്. മുൻപേ തനിക്ക് അനുവദിച്ചു കിട്ടിയ പോലീസ് സംരക്ഷണ സൗകര്യം മുൻപ് പ്രയോജനപ്പെടുത്താത്ത പ്രൊഫ സർ ഇപ്പോൾ ഉപയോഗിച്ചിരിക്കുന്നത് അവൻ പുറത്ത് പോകാതി രിക്കാൻ തന്നെ. കണ്ണമ്മയെക്കൊണ്ട് ദോശയും ചട്നിയും ഉണ്ടാ

ക്കിക്കുകയും അത് അദ്ദേഹം തന്നെ അമരയ്ക്ക് ആഹരിക്കുവാൻ നൽകുകയും ചെയ്യുന്ന കാഴ്ച വായനക്കാരിൽ കൊല്ലാൻ വന്നവനെ ഊട്ടുന്ന വിശാലതയെ വെളിപ്പെടുത്തുന്നു. ആ നിമിഷം അമരയ്ക്ക് കീഴടങ്ങിയ പോരാളിയുടെ ആത്മനിന്ദ അനുഭവിക്കേണ്ടതായി വരുന്നു. അതിന്റെ സ്വാദ് നിഷേധിക്കാൻ കഴിയാത്ത സത്യമായി അവൻ രുചിക്കുകയും ചെയ്യുന്നു.

വൃദ്ധനായ പ്രൊഫസറുടെ ചുളിവ് വീണ നെറ്റിയിൽ താൻ അമർത്തിയ തോക്കിൻ മുനയാൽ പതിഞ്ഞ പാട് ആഴത്തിലുള്ള വായ് വട്ടമായി കണ്ടപ്പോൾ അവന്റെ അഹങ്കാരം ശമിക്കുന്നു. ഇരയുടെ ഭിക്ഷ സ്വീകരിക്കേണ്ട സ്ഥിതി എന്ന ഗതികേട്. അപ്പോഴും പ്രൊഫസർ പറഞ്ഞു 'ആന അങ്കുശത്തെ ഭയക്കുമോ അയ്യാ, സിംഹനഖമാണെന്നതല്ലാതെ? ഞാൻ ഈ ബിജ്ജുളനെ പേടിക്കുമോ അയ്യാ, ദയാവാരിധിയായ നിന്നെയല്ലാതെ, കൂടലസംഗമദേവാ..'

എന്നിട്ട് പ്രൊഫസർ അമരയ്ക്ക് ഒന്നുകൂടി വ്യക്തത വരുത്തി കൊടുക്കുന്നുണ്ട്. ബിജ്ജുളൻ രാജാവാണ്. ബസവണ്ണ മന്ത്രിയും. എന്നിട്ടും ഇങ്ങനെ ചോദിക്കാൻ ധൈര്യം ഉണ്ടായി...പിന്നെ പ്രൊഫസർ അവനെ ശുശ്രൂഷ ചെയ്തുകൊണ്ടിരുന്നു. വാത്സല്യത്തോടെ ഉപദേശിക്കുകയും ചെയ്തു. 'മകനേ, ഭയത്തേക്കാൾ ശക്തി ദയവിനാണ്. അതാണ് മതങ്ങൾ മറന്നുപോകുന്നത്. തിരിച്ചു ചെല്ലുമ്പോൾ നിന്നെ ഇങ്ങോട്ട് വിട്ടവർക്ക് നീയത് പറഞ്ഞു കൊടുക്കണം.'

കാവേരി എന്ന ലക്ഷ്യത്തെ മുൻനിർത്തി ചിന്തിക്കുവോളം മല്ലപ്പ പറഞ്ഞതല്ലാതെ ഒരുപദേശവും അമരയിൽ പ്രവേശിക്കുകയില്ലെന്ന് മാത്രം. മതതീവ്രവാദികൾ എങ്ങനെയും ദുഷ്ടലാക്കുകളിലേക്ക് ഒരാളെ നയിച്ചെന്നിരിക്കും. അമരയുടെ അവസ്ഥ ഇപ്പോളതാണ്.

കെളവനെ കൊന്നുതള്ളണം എന്ന ചിന്ത അമരയിൽ തിളച്ചുകൊണ്ട് ഇരിക്കുമ്പോൾ ആണ് പ്രൊഫസറുടെ ശിഷ്യർ, അവർ വിവിധ മതങ്ങളിൽ പെട്ടവർ, സ്ത്രീകൾ ഉൾപ്പെടെ ഒൻപത് ആളുകൾ വന്നെത്തുന്നത്. ശനിയും ഞായറും ഒഴികെയുള്ള ദിവസങ്ങൾ പ്രൊഫസർ അവരോടൊപ്പം ആയിരിക്കും. ശിഷ്യർ ഗുരുവിനെ അറിഞ്ഞവരാണ്. ശരിയായി അറിഞ്ഞവർ ഗുരുവിനെ ഇല്ലായ്മ ചെയ്യാൻ അനുവദിക്കില്ല. അത് കൊണ്ടാണ് തിങ്കൾ പുലർച്ച എന്ന സമയം കൊലയ്ക്കുള്ള നേരമാക്കിയത്..

പ്രൊഫസറും ശിഷ്യരും വീടിനെ ഒരു സംവാദമണ്ഡലമാക്കി പരിണമിപ്പിക്കുന്നു. അതിനിടയിൽ അമരയുടെ സുഖവിവരം അന്വേഷിക്കുന്നത് അവർക്ക് പ്രാധാന്യമുള്ള കാര്യം തന്നെ. പശു എനിക്കും ഗോമാതാവ് ആണ് എന്ന് ഷഹീദ് പറയുന്നത് ഉമ്മ അവനെ പഠിപ്പിച്ചത് ലെയ്ല എന്ന് പേരുള്ള പുള്ളിപ്പശുവിന്റെ പാൽ വിറ്റ് ആണ് എന്ന ജീവിതസത്യത്തെ മുൻനിർത്തിയാണ്. അതിന് ശേഷം അവരിൽ പലവിധ പശുവിചാരങ്ങൾ ഉയർന്നുവരുന്നു. സ്വാഭാവികമായും അത് വായനക്കാരിൽ വിവിധ പാഠങ്ങളെ ഉത്പാദനം ചെയ്യും.

ശിഷ്യർ ഉറങ്ങാൻ പോയപ്പോൾ തനിച്ചായ പ്രൊഫസർ 'പത്ത് വർഷംമുമ്പ് അംബിക മരിച്ച ശേഷം ആദ്യമായാണ് ഈ മുറിയിൽ എനിക്കൊരു കൂട്ട്.' എന്ന് അമരയോട് പറയുന്നുണ്ട്. അവളുടെ കിടക്കയിലാണ് നീ കിടക്കുന്നത്. അതാണ് അവളുടെ ചിത്രം. ഭാര്യയുടെ ചിത്രത്തിൽ നോക്കി നെടുവീർപ്പിട്ടു കൊണ്ട് തന്റെ തലയിണയ്ക്കടിയിൽ നിന്നും അമരയുടെ തോക്ക് പ്രൊഫസർ കൈയ്യിലാക്കി. എല്ല് മുറിയുന്നത് പ്രേമം മുറിയുന്നത് പോലെയാണ് എന്നെല്ലാം പറഞ്ഞ് വീണ്ടും ഒരുപദേശം നൽകുന്നുണ്ട്. 'തോൽവി സമ്മതിക്കുക. കീഴടങ്ങുക. ആറാഴ്ച കഴിഞ്ഞാൽ കയ്യും കാലും പഴയത് പോലെ ആകും. സ്വന്തം കാലിൽ നടന്നുവന്ന് വലത് കൈ നീട്ടി ഇതെടുക്ക്. അതുവരെ ഇത് ഇവിടെ ഉണ്ടാകും.' വീണ്ടും പ്രൊഫസർ തോക്ക് തലയിണയ്ക്കിടയിൽ വച്ച് നീണ്ട് നിവർന്നു കിടന്നു.

വചനങ്ങൾക്ക് ഈ കഥയിൽ വലിയ പ്രാധാന്യം ഉണ്ട്. കഠിന പക ഉള്ളിൽ കിളിർത്തവനെപ്പോലും അത് വിമോചിപ്പിക്കും. ഒട്ടു സമയം എടുത്തിട്ടാണെങ്കിൽ പോലും. പ്രൊഫസർ ആ പ്രത്യാശ പുലർത്തുന്ന കഥാപാത്രമാണിവിടെ.

താൻ പ്രൊഫസറുടെ തടവിൽ ആണെന്ന് മല്ലപ്പ അറിഞ്ഞാൽ എന്ത് കരുതും, തന്റെ അവസ്ഥ ആര്യയും ശിവപ്പയും അദ്ദേഹത്തെ അറിയിക്കാതിരിക്കുമോ, കാവേരി റെയിൽവേസ്റ്റേഷനിൽ വന്നു കാണുമോ, തന്നെ കാണാതെ ചതിയൻ എന്ന് വിചാരിച്ചു കാണുമോ? എന്നിങ്ങനെ ഓർമ്മകളിൽ ബന്ധിതമായ നിമിഷങ്ങളിൽ, പക കൂടി വരുന്ന നേരങ്ങളിൽ പ്രൊഫസർ ഒരു വെളിച്ചമാകുന്നുണ്ട് അമരയ്ക്ക് മുന്നിൽ. 'മകനേ തോക്ക് മനുഷ്യരെ സംഹരിക്കും, വാക്കാകട്ടെ സൃഷ്ടിക്കും' വാത്സല്യത്തോടെ ആ നിമിഷങ്ങളിൽ അമരയിൽ രൂപാന്തരം വരുത്താൻ പ്രൊഫസർക്ക് കഴിയു

ന്നു. തന്നെ പരുവപ്പെടുത്തിയ ബസവണ്ണയുടെ വചനങ്ങൾ ഊർജ മാക്കിയാണ് അദ്ദേഹം ആ കൃത്യത്തിൽ വിജയിക്കുന്നത്. തോക്കി ന് പകരം വാക്ക് ഉപയോഗിക്കണം എന്ന പ്രൊഫസറുടെ ആഗ്ര ഹം ഇപ്പോൾ അമരയിൽ പ്രവർത്തിച്ചുതുടങ്ങിയിരിക്കുന്നു.

ദാവൺ ഗെരെയ്ക്കു സമീപ ഒരു ദളിത്പീഡനം നടന്നതുമായി ബന്ധപ്പെട്ട് അഭിപ്രായം ചോദിക്കാൻ വന്ന പത്രക്കാരുടെയും ചാനലുകാരുടെയും കാര്യം പ്രഭാതത്തിൽ ശുശ്രൂഷിക്കാൻ തയ്യാ റായ ഷഹീദും, കിരണുമാണ് അമരയോട് പറയുന്നത്. അന്ന് ആദ്യമായി പ്രൊഫസറുടെ ക്ലാസിൽ മറ്റ് എല്ലാവരുമിരുന്നപ്പോൾ അമരയ്ക്കു കിടന്ന് കേൾക്കാൻ സൗകര്യവും ഒരുക്കി. സൂരജ് അമ രയുടെ പേര് ചോദിക്കുമ്പോൾ പ്രൊഫസറാണ് മറുപടി പറയുന്ന ത് 'എന്റെ പേര് തന്നെ, ഭഗവാൻ, ഞാൻ എഴുതിയ നൂറ് പുസ്തക ങ്ങൾ ആണ് എന്റെ മക്കൾ. ഇവൻ നൂറ്റൊന്നാമത്തെ സന്തതി. ഇതോടെ ഞാനും ധൃതരാഷ്ട്രർ ആയി.' എല്ലാവരും അപ്പോൾ ചിരിയുടെ ലോകത്തെത്തി. കലഹം അസ്തമിച്ചു.

രാമനും കൃഷ്ണനും ജീവിച്ചിരുന്നല്ലേ എന്നറിയാനുള്ള അമര യുടെ ആഗ്രഹത്തെ വാൽമീകി രാമായണത്തിലെ രാമൻ മനുഷ്യ നാണ് ആ രാമനിൽ നിന്നും മനുഷ്യർ സൃഷ്ടിച്ച ദൈവമാണ് ഇപ്പോഴുള്ളത് എന്ന് പറഞ്ഞുതുടങ്ങുന്ന പ്രൊഫസർ ഇങ്ങനെയാ ണ് തൃപ്തിപ്പെടുത്താൻ ശ്രമിച്ചത്. 'നിന്റെ വിശപ്പ് നിന്റേത് മാത്രം. ഈശ്വരനും അങ്ങനെ തന്നെ. ഈശ്വരൻ അങ്ങനെ ഒരാൾ ഉണ്ടെ ങ്കിൽ, മനുഷ്യൻ തനിച്ച് തന്നെ അറിയണം.'

ആ രാത്രിയിൽ മരുന്ന് കൊടുക്കുന്ന നേരത്ത് പ്രൊഫസർ അമരയോട് ഒരു കാര്യം ചോദിക്കാൻ ഉണ്ടെന്ന് പറയുമ്പോൾ, എന്റെ പേരാണോ അറിയേണ്ടത് എന്ന് അവൻ തിരികെ ചോദി ക്കുന്നുണ്ട്. എന്റെ മനസ്സിൽ നീയും ഭഗവാൻ തന്നെ എന്നാണ് പ്രൊഫസറുടെ മറുവാക്ക്. ഞാൻ തന്നെ നീയും എന്ന് കരുതുന്ന നിലയാണത്. ഭഗവാൻ നീ ഇതേ വരെ എത്രപേർക്ക് മോക്ഷം നൽകിയിട്ടുണ്ട് എന്ന ചോദ്യത്തിന് മൂന്ന് എന്ന മറുപടി നൽകുന്ന അമര അവയിൽ ഞാൻ പ്രതി അല്ല എന്ന് അവകാശപ്പെടുന്നുണ്ട്. അതുകൊണ്ട് അതിന്റെ കുറ്റം നിനക്കല്ലാതെ ആകുന്നില്ലല്ലോ എന്നോർമ്മപ്പെടുത്തി പ്രൊഫസർ അവനെ വചനത്തിന്റെ വഴിയി ലേക്ക് തന്നെ നയിക്കുന്നുമുണ്ട്.

തന്റെ നെറ്റിയിൽ ചൂണ്ടുവിരൽ തൊട്ട് ഒരു നിമിഷം വൈകിയി രുന്നെങ്കിൽ ഇവിടെ ഒരു ചുവപ്പ് നക്ഷത്രം തെളിയുമായിരുന്നു

എന്ന് സരസമായി പറഞ്ഞുകൊണ്ട് അമരയെ അമ്പരപ്പിക്കുന്നത് ഈ കഥയിലെ ഒരു സവിശേഷ സന്ദർഭമാണ്. പരിമിതമായ അറിവാണ് അവന്റെ പരാജയം എന്ന് ഓർമ്മിപ്പിക്കും വിധമാണ് ആ വാക്കുകൾ. വീണ്ടും പ്രൊഫസർ ചോദിക്കുന്നു, 'മകനേ, അരുതെന്ന് പറയാൻ മാത്രം നിന്നെ ആരും സ്നേഹിച്ചിട്ടില്ലേ ഇതുവരെ.?' കൊല്ലാൻ വന്നവനെ മെരുക്കിയെടുക്കുന്ന സ്നേഹത്തിന്റെയും പരിഗണനയുടെ സുവിശേഷം ഇങ്ങനെ ഈ കഥയുടെ അന്തർധാരയായി വർത്തിക്കുന്നു.

കേവലം മൂന്ന് ദിവസങ്ങൾക്കുള്ളിൽ തന്നെ അമരയിൽ ഒരു സാമൂഹികബോധം ഉണർന്നു. അവനിലുണ്ടായ വ്യതിയാനം സഹജീവികളോടുള്ള ഇടപെടലുകളിൽ പ്രതിഫലിച്ചു. കവിതകൾ കേൾക്കാനും ആസ്വദിക്കാനും ഭാവതലങ്ങൾ തിരിച്ചറിയാനും അമരയ്ക്കിപ്പോൾ കഴിയുന്നു.

നാലാം ദിവസം പ്രൊഫസർ അവനോട് ചോദിച്ചത് നീ ഈ ജീവിതത്തിൽ എത്ര പുസ്തകങ്ങൾ വായിച്ചിട്ടുണ്ടെന്നാണ്.

ഉത്തരം മുട്ടിയ അവന് വാൽമീകി രാമായണത്തിന്റെ കന്നഡ പരിഭാഷ നൽകിയ പ്രൊഫസർ ഇങ്ങനെ പറഞ്ഞു.. 'രാമന്റെ പേരിൽ വീണ്ടും കൊല്ലാൻ പോകും മുൻപ് ഇതെങ്കിലും നീ വായിക്കണം.'

അന്ന് മുതൽ വായനയും അമരയുടെ ശീലമാകുന്നതാണ് തുടർന്നു കാണുന്നത്. മെല്ലെ നടന്നു തുടങ്ങിയപ്പോൾ ഗാന്ധിജിയുടെ ചിത്രം കാണിച്ചുകൊടുത്ത് 'നെഞ്ചിലായിരുന്നു മുറിവ്' എന്നോർമ്മപ്പെടുത്തുന്ന ഭാഗത്തിന് ശേഷം അന്ന് രാത്രി പ്രൊഫസർ തോക്കെടുക്കാൻ അനുവാദം നൽകിത്തന്നെ അവനോട് പറയുന്നു 'തോക്ക് കണ്ടാൽ ഞാൻ ബസവണ്ണയുടെ വചനമുരുവിട്ടെന്ന് വരും. എന്റെ വാക്കിനെ കൊല്ലാൻ തോക്കിന് കഴിയാതെ വരും.'

നീ ആരെയെങ്കിലും സ്നേഹിക്കുന്നുണ്ടോ മകനേ എന്ന് പ്രൊഫസർ അമരയോട് ചോദിക്കുന്നത് അവൻ നാട്ടിലേക്ക് പോകുവാൻ അനുവാദം ചോദിച്ചപ്പോൾ ആണ്. അമ്പലത്തിൽ കയറിയ ദളിതരെ മർദ്ദിക്കാൻ പോയപ്പോൾ അവളെ തല്ലിയതും അമർത്തിപ്പിടിച്ച് ചുംബിച്ച് കളങ്കപ്പെടുത്തിയതും അവൻ പറഞ്ഞു. പ്രൊഫസർക്ക് ഞെട്ടൽ ഉളവാക്കി. എന്നാൽ കാവേരിയുടെ പ്രതികരണങ്ങൾ നമ്മെ കൂടുതൽ അത്ഭുതപ്പെടുത്തുന്നു.

അവന്റെ വായിൽ നാവുകടത്തി ചുംബിച്ച് അശുദ്ധമായിപ്പോ

എന്ന് ശപിക്കുന്നു അവൾ. അവളെ കൊല്ലാൻ ചെന്നപ്പോൾ തന്റെ ചെറ്റക്കുടിലിന് തിണ്ണയിൽ ഇരുന്ന് കുട്ടികളെ പഠിപ്പിച്ചിരുന്ന അവൾ വരാന്തയിൽ നിന്ന് ഒരുശിരൻ ചോദ്യം ചോദിക്കുന്നു, 'ഇന്ത്യൻ ഭരണഘടനയുടെ ശില്പി ആര്?'

അവൻ അവളെ കടന്നുപിടിച്ചപ്പോൾ വീണ്ടും അവൾക്ക് ചോദ്യം ഉണ്ടായിരുന്നു. 'ഞാൻ സമ്മതിക്കാം ഇന്ത്യക്കാരന്റെ എട്ട് മൗലിക അവകാശങ്ങൾ തെറ്റ് കൂടാതെ പറയാമെങ്കിൽ. പെണ്ണിന്റെ പുറത്ത് കയറാൻ ഏത് പട്ടിക്കും പറ്റുമെടാ.. ചുണയുണ്ടെ ങ്കിൽ നീ അറിവുകൊണ്ട് തോൽപ്പിക്ക്?' അമരയുടെ ഭീഷണിക്ക് വഴങ്ങാത്ത പ്രകൃതം കാവേരിയെ പ്രണയിക്കുന്നതിലേക്കാണ് അമരയെയെ പിന്നെപ്പിന്നെ നയിക്കുന്നത്. ഉപയോഗിച്ച് വലിച്ചെറിയാൻ ആവശ്യപ്പെട്ട മല്ലപ്പ പോലും അമര പിണങ്ങിയപ്പോൾ അയഞ്ഞു. വിവാഹം നടത്തിക്കൊടുക്കാം എന്നായി. അതിനിടയിലാണ് പ്രൊഫസറുടെ ഭഗവദ്ഗീത പ്രസംഗവും പിന്നീടുള്ള നിർദേശങ്ങളും.

പ്രൊഫസറെ കൊന്നിട്ട് റയിൽവേ സ്റ്റേഷനിൽ എത്താനും കാവേരിയുടെ കൂടെ മധുരയക്ക് പോകാനും മറ്റും നിശ്ചയിച്ചിരുന്ന ആ ദിവസത്തെ കുറിച്ച് അമര വിവരിക്കുമ്പോൾ പ്രൊഫസർ പത്രത്തിൽ വന്ന ഒന്നാം പേജിലെ ചിത്രം കാട്ടിക്കൊടുക്കുന്നു. അവൾ ഇവളല്ലല്ലോ? ആണോ?

ആ ചോദ്യത്തിൽ നിന്നുമാണ് കവേരിക്ക് നേരിട്ട ദുരന്തത്തെക്കുറിച്ച് അമര ബോധ്യപ്പെടുന്നത്. പ്രൊഫസറും സ്റ്റാൻലിയും ഷഹീദും അമരയും കിരണിന്റെ കാറിൽ നേരിൽ പോയി വിവരങ്ങൾ ഗ്രഹിക്കുന്നുണ്ട്. വീട് ചുട്ടുകരിച്ചതിനാൽ കാവേരിയുടെ അച്ഛനും സഹോദരിയുടെ കുഞ്ഞുങ്ങളും വെന്തുമരിക്കുകയും ചെയ്തിരുന്നു. പ്രൊഫസർ പത്രസമ്മേളനം നടത്തി പ്രതികരിച്ചത് മൂലം അദ്ദേഹത്തിന്റെ വീടിന് നേരെ കല്ലേറും അദ്ദേഹത്തിന്റെ ശിഷ്യരിൽ ചിലർക്ക് നേരിട്ട ബുദ്ധിമുട്ടുകളും കഥാകൃത്ത് പരാമർശിക്കുന്നുണ്ട്. അമരയുടെ വിഷമസ്ഥിതി ബോധ്യപ്പെട്ട പ്രൊഫസറാണ് അവന് ആവശ്യമായ പരിചരണങ്ങളും നൽകിയത്. ജാതിയും മതവും മറന്ന് ആ വീട് അവനുവേണ്ടി ഉണർന്നിരുന്ന ഒരു രാത്രി. എനിക്കവരെ കൊല്ലണം എന്ന് വിദ്വേഷം പൂണ്ട അമര പ്രൊഫസറിൽ നിന്നും വീണ്ടും വചനം ശ്രവിച്ചു. 'നാളെ വരാൻ ഇരിക്കുന്നത് ഇന്നേ വരട്ടെ; ഇന്ന് വരാനിരിക്കുന്നത് ഇപ്പോഴേ വരട്ടെ; പേടിയാർക്ക്? ജനിച്ചവർ മരിച്ചേ തീരൂ.. കൂടലസംഗമ ദേവാ...'

കാവേരിയെ ഇല്ലായ്മ ചെയ്തവരോട് അമരയ്ക്ക് പക കൂടിവന്നു. അതിൽ നിന്നും വിമോചനം നൽകാൻ പ്രൊഫസർ പലവിധത്തിൽ ശ്രമിച്ചു. ജനിച്ചുവളർന്ന മനയിൽ ചെല്ലുന്ന അമരയ്ക്ക് ആ വീട് കത്തിച്ചു കളയാനാണ് തോന്നുന്നത്. അവനെ കാണാനെത്തിയ ശിവപ്പയും ആര്യയും അവനെക്കുറിച്ച് സഹതപിക്കുന്നു. അവന്റെ ചേച്ചി സങ്കടപ്പെട്ടു. ഒടുക്കം പ്രൊഫസറുടെ വീടാണ് യഥാർത്ഥ വീട് എന്ന് അമര തിരിച്ചറിയുന്നു.

വാത്മീകി രാമായണം നന്നായി പഠിക്കുന്ന അമരയ്ക്ക് വാത്മീകിയുടെ രാമനും മല്ലപ്പയുടെ രാമനും തമ്മിലുള്ള വ്യത്യാസം കൃത്യമായി ബോധ്യപ്പെടുന്നു.

പ്രൊഫസറുടെ രീതികൾ ശീലിച്ചു. ശനിയും ഞായറും അദ്ദേഹത്തിന്റെ കാവലാൾ ആയി. അമര ബസവണ്ണയുടെ വചനങ്ങൾക്ക് വ്യാഖ്യാനമെഴുതുകയും ചെയ്തു.

അത് പ്രൊഫസർക്ക് അത്യധികമായ ആനന്ദം സമ്മാനിച്ചു. പിന്നെ പ്രൊഫസറിലൂടെ അമര ബസവണ്ണയുടെ വചനങ്ങളെ നേരിലറിയുന്നവനായിത്തീരുന്നു. അനുഷയുടെയും ഷഹീദിന്റെയും വിവാഹം എതിർപ്പുകൾ അവഗണിച്ച് പ്രൊഫസർ നടത്തിക്കൊടുത്തപ്പോൾ കുറേ പ്രശ്നങ്ങൾ ഉടലെടുത്തത് മതം എങ്ങനെ വിദ്വേഷം വളർത്തുന്നു എന്നത് മനസ്സിലാക്കാൻ മറ്റൊരു മുഖാന്തിരമായി.

ആ മിശ്രവിവാഹത്തിന് കൂട്ട് നിന്നത് പ്രൊഫസർക്ക് ഒരു ഖേദത്തിനും കാരണമല്ല. എല്ലാ മതങ്ങളും സ്നേഹം പഠിപ്പിച്ചിട്ടും ഒരാണും പെണ്ണും പരസ്പരം സ്നേഹിച്ചപ്പോൾ സഹിക്കാൻ കഴിയാതെ പോകുന്നത് എന്തുകൊണ്ട്? വാക്കും പ്രവൃത്തിയും തമ്മിലുള്ള അന്തരം മതത്തെ ഏത് വിധം ആക്കുന്നു എന്ന് അമരയെ ബോധ്യപ്പെടുത്തുമ്പോൾ അമര പ്രൊഫസറോട് പറയുന്നു. സൂക്ഷിക്കണം.

അന്ന് രാത്രിയിൽ 'മർഡർ ഇൻ ദ കത്തീഡ്രൽ' എന്ന പുസ്തകം മുകൾത്തട്ടിലെ ഷെൽഫിൽ നിന്നും എടുക്കാൻ കോവണിയിൽ കയറിയ പ്രൊഫസർ തന്റെയും കണ്ണമ്മയുടെയും ശകാരം കേട്ടില്ല എന്ന് അമര ഓർക്കുന്നുണ്ട്. കോവണി മറിഞ്ഞ് പ്രൊഫസർ വീണുപോകാതെ താൻ കാവൽ നിന്നതിൽ അഭിമാനിക്കുന്നുണ്ട്. അന്ന് അദ്ദേഹത്തെ ശുശ്രൂഷിക്കുകയും ഏറെനേരം സംസാരിക്കുകയും ചെയ്തു. ഉപദേശങ്ങളും തമാശകളും കേട്ടു. അങ്ങനെ നിദ്രയിൽ വീണ അമര ഗാഢനിദ്രയിൽ നിന്നും ഉണർന്നത് എന്തോ

തകർന്നുവീണ ഒച്ച കേട്ടുകൊണ്ടാണ്. ആ പുസ്തകമുറിയിലാകെ ചില്ലുകൾ ചിതറിക്കിടന്നു.

ഗാന്ധിജിയുടെ ചിത്രം ചുവരിലെ ആണിയിൽ കിടന്ന് ആടുന്നു. കൊല്ലുന്നവനെ ആശ്ലേഷിക്കുന്നത് പോലെ ഗാന്ധിരൂപം. തോക്ക് കയ്യിലേന്തി നിൽക്കുന്നവനോടും സ്നേഹഭാവം. ആ ചിത്രത്തിൽ വെടിയേറ്റത് അമര കണ്ടു. വെടിമരുന്ന് ഗന്ധം അറിഞ്ഞു. ആ മുറിയുടെ വാതിലിനരികിൽ പ്രൊഫസർ നിവർന്നുകിടക്കുന്നു.അരികിൽ മർഡർ ഇൻ ദ കത്തീഡ്രൽ എന്ന പുസ്തകം പുറംചട്ട ഇളകി പേജുകൾ അഴിഞ്ഞ വിധവും. അമര കരയാതെ മനക്കരുത്തോടെ പ്രൊഫസറുടെ ശിരസ്സ് കൈയിൽ താങ്ങി ഇരുന്ന അമരയെക്കുറിച്ചുള്ള കഥാകൃത്തിന്റെ സൂചന അവൻ കരയാൻ ആഗ്രഹിച്ചു. പക്ഷേ, കരഞ്ഞില്ല എന്നാണ്. അമര പ്രൊഫസറുടെ മുഖത്ത് കണ്ടത് ഇച്ഛാമരണം പ്രാപിച്ചതിന്റെ ആനന്ദമാണ്.

മല്ലപ്പയെ വീഴ്ത്താൻ സ്റ്റാൻലിയോടൊപ്പം പോയ അമര അയാളെ കൊല്ലുന്നില്ല. അയാളുടെ രണ്ട് കാൽമുട്ടുകളിൽ മാറി മാറി നിറയൊഴിച്ചു മുൻപ് തനിക്ക് പ്രൊഫസർ പരിചരണം നൽകിയ അതേ കട്ടിലിൽ എത്തിക്കുകയാണ് ചെയ്യുന്നത്. മല്ലപ്പ ആ കിടപ്പിൽ ദേഷ്യപ്പെട്ടപ്പോൾ അമര ബസവണ്ണയുടെ വചനം മറുപടിയായി നൽകി. അയാൾക്ക് വാൽമീകി രാമായണവും ഭഗവത് ഗീതയും എല്ലാം നിർബന്ധപൂർവം അമര വായിക്കാനും നൽകുന്നു. എല്ലാ പുസ്തകങ്ങളും വായിച്ച് തീർന്ന ശേഷം തോക്ക് വേണമെങ്കിൽ എടുത്ത് കൊള്ളാനും അമര അയാളോട് പറഞ്ഞു. മല്ലപ്പ ചോദിക്കുന്ന ഒരു ചോദ്യം ആരാണ് നിന്നെക്കൊണ്ട് ഇത് ചെയ്യിക്കുന്നത് എന്നാണ്. ഭഗവാൻ എന്ന മറുപടിക്ക് പിന്നാലെ മല്ലപ്പ ചോദിക്കുന്നു. പ്രൊഫസർ ഭഗവാൻ ബസവപ്പയോ.. അയാൾ ചത്തില്ലേ എന്നും അമരയുടെ മറുപടി സ്വന്തം ബോധ്യത്തെ ശരിവയ്ക്കുന്നു. ഭഗവാന് മരണം ഉണ്ടോ?

ഇത്രയുമെങ്കിലും പറഞ്ഞുവയ്ക്കാതെ കെ.ആർ മീരയുടെ ഭഗവാന്റെ മരണം എന്ന കഥയെ മനസിലെടുക്കാൻ ആവില്ല. മതവർഗീയത, ഭരണഘടനയുടെ നിരാസം എന്നിങ്ങനെ സമകാലിക ഇന്ത്യയിൽ വ്യത്യസ്ത സന്ദർഭങ്ങളിൽ ഉയരുന്ന പ്രശ്നങ്ങളെ ഈ കഥ ഓർമ്മയിൽ കൊണ്ടുവരുന്നു എന്നത് പ്രത്യേകം പറയണം. വചനത്തിന്റെ പൊരുൾ, വായനയിലൂടെ ആർജ്ജിക്കുന്ന വിവേക വിനിമയം എന്നിവയിലൂടെ ജീവിതത്തെ ശുഭകരമാക്കുവാനുള്ള ബോധോദയം ദുരവസ്ഥകളെ അതിജീവിക്കാൻ ഉള്ള ആയുധമാ

യി മാറണമെന്ന ആഹ്വാനം; ഈ കഥയുടെ ചോരാത്ത ശക്തി അത് തന്നെയാണ്.

ഫാ. ഡോ. മാത്യൂസ് വാഴക്കുന്നം

റാന്നി സെന്റ് തോമസ് കോളേജിലെ മലയാളം അധ്യാപകൻ. എംജി സർവകലാശാലയിൽ നിന്നും ഡോക്ടറേറ്റ് നേടി. കേരള സംസ്ഥാന ന്യൂനപക്ഷ വികസന ധനകാര്യ കോർപ്പറേഷൻ ഡയറക്ടർ, എംജി സർവകലാശാല മലയാളം ബോർഡ് ഓഫ് സ്റ്റഡീസ് അംഗം, മലങ്കര ഓർത്തഡോക്സ് സഭ മാനേജിങ് കമ്മിറ്റി അംഗം എന്നീ നിലകളിൽ പ്രവർത്തിച്ചു. ആട്ടക്കഥയിലെ ബൈബിൾ പ്രമേയങ്ങൾ, ബൈബിൾ കഥാപ്രസംഗങ്ങൾ, നമുക്കും കാണാം നല്ല സിനിമകൾ, ഉപമകൾ കവിതയിലൂടെ, ശെമ്മാശനും ബാലകരും, നൂറ് നുറുങ്ങുകവിതകൾ എന്നിവയാണ് പ്രധാനകൃതികൾ. ടെലിച്ചിത്ര സംവിധായകൻ, തിരക്കഥാകൃത്ത്, ഗാനരചയിതാവ്, കാഥികൻ, പ്രഭാഷകൻ. സക്കായി മാനസാന്തരം ഓട്ടൻ തുള്ളൽ, ശമര്യാംഗന മോഹിനിയാട്ടം, നിലയ്ക്കൽ മാർഗം മാർഗംകളി, ഈയോബ്ചരിതം ആട്ടക്കഥ എന്നിവയും രചിച്ചിട്ടുണ്ട്.

൦൦

മച്ചകത്തെ തച്ചൻ: പ്രാദേശികരൂപകങ്ങളുടെ സമൃദ്ധി

ഡോ. സിസ്റ്റർ മിനിമോൾ മാത്യു

ആധുനികതലമുറയിലെ സ്ത്രീപക്ഷഎഴുത്തുകാരിൽ പ്രമുഖയാണ് കെ.ആർ മീര. സൂക്ഷ്മമായ രാഷ്ട്രീയസംവേദനം കെ.ആർ മീരയുടെ കഥകൾക്കുണ്ട്. പുതിയകാലത്തിന്റെ രാഷ്ട്രീയത, പ്രാദേശികത ഇവ മീരയുടെ കഥകളിൽ ആഖ്യാനങ്ങളാകുന്നു. ഭൂതകാലത്തിലെയും വർത്തമാനത്തിലെയും സമീപസ്ഥമായ ഭാവികാലത്തിലെയും പ്രശ്നങ്ങൾ മീരയുടെ കഥകളിൽ രൂപംകൊള്ളുന്നു. ആഖ്യാനത്തിലും പ്രമേയത്തിലും പുതുമ കൈവരുത്തുന്നു. സാധാരണ ജീവിതത്തിന്റെ അസാധാരണത്വം, സമകാലിക സാമൂഹ്യാവസ്ഥ എന്നിവ ജാതി, മത, രാഷ്ട്രീയ പ്രത്യയശാസ്ത്രങ്ങൾക്കുള്ളിൽ നിന്നുകൊണ്ട് ആഖ്യാനം ചെയ്യുന്നു. ഭാഷാരീതി, ആഖ്യാനതലം എന്നിവയിലെല്ലാം വ്യതിരിക്തമായ പെൺശബ്ദമാകാൻ മീരയുടെ കഥകൾക്ക് സാധിക്കുന്നുണ്ട്. ദേശം, പ്രദേശം, ജാതി, വർഗ്ഗം, ലിംഗം, രാഷ്ട്രീയം തുടങ്ങിയവ പുതുകാലത്തെ കാഴ്ചകളായി മാറുമ്പോൾ മനുഷ്യസമൂഹത്തിന്റെ പ്രതികരണങ്ങൾ നവ സംസ്കാരത്തിന്റെയും ബാഹ്യലോകത്തിന്റെയും ഇടങ്ങളിൽ നിന്നുകൊണ്ട് മീര ഉൾപ്പെടുന്ന പുതുകഥാകൃത്തുക്കൾ ആഖ്യാനം ചെയ്യുന്നു. സുതാര്യമായ രചനകളായി വായനയെ കഥയോട് ചേർത്തുനിർത്തുന്ന അനുഭവം പുതുകഥകൾ പ്രദാനം ചെയ്യുന്നു.

മീരയുടെ കഥകളിൽ പാരമ്പര്യവും പൈതൃകവും പ്രതിരോധത്തിനെക്കാൾ എതിർധ്വനിയായി പ്രത്യക്ഷപ്പെടുന്നു. മീരയുടെ കഥകളിലെ ചെറുത്തുനിൽപ്പ് സ്ത്രീയുടെ പരാതിപ്പെടൽ എന്നതിനേക്കാൾ സ്ത്രീകളുടെ അവബോധത്തിന്റെ അപനിർമ്മാണമാണെന്ന് പറയാം (സക്കറിയ, കെ.ആർ മീര കഥകൾ, പുറം-267). സ്ത്രീ

ത്വത്തിന്റെ സംഘർഷങ്ങളും പ്രതിസന്ധികളും പങ്കുവയ്ക്കുന്ന അവ സ്ത്രീപുരുഷ ദ്വന്ദ്വങ്ങൾക്കപ്പുറത്ത് നിൽക്കുന്നു. പാരമ്പര്യങ്ങളോടും പൈതൃകത്തോടും യാഥാസ്ഥിതികത്വത്തോടുള്ള അട്ടിമറിയായിമാറുന്നു ആ കഥകൾ. പരമ്പരാഗതമായ പെണ്ണെഴുത്തിന്റെയും ആണെഴുത്തിന്റെയും അതിർവരമ്പുകൾ ലംഘിക്കുന്നു. മീര ഭാഷയിൽ യൗവനം സൃഷ്ടിക്കുമ്പോഴും കഥാപാത്രങ്ങളെല്ലാം യൗവനത്തിൽ തുടരുന്നില്ല. പാരമ്പര്യത്തെ പൂജിക്കുന്നവയല്ല ആ കഥകൾ. ഫെമിനിസത്തിന്റെ അതിരുകൾ കവച്ചുവയ്ക്കുന്ന കഥകൾ. യൗവനത്തിന്റെ ചുറുചുറുക്കും പ്രസരിപ്പും തന്റേടവും കഥകളിൽ നിഴലിക്കുന്നു. ഭാഷാശൈലി, ആശയസ്വീകരണം, കഥാപാത്രസൃഷ്ടി ഇവയിലെല്ലാം മീരയുടെ കഥകൾ വ്യതിരിക്തമാകുന്നു. പുതിയ തലമുറയ്ക്ക് പഴയതിനോടുള്ള കാഴ്ചപ്പാടിനെ വ്യക്തമായി അവതരിപ്പിക്കുന്ന മീരയുടെ കഥയാണ് 'മച്ചകത്തെ തച്ചൻ'.

കഥാനായിക, അവളുടെ ഭർത്താവായ മോഹൻ, അവളുടെ അച്ഛൻ, അമ്മ, മകൾ നിഷ, തച്ചൻ, തലമുറകളിലെ മുത്തശ്ശിമാർ എന്നിവരാണ് പ്രധാനകഥാപാത്രങ്ങൾ. രണ്ടായിരം വർഷം പഴക്കമുള്ള പഴയ നായർതറവാട് കേന്ദ്രമായാണ് കഥ മുന്നോട്ടുപോകുന്നത്. തറവാടിന്റെ പ്രത്യേകത, പുരുഷൻ രണ്ടായിരം വർഷങ്ങൾക്ക് മുമ്പ് പടുത്തുയർത്തിയതാണെന്നതാണ്. അഞ്ഞൂറ് വർഷങ്ങൾക്ക് മുൻപ് പരിഷ്കരിച്ചതായിരുന്നെങ്കിലും അത് ലോകാവസാനം വരെ അങ്ങനെതന്നെ നിലനിൽക്കണമെന്ന് അച്ഛൻ ആഗ്രഹിക്കുന്നു. തറവാട്ടിലെ അച്ഛൻ കഥയിൽ പാരമ്പര്യത്തെ പ്രകീർത്തിക്കുകയും പുകഴ്ത്തുകയും ചെയ്യുന്നു. 'രണ്ടായിരം വർഷം' അച്ഛൻ അന്നു പറഞ്ഞു.

'അത്രയും കാലം ഇവിടെ ജീവിച്ചു മരിച്ച ഒരുപാട് മനുഷ്യർ ചെയ്ത ശരികളും തെറ്റുകളും നിറഞ്ഞതാണ് ഈ അന്തരീക്ഷം.. ഇവിടെയാണ് നമ്മുടെ വേരുകൾ. ഇവിടെ നമ്മൾ തനിച്ചല്ല. കടന്നുപോയ ഒരുപാട് ആത്മാക്കൾ നമുക്കിവിടെ കൂട്ടിനുണ്ട്.' നഗരത്തിൽ ഓഫീസിന് സമീപം സൗകര്യത്തിന് വീട് കിട്ടിയിട്ടും വാങ്ങാത്തതിനാൽ പ്രതിഷേധിച്ച് രാവിലെ മുതൽ കരയുന്ന അമ്മയെ ആശ്വസിപ്പിക്കാത്തതിന് കാരണം വിശദീകരിക്കുകയാണ് ഇവിടെ അച്ഛൻ. 'രണ്ടായിരം വർഷത്തെ പാരമ്പര്യം പോലും, എന്റെ വീടല്ലേ? എനിക്കല്ലേ തോന്നേണ്ടത്? പ്രേതം കൂടിയ വീട്.' (വിഷ്ണുനമ്പൂതിരി എം. വി, നാടോടി വിജ്ഞാനീയം, 1997, പുറം 18). എന്നാണ് അമ്മയുടെ പ്രതികരണം. ആ വീടിനെ പറ്റി ഇങ്ങ

നെ അച്ഛനും അമ്മയ്ക്കും വിപരീതാഭിപ്രായമാണ്. ആദ്യരാത്രി ശബ്ദം കേട്ട് ചാടിയയെണീല്ക്കുന്ന മോഹനോട് പറയുന്ന കഥ പോലെയാണ് കഥ എഴുതിയിരിക്കുന്നത്.

ആ വീട് പണിതപ്പോൾ മുതൽ അവിടവുമായി ബന്ധമുള്ള വ്യക്തിയാണ് തച്ചൻ. അവിടത്തെ വലിയ വലിയ വലിയ വലിയ മുത്തശ്ശി തച്ചനെക്കൊണ്ട് ഒരുപാട് പണികൾ ചെയ്യിപ്പിക്കുന്നു. തച്ചനെ ജോലി തീർത്തുവിടുവാൻ അവർക്കാഗ്രഹമില്ല. അടുക്കളക്കെട്ട് പണിയുമ്പോഴാണ് മുത്തശ്ശിയെ തച്ചൻ കാണുന്നത്. അവിടെവച്ച് അദ്ദേഹം അടുക്കളക്കെട്ടിന്റെ പണി നിർത്തി. ഓരോ കൊത്തുപണിയിലും തച്ചൻ തന്റേതായ വ്യക്തിമുദ്ര പതിപ്പിച്ചു. വലിയ വലിയ വലിയ വലിയ മുത്തശ്ശിക്ക് കിടക്കുവാൻ പണിത ചിത്രക്കട്ടിലിൽ കിടന്ന് മനസ്സിൽ നന്മയോടെ നോക്കിയാൽ മേലാപ്പിന്റെ മുകളിൽ കൊതുകുവല കൊരുത്തിടുന്ന കൂർത്ത തണ്ട് ഒരു താമര മൊട്ടുപോലെയും ചീത്തയോടെ നോക്കിയാൽ അത് താഴേക്ക് പതിക്കുന്ന കത്തിയുടെ കൂർത്ത മുന പോലെയും തോന്നിക്കുന്ന രീതിയിലാണ് തച്ചൻ പണിതിരിക്കുന്നത്.

കഥാനായികയുടെ വിവരണത്തിൽ തറവാടിന്റെ ശാപവും ദുര്യോഗവുമുണ്ട്. 'അതാണ് എന്റെ തറവാടിന്റെ ശാപം. ഞങ്ങൾ സന്തതികൾ എന്നും തനിച്ചാണ്. വീട് നിറയെ ആളുണ്ടാകുമ്പോഴും ഞങ്ങൾക്ക് കൂട്ടുകാരില്ല. സംസാരിക്കാനാരുമില്ല. ഒറ്റക്കിളിവാതിലിന്റെ ഇരുവശത്തും കാണുന്ന വട്ടെഴുത്തുപോലെയാണ് ഞങ്ങളുടെ തലയിലെഴുത്തെന്ന് എനിക്ക് തോന്നി. ആരും വായിക്കാൻ മെനക്കെടാത്തത്. ആരും പ്രധാനമായി കണക്കാക്കാത്തത്.' (1997, പുറം-19). 'ഞങ്ങൾ സന്തതികളുടെ മറ്റൊരു ദുര്യോഗം ചൂണ്ടിക്കാട്ടാവുന്നതിനും ചോദിച്ചു വാങ്ങാവുന്നതിനും ചില പരിധികളുണ്ട്. അന്നും ഇന്നും.' (1997, പുറം-20).

അച്ഛൻ പറയുന്നത് ശരിയാണോയെന്ന് പരിശോധിക്കാൻ എന്തിനെയും ചോദ്യം ചെയ്യുന്ന യൗവ്വനത്തിൽ തോന്നിയാലും പരിശോധിക്കുന്നതിനേക്കാൾ വിശ്വസിക്കുന്നതാണ് നല്ലതെന്ന നിലപാടിൽ കഥാനായികയും പിന്നീട് എത്തിച്ചേരുന്നു. അതൊരു ബ്രെയിൻ വാഷ് ആകാം. രണ്ടു മേലാപ്പുള്ള വീടിന്റെ പൂമുഖവും അടുക്കളക്കെട്ടും തമ്മിൽ മുത്തശ്ശിയും തേവിടിപ്പണിക്കത്തിയും പോലെയുള്ള വ്യത്യാസമുണ്ട്. പൂമുഖത്തിന് ചിത്രവേലകളുണ്ടെങ്കിൽ അടുക്കളക്കെട്ട് ഏച്ചു കെട്ടിയതുപോലെ. വീടുപണി തീർന്നിട്ട് സംബന്ധം എളുപ്പമല്ലായെന്ന് തോന്നിയ വടക്കുനിന്നുള്ള തമ്പു

രാൻ മേലാവിൽ തറവാട് മുറ്റത്തേക്ക് എഴുന്നള്ളി വലിയ നിലവിളക്ക് കൊളുത്തിവെച്ച് വലിയ വലിയ വലിയ വലിയ മുത്തശ്ശിയ്ക്ക് പുടവ കൊടുത്തു. അതിനുശേഷം തച്ചനെ അവിടെ ആരും കണ്ടില്ല. കഥയിൽ ഒരു നീണ്ട കാലം തന്നെയുണ്ട്. മുത്തശ്ശിയുടെ കിടക്കറയുടെ തച്ചിന്മേൽ തച്ചൻ ഉളിരാകുന്നത് തുടരുന്നു. അടുക്കളക്കെട്ട് പണി തീർന്നിട്ടില്ല. ഇതിനിടയിൽ പല തലമുറകൾ കടന്നുപോകുന്നു. തലമുറകളിലെ പെൺകിടാങ്ങൾ പ്രായപൂർത്തിയാകുമ്പോൾ മച്ചിനു മുകളിൽ ഉളിയുടെ ശബ്ദം കേൾക്കുന്നു. തച്ചൻ പല സ്ഥലങ്ങളിലും പലരൂപങ്ങളിലും വന്നുകൊണ്ടിരിക്കുന്നു. ചന്ദനക്കട്ടിലിലെ മേലാപ്പിൽ താമര മൊട്ടുകൾ പലപ്പോഴും കൂമ്പി വിടരുന്നു. പിന്നീട് കൊട്ടിഘോഷവമായി അമേരിക്കൻ മലയാളി ത്തമ്പുരാൻ വരികയും തറവാട് മോഹന് നന്നേ പിടിക്കുകയും ചെയ്യുന്നു. അച്ഛൻ മോഹനോട് പറയുന്നു. 'ഞങ്ങൾക്ക് സന്തതിയെന്നാൽ മകളാണ്. നഗരത്തിൽ പോയി താമസിച്ചാലും അധികകാലമാകാതെ തിരിച്ചുവരേണ്ടിവരും. അതാണ് ഈ തറവാടിന്റെ പ്രത്യേകത.' മോഹന്റെ പ്രതികരണമാകട്ടെ, 'ലെറ്റസ് ചെയ്ഞ്ച് ഇറ്റ് ഇന്റു എ മോഡേൺ റിസോർട്ട്... എ ഹെറിറ്റേജ് റിസോർട്ട്' (1997, പുറം-22). തച്ചൻ ഈ വീടിന്റെ ഭാഗമാണെന്ന് മോഹന് മനസ്സിലാകുന്നില്ല. ഭാര്യയുടെ എതിർപ്പ് വകവയ്ക്കാതെ അമേരിക്കൻ പൗരത്വം സ്വീകരിച്ച് അവിടേക്ക് പോയ മോഹന്റെ കൂടെ പോകാൻ ഭാര്യ നിർബന്ധിതയാകുന്നു. 'ഡോണ്ട് ബി സില്ലി..... അവർ ചിൽഡ്രൻ വിൽ ബി സേവ്ഡ് ഫ്രം യുവർ ലെജൻഡറി കാർപ്പന്റർ.' (1997, പുറം-23). എന്നാൽ വർഷങ്ങൾക്കു ശേഷം അവരുടെ മകൾ പതിനഞ്ചുകാരി നിഷ, ആർട്ട്ഗ്യാലറി ഉണ്ടാക്കുന്നതിനെപ്പറ്റി പറയുന്നു. രണ്ടായിരം വർഷത്തെ പാരമ്പര്യത്തിന് തന്നെ തേടിവരാൻ പാസ്പോർട്ടോ വിസയോ ഒന്നും ആവശ്യമില്ലെന്ന് കഥാനായിക തിരിച്ചറിയുന്നു. വിദേശത്ത് പോയിട്ടും മുറ തെറ്റിക്കാതെ പാരമ്പര്യം തേടിയെത്തുന്നു.

പുരുഷാധിപത്യത്തിൽ അധിഷ്ഠിതമായ ജീവിതവ്യവഹാരങ്ങളെ എടുത്തുകാണിക്കുന്ന കഥയാണ് മീരയുടെ 'മച്ചകത്തെ തച്ചൻ'. മീരയുടെ ചെറുകഥകൾ ആഖ്യാനത്തിലും ഇതിവൃത്തത്തിലും അപൂർവ്വത പുലർത്തുന്നു. സ്ത്രീ അനുഭവിക്കുന്ന വ്യഥകൾ, ഒറ്റപ്പെടലുകൾ, പാരതന്ത്ര്യം എന്നിങ്ങനെ വിവിധങ്ങളായ ജീവിതാവസ്ഥകൾ കഥാകാരി ആവിഷ്കരിക്കുന്നു.

പ്രാദേശികരൂപകങ്ങളുടെയും നാടൻശൈലികളുടെയും പെരു

മഴക്കാലം മച്ചകത്തെ തച്ചൻ എന്ന കഥയിലുണ്ട്. രാത്രിയിലൊരു തട്ടും മുട്ടും, ചന്ദനത്തിരികളും നിലവിളക്കിലെ തിരിയും, മച്ചിൽ മുഴങ്ങുന്ന ഉളി ശബ്ദം, പ്രേതം കൂടിയ വീട്, ഇടിഞ്ഞ കയ്യാല, തറവാടിന്റെ ശാപം, ഞങ്ങളുടെ തലയിലെഴുത്ത്, ആരും വായിക്കാൻ മെനക്കെടാത്തത്, മെയ്യഴകുള്ള തച്ചൻ, ആട്ടുകട്ടിലും ഊഞ്ഞാലും, മേനാവിൽ തറവാട്ടുമുറ്റം, കാശിപ്പട്ടിന്റെ മിനുസവും തിളക്കവും, രണ്ടായിരം വർഷത്തെ പാരമ്പര്യം, ശരികളും തെറ്റുകളും, ഒറ്റക്കിളിവാതിലിന്റെ ഇരുവശത്തും കാണുന്ന വട്ടെഴുത്ത്, ഇവിടെയാണ് നമ്മുടെ വേരുകൾ, നമ്മൾ അതിന്റെ തുടർച്ചകൾ, വേരുകളിൽ പൊട്ടിക്കിളുർക്കുന്ന കുഞ്ഞുതൈകൾ, കടന്നുപോയ ഒരുപാട് ആത്മാക്കൾ, അഞ്ഞൂറു വർഷമായി തുടരുന്ന പണി, ഭൂമിയുടെ ഹൃദയത്തിലേക്ക് വളർന്നിറങ്ങിയ വലിയൊരു സിരാവ്യൂഹം, കേട്ടു മറന്ന ഒരു ശബ്ദം, എണ്ണമില്ലാത്ത ശില്പങ്ങൾ, കൈത്തഴക്കമുള്ള ഏതോ തച്ചൻ, ഓർക്കാപ്പുറത്ത് ഒരു വീതുളി വീഴുന്നു, ഹൃദയത്തിൽത്തന്നെ വീഴ്ത്തിയവൻ,നിന്റെ കൈക്കണക്കിന് സ്തുതി, ഇങ്ങനെ ഒരുപാട് പ്രാദേശികരൂപകങ്ങളുടെ സമൃദ്ധി മച്ചകത്തെ തച്ചൻ എന്ന കഥയിലുണ്ട്.

മനസ്സിനെ രസിപ്പിക്കുക എന്ന ധർമ്മം മാത്രമല്ല മിത്തുകൾക്കുള്ളത്. സമൂഹത്തിനുള്ള സന്ദേശം അതിലടങ്ങിയിട്ടുണ്ട്. സാംസ്കാരികപൈതൃകത്തിന്റെ സംപ്രേക്ഷണം മിത്തിന്റെ പ്രധാനധർമ്മങ്ങളിലൊന്നാണ്. (വിഷ്ണുനമ്പൂതിരി എം.വി നാടോടിവിജ്ഞാനീയം, (1997, 236). പാരമ്പര്യം രൂപപ്പെടുത്തുന്നതിൽ ജാതി സ്വാധീനം ചെലുത്തുന്നുണ്ട്. പാരമ്പര്യവും പൈതൃകവും തലമുറയിലൂടെ കൈമാറ്റം ചെയ്യപ്പെടുന്നു. മിത്തുകൾ മനുഷ്യനെ കൊല്ലുന്ന കാലത്താണ് നാമിന്ന് ജീവിക്കുന്നത്. പാരമ്പര്യം എന്ന മിത്ത് ചരിത്രത്തിൽ പുനർനിർമ്മിക്കപ്പെടുന്നതുപോലെ സാഹിത്യത്തിലും പുനർനിർമ്മിക്കപ്പെടുന്നുണ്ട്. ജനപ്രിയമായ സാഹിത്യരചനയിലൂടെ പാരമ്പര്യം എന്ന മിത്തിന് ലഭിച്ച സ്വീകരണവും സ്വീകാര്യതയും വലുതാണ്. ഈ മിത്തിന് ചില ഘടകങ്ങളിലൂടെ സ്ഥിരരൂപം ലഭിക്കുന്നുണ്ടെങ്കിലും വിപണിയുടെ സാധ്യതയും സാങ്കേതികതയുടെ വിശ്വാസവും മാറുന്നതനുസരിച്ച് പാരമ്പര്യമെന്ന മിത്തും മാറിവരാം.

കാലം മുന്നേറുമ്പോൾ മിത്തിനും മാറ്റം സംഭവിക്കാം. ധാരാളം മിത്തുകൾ പല സംസ്കാരങ്ങളിലുമുണ്ട്. മിത്തുകൾ ശാസ്ത്രസത്യങ്ങളല്ല. അവയ്ക്ക് യുക്തിയുണ്ട്. ദൈനംദിന ജീവിതത്തിലും

പുരാണങ്ങളിലും ധാരാളം മിത്തുകൾ കാണുവാൻ സാധിക്കും. അവയിൽ ഭാവനയുമുണ്ട്. സയൻസും ടെക്നോളജിയും വളരുന്നതു പോലെ മിത്തും ഭാവനയും അനുഷ്ഠാനവും ആചാരവും വളരുന്നു. കാലങ്ങൾ കഴിയുമ്പോൾ മിത്തുകൾ അധികാര വിശദീകരണമാകാം. നിഷ്കളങ്കമായ അന്വേഷണ കൗതുകത്തിൽ നിന്ന് മാറി അധികാരത്തിന്റെ ഉപകരണമായി മാറി വരാം.

പുരുഷനിർമ്മിതഭവനങ്ങളിലെ ആരും വായിച്ചെടുക്കാത്ത സ്ത്രൈണവികാരങ്ങൾ മീര ഈ കഥയിലൂടെ വിവരിക്കുന്നു. ഇവിടെ തച്ചനും അച്ഛനും തമ്മിൽ വ്യത്യാസമില്ല. പുരുഷാധിപത്യസങ്കല്പങ്ങളെ ഭാര്യയുടെയും മകളുടെയും മനസ്സിൽ രൂഢമൂലമാക്കുവാൻ ഇവർ ശ്രദ്ധിക്കുന്നു. കഥാനായികയും അച്ഛനും പാരമ്പര്യത്തിന്റെ പ്രതിരൂപമാണെങ്കിലും കഥാനായികയുടെ ഭർത്താവും അമ്മയും പരിഷ്കാരത്തിന്റെ സന്തതികളാണ്. സ്ത്രീയുടെ ഹൃദയത്തിൽ കൃത്യമായി പതിക്കാനുള്ള ഉളി ഏതൊരു പുരുഷനും സൂക്ഷിക്കുന്നു. അത് സ്ത്രീയുടെ ഉള്ളിൽ ഭയമായും കൗതുകമായും നിലനിൽക്കുന്നു. പാരമ്പര്യവും പൈതൃകവും അതിന്റെ ഓർമ്മകളും ഒരിക്കലും നമ്മെ വിട്ടുപോകുന്നില്ല. അത് എവിടെയാണെങ്കിലും നമ്മെ തേടിയെത്തുമെന്ന് കഥയിൽ നിന്നും നമുക്ക് വായിച്ചെടുക്കാം.

ഗ്രന്ഥസൂചി

1. മീര കെ.ആർ, കഥകൾ, കോട്ടയം: ഡി.സി. ബുക്സ്, 2014.
2. വിഷ്ണുനമ്പൂതിരി എം വി, നാടോടി വിജ്ഞാനീയം, കോട്ടയം: ഡി.സി.ബുക്സ്, 1997.

ഡോ. സിസ്റ്റർ മിനിമോൾ മാത്യു

അസോസിയേറ്റ് പ്രൊഫസർ, മലയാളവിഭാഗം, അൽഫോൻസാ കോളേജ്, പാലാ. 'മീനച്ചിൽ താലൂക്കിലെ ക്രിസ്ത്യൻ നാട്ടാചാരങ്ങളും അനുഷ്ഠാനങ്ങളും' എന്ന ഗ്രന്ഥം പ്രസിദ്ധീകരിച്ചിട്ടുണ്ട്. സിനിമയുടെ ലാവണ്യശാസ്ത്രം എന്ന കൃതിയുടെ എഡിറ്റർ ആണ്. ഇപ്പോൾ എം. ജി. യൂണിവേഴ്സിറ്റിയിൽ ഗവേഷണ മാർഗ്ഗദർശി.

ആവേ മരിയ: കനലിൽ വെന്ത ഉടലനുഭവങ്ങൾ

ഡോ. ജെൻസി കെ.എ.

കെ.ആർ മീരയുടെ ആവേ മരിയ എന്ന കഥ ഉടലനുഭവങ്ങളുടെ നെരിപ്പോടിൽ വായനക്കാരനെ വേവിച്ചെടുക്കുന്ന അപൂർവ്വ സഞ്ചാരമാണ്. ഒരുകാലത്തെ രാഷ്ട്രീയാനുഭവം, പെണ്ണനുഭവം, യാത്രാനുഭവം, സംഘർഷാത്മകമായ മനുഷ്യാനുഭവം ഇവയെല്ലാം സമ്മേളിച്ചിരിക്കുകയാണ് ഈ കഥയിൽ. കാലം, സ്ഥലം, ക്രിയ എന്നിവയിലൂടെ വിവിധ ജ്ഞാനമാതൃകകൾ സാമൂഹിക യാഥാർത്ഥ്യവുമായി ബന്ധപ്പെടുത്തി വിനിമയം ചെയ്തിരിക്കുകയാണിവിടെ. ഭയം എന്ന അടിസ്ഥാന വികാരം അനുവാചകരിൽ പകരുന്നുണ്ടെങ്കിലും കഥാപാത്രങ്ങളിൽ സന്നിവേശിപ്പിക്കാതെയാണ് അത് നിർവഹിക്കുന്നത് എന്ന അപൂർവതയും ഈ കഥയിൽ കാണാൻ കഴിയും.

ഇയെമ്മിനെ പിജി തള്ളിപ്പറഞ്ഞ ദിവസം മോസ്കോ ജംഗ്ഷനിൽ ബസ് ഇറങ്ങുന്നുന്ന ഇമ്മാനുവേലിന്റെ ചിത്രത്തോടെയാണ് കഥ ആരംഭിക്കുന്നത്. മദ്യപനായ ഇയാൾ വാതിൽ തള്ളിത്തുറന്ന് ഭീകരാന്തരീക്ഷം സൃഷ്ടിക്കുമ്പോൾ അറുപത്തഞ്ചും, അറുപത്തിനാലും വയസ്സുള്ള ചേച്ചിമാർ ഓടി ഒളിക്കുന്നതും ലൂർദ് എന്ന സഹോദരി തളർക്കിടപ്പിൽ മൂത്രമൊഴിക്കുന്നതും ദൃശ്യത്തിന്റെ കാഠിന്യം വർധിപ്പിക്കുന്നു. അമ്മ മറിയയെ കൊല്ലുമെന്ന ഭീഷണിയിൽ ഭീതിനിറയ്ക്കുന്ന മകനെയും പ്രത്യേകിച്ച് ഭാവവ്യത്യാസങ്ങൾ ഇല്ലാതെ ഇക്കാര്യങ്ങൾ വീക്ഷിക്കുന്ന അമ്മയെയും ഇവിടെ കാണുന്നുണ്ട്.

'അയാൾ എല്ലായിടത്തും തൊഴിക്കും. തടയുന്നതിനെ ചവിട്ടിഞെരിക്കും. പുലയാട്ടിക്കൊണ്ടിരിക്കും പിന്നീട് എപ്പോഴെങ്കിലും എടുത്തു പൊക്കും. കഷ്ടിച്ച് പത്ത്കിലോ. ഒമ്പത് കിലോ അസ്ഥി ഒരു കിലോ ഇറച്ചി, തോല്. എൺപത്തൊൻപത് വയസ്സ്. എല്ലാ

ത്തിന്റെയും സ്ഥിതി അതാണ്. പ്രായം കൂടുമ്പോൾ തൂക്കം കുറയും. അസ്ഥി മൂത്താൽ മാംസം തൂങ്ങും. പൂച്ച എലിയെ എന്നതു പോലെയിട്ട് കളിക്കും. എടുത്തെറിയും. ചവിട്ടി അരയ്ക്കും. ചവിട്ടിത്തൊഴിച്ച്, ഇടിച്ച്, എറിഞ്ഞ് ഇമ്മാനുവേൽ ക്ഷീണിക്കും.' ഇമ്മാനുവേലിന്റെ കിരാതവാഴ്ചയ്ക്ക് പ്രത്യുത്തരമായി കരച്ചിലോ ആധിയോ നെഞ്ചത്തടിയോ ഒന്നും നാം കേൾക്കുന്നില്ല. വന്നവഴിയിലൂടെ തലകുനിച്ചു നടന്നുപോകുന്ന അയാൾ അനുജത്തിമാരിലുണ്ടാക്കുന്ന പ്രതികരണം ഇത്രമാത്രം. 'ഓടിപ്പോയ അന്നാ തിരിച്ചുവരും. മേരി ഉച്ചത്തിൽ സ്തോത്രം സ്തോത്രം എന്ന് വിളിക്കും. ആശ്വാസത്തിൽ ലൂർദ്ദിനു വീണ്ടും മൂത്രം പോകും.'

ഈ ദൃശ്യബിംബത്തിലൂടെ ആഘാതത്തെ സാധാരണീകരിക്കുന്ന പ്രക്രിയയാണ് കഥയിൽ നടക്കുന്നത്. ആദ്യമായി സംഭവിക്കുന്ന പ്രക്രിയയാണല്ലോ എല്ലാവരിലും ആഘാതമായി നിൽക്കുക. സ്ഥിരമായി ഈ കാടത്തം അരങ്ങേറുന്നു എന്നതിന്റെ സൂചനയാകാം സഹോദരിമാരുടെ നിസ്സംഗമായ മടങ്ങി വരവിലൂടെ പ്രകടമാകുന്നത്. ദുഃഖത്തിന്റെ കനലെരിയുമ്പോൾ മറിയക്കുട്ടിക്ക് കൂട്ട് അവർ എക്കാലത്തും വിശ്വസിച്ച വിശ്വാസപ്രമാണം തന്നെ. ഇങ്കിലാ.... സിന്ദാബാ... അത് തന്നെ ചതിച്ചെന്ന് ഒരിക്കലും അവൾ വിശ്വസിക്കുന്നില്ല.

ഉടലറിവിന്റെ ലോകത്തേക്ക് അവൾ ചെറുപ്രായത്തിൽ തന്നെ എത്തിച്ചേർന്നു. ജന്മനാ ധിക്കാരിയായ ചോരക്കോടൻ, നാത്തൂൻ പോരും സഹിച്ചുകഴിയുന്ന മറിയക്കുട്ടിയെ പെണ്ണ്കണ്ടതും കട്ടിയുള്ള മൽമൽ തുണിയിൽ ഒരു നല്ല ചട്ട തയ്പിച്ച് പള്ളിയിൽകൊണ്ടുപോയി മിന്നുകെട്ടിയതും അവൾ ഇന്നലെ കഴിഞ്ഞുപോലെ ഓർത്തു. അയാൾ അവളെ 'കാന്താരിയിട്ട് ചീനി വേവിക്കാൻ പഠിപ്പിച്ചു. കുരുമുളകിട്ട് പോത്തുലർത്താൻ പഠിപ്പിച്ചു. ഇക്കിളിപ്പെടാനും ചിരിക്കാനും പഠിപ്പിച്ചു. ആണ്ടോടാണ്ട് കൊഴുത്ത് തടിച്ച പിള്ളേരെ പ്രസവിക്കാൻ പഠിപ്പിച്ചു. അന്ന, മേരി, മാഗ്ദലീൻ, മരിയ, ലൂർദ്ദ്.'

ഒരു നാടിന്റെ സംസ്കാരം കൂടി ഭാഷയിലൂടെ ഇണക്കി ചേർത്തിരിക്കുന്നുണ്ടിവിടെ. പെണ്ണിനെ മെരുക്കി എടുക്കുന്ന മാന്ത്രികതയുണ്ട് അതിൽ. കാന്താരിയിട്ട ചീനി അത്തരത്തിലൊരു നിർമതിയാണ്. ത്രസിപ്പിക്കുന്ന കാന്താരി തുളഞ്ഞുകയറുമ്പോൾ കപ്പ രുചികരമാകുന്നു എന്ന ഓർമ്മപ്പെടുത്തൽ. ഈ എരിക്കൂട്ട്തന്നെയാണ് കുരുമുളകിട്ട പോത്തിറച്ചിയുടെ ബിംബത്തിലും പ്രയോഗി

ക്കപ്പെടുന്നത്. കാന്താരിപ്പെണ്ണ്, പോത്തുപോലെ വളർന്നില്ലേ തുടങ്ങിയ നാടൻ ബിംബങ്ങൾ സ്ത്രീപുരുഷസൂചകങ്ങളായി ഇവിടെ കടന്നുവരുന്നുണ്ട്. രതികല്പനയിൽ കൊഴുത്തുതടിച്ച പിള്ളേരെ പ്രസവിച്ച് കൂട്ടുന്ന മറിയ ബൈബിളിലെ 'ഭൂമിയിലെ മണൽത്തരി' പോലെ നീളേണ്ട വംശാവലിയുടെ ബാക്കിപത്രം തന്നെ.

ഭർത്താവിന്റെ സ്നേഹ വിളികളെ നൊവേനയായിട്ടാണ് കഥയിൽ ഉറപ്പിക്കുന്നത്.

അയാൾക്ക് അവൾ 'തങ്കക്കൊടവും മധുരക്കാന്താരിയും പാനപാത്രവും പരിശുദ്ധമാതാവു'മാണ്. കുടിച്ചാൽ ലഹരിയും കടിച്ചാൽ കാന്താരിയും ആയ അവളെ പരിശുദ്ധമാതാവായി കാണുന്നിടത്ത് ബലഹീനതയുടെ മുറതെറ്റലുകൾ ദിവ്യഗർഭം ചുമത്തുന്ന അവസ്ഥയിലേക്ക് കഥ വീഴുമെന്ന ധ്വനി വിന്യസിക്കുന്നു. മലയോരജീവിതത്തിന്റെ കഷ്ടപ്പാടും നിലവിളികളുമാണ് ക്രിസ്തുമതത്തിലേക്ക് ആദ്യകാലത്തു ജനങ്ങളെ ആകർഷിച്ചത്. ദുഃഖദുരിതങ്ങളുടെ കയങ്ങളിൽ അവർക്ക് പ്രത്യാശ നശിച്ചപ്പോഴാകാം സോഷ്യലിസത്തിലേക്കും കമ്മ്യൂണിസത്തിലേക്കും ജനങ്ങൾ പലായനം ചെയ്തത്. വ്യത്യസ്ത പ്രത്യയശാസ്ത്രങ്ങളുടെ സംഘർഷ ഭൂമികയാക്കി മനുഷ്യനെ മാറ്റിയതൊഴികെ മറ്റു നന്മകളൊന്നും അവരെ തേടിയെത്തുന്നില്ല. അന്നയുടെ സ്ലേറ്റിൽ പതിയുന്ന അരിവാളിന്റെ പടം, മാഗിപ്പെണ്ണ് കൂട്ടിപ്പറഞ്ഞ ഇങ്കിലാ... സിന്ദാബാ എല്ലാം നല്ല കാലത്തിലേക്കുള്ള നടപ്പാത അടുത്ത തലമുറയെങ്കിലും അറിയും എന്ന പ്രതീക്ഷയാണ് മുന്നോട്ടുവയ്ക്കുന്നത്.

'ആരെയാന്നാ വിളിച്ച് ചൊല്ലുന്നത്? നല്ല കാലത്തെ, ഒരു നല്ല കാലം. ആരും പട്ടിണി കിടക്കാത്ത ഒരു കാലം. ആരും സങ്കടപ്പെടാത്ത കാലം.' അതുമാത്രമാണ് ചോരക്കോടന്റെ സ്വപ്നം. എന്നാൽ ഇമ്മാനുവേലിന്റെ പെലയാട്ടുവർത്തമാനത്തിലൂടെയാണ് ആ സ്വപ്നം എത്രമേൽ പൊളിഞ്ഞുപോയി എന്ന് വായനക്കാർ ഗ്രഹിക്കുക. പന്നികളെപ്പോലെ പെറ്റുകൂട്ടിയ അമ്മ മറിയയെ അവൻ പ്രാകുന്നു. മക്കളെ കൊന്ന് കഷ്ണം കഷ്ണമായി കുരുമുളകിട്ട് ഉലർത്താമായിരുന്നില്ലേ എന്ന ചോദ്യത്തെ മറിയ നിശബ്ദത കൊണ്ട് നേരിടുന്നു. തന്റെ ജീവിതത്തിന്റെ നന്മകൾ വന്നുചേരേണ്ടിയിരുന്ന ഇടം മക്കളുടെ ജീവിതമാണെന്നാണല്ലോ പറയുക. ഇവിടെ മദ്യപനായ മകൻ ഇമ്മാനുവേലിന് കൂട്ട് മൂത്തുനരച്ച് അഞ്ചുരൂപ വിലയില്ലാതെ വിവാഹം പോലും കഴിക്കാൻ കഴിയാതെ നരകിക്കുന്ന പെങ്ങന്മാരാണ്. വൃക്കരോഗിയായ അന്നയും, മനോരോഗി

യായ മേരിയും, കിടപ്പുരോഗിയായ ലൂർദ്ദും ചേർന്നതാണയാളുടെ ലോകം. മെഴുക്കുപിടിച്ച കണ്ണുകളുമായി മറിയ ഭൂതകാലത്തിൽ പരതുകയാണപ്പോൾ.

പലായനത്തിന്റെ ആരംഭത്തിൽ പൊടിക്കുഞ്ഞുങ്ങളുമായി അവൾ ആഞ്ഞു നടന്നതാണ്. ചോരക്കോടിന്റെ തലയ്ക്ക് ആയിരം രൂപ ഇനാം പറഞ്ഞിരിക്കുന്നു. വിശപ്പും ദാഹവും ക്ഷീണവും തളർത്തിയ ആ കുടുംബം ഒരു തെങ്ങിൻ ചോട്ടിൽ വെച്ച് കഞ്ഞി കുടിച്ച് അവിടെത്തന്നെ ബോധംകെട്ടു ഉറങ്ങുകയാണ്. ഉറങ്ങിയ കുഞ്ഞുങ്ങളെ അവിടെയുപേക്ഷിച്ച് നല്ലകാലം വരാനായി അവൾക്കവിടെ നിന്ന് മാറേണ്ടി വന്നു. ഇങ്കിലാ സിന്ദാബാദ് എന്ന് വിളിച്ച് ധൈര്യം സംഭരിച്ചവൾ നടന്നു. ഒളിത്താമസം, കരഞ്ഞു കരഞ്ഞ് തളർന്ന മറിയക്കുട്ടി. കരഞ്ഞു തളർന്ന മരിയക്കൊച്ചിനെ പിടിച്ച് കെണിയാക്കി പോലീസ് ചോരക്കോടനായ് കാത്തിരുന്നു. പോലീസിന്റെ കണ്ണുവെട്ടിച്ച് മകളെ വാരിയെടുത്ത് ഓടിയെത്തിയ അപ്പൻ..... തിരി മിന്നുന്നതുപോലെ ഒന്ന് കണ്ണു തുറന്നിട്ട് അവൾ ആ മലമുകളിൽ മരിച്ചുവീണു. അവിടെത്തന്നെ അടക്കി. ബൈബിളിലെ മറിയയുടെ ബിംബത്തോട് മറിയക്കുട്ടി അന്വയിക്കപ്പെട്ടു. ഗാഗുൽത്താ മലമുകളിൽ തന്റെ മൃതപ്രായനായ മകനെ നോക്കി നെടുവീർപ്പിട്ട മറിയം. അവിടെവെച്ച് തന്റെ ഓമന മകന്റെ മരിച്ച മുഖം കാണേണ്ടിവന്നവൾ. പരിശുദ്ധ കന്യകാമറിയം, ഇവിടെ ആ മറിയം പുനർജനിക്കുന്നു.

ചോരക്കോടനെ പോലീസ് പിടിച്ചപ്പോൾ മറിയ തിരിച്ച് നാട്ടിലെത്തി. അവിടെ വീടിരുന്നസ്ഥലത്ത് കൂരയോ ചുമരോ വാതിലോ ഇല്ല. ആറ് പോലീസുകാരെ കൊന്ന ചോരക്കോടന്റെ ഭാര്യ മാത്രം. വെള്ളം പോലും കിട്ടാതെ, സഹായം കിട്ടാതെ നരകിച്ച അവൾക്ക് ഊഴമിട്ട് വന്ന പോലീസുകാരുടെ മാനഭംഗശ്രമങ്ങൾക്ക് ഇരയാകേണ്ടി വന്നു. അവരുടെ പരാക്രമണങ്ങളിൽപ്പെട്ട് വലിച്ചെറിയപ്പെട്ട കൊച്ച് ലൂർദ്ദ് അര തളർന്ന് കട്ടിലിൽ കിടന്നു. അവിഹിതമായി ലഭിച്ച കണക്കിൽ ഇമ്മാനുവേൽ ഭൂജാതനായി. തന്തയില്ലാതെ പ്രസവിച്ച കുട്ടി. ആളുകൾ കളിയാക്കി... പരിശുദ്ധാത്മാവിനാൽ ഗർഭിണിയായ മറിയത്തിന്റെ നേരനുഭവം തന്നെ. കമ്മ്യൂണിസ്റ്റ് ഗർഭം എന്ന് അവഹേളിക്കപ്പെട്ട നേരത്ത് ഓലമലയ്ക്കുള്ളിൽ കന്യക പ്രസവിച്ചു. ഇമ്മാനുവേൽ എന്ന് പേരുമിട്ടു. ദൈവം നമ്മോടു കൂടെ എന്ന പ്രതീക്ഷയാണല്ലോ ആ വാക്കിലും നിഴലിക്കുന്നത്. കാലിത്തൊഴുത്തിൽ അപ്പനില്ലാതെ പിറന്ന മകന് ബൈ

ബിളിൽ മറിയം നൽകിയ പേര് തന്നെ.

കൈവിട്ട മക്കളെ തേടിയലഞ്ഞ അവൾക്ക് അന്നയെ ആലപ്പുഴയിൽ നിന്നും മേരിയെ അമ്പലപ്പുഴയിൽ നിന്നും കിട്ടി. മാഗിയെ കിട്ടിയില്ല. മാഗിയും മരിയയും ഇമ്മാനുവേലും മറിയയുടെ ഹൃദയരക്തം ഊറ്റിക്കുടിച്ചു.

നെഞ്ചുവിരിച്ച് അകത്തുപോയ ചോരക്കോടൻ മുതുകുവളഞ്ഞ് പുറത്തുവന്നു. അവർ പരസ്പരം നോക്കി. അന്ന് അയാൾ അവളെ ഒന്നും വിളിച്ചില്ല. ചുണ്ടുകളിൽ എന്റെ മറിയക്കുട്ടി, എന്റെ വീഞ്ഞിൻ കുടമേ, എന്റെ പാനപാത്രമേ എന്നെല്ലാം ഉള്ള വിളികൾ ഒളിഞ്ഞു കിടന്നു. അവൾ പെറ്റകുഞ്ഞിനെ അയാൾ ഏറ്റുവാങ്ങി മാറോടു ചേർത്തു. പൊട്ടിക്കരഞ്ഞു. ഇങ്കിലാ ...സിന്ദാബാദ് എന്ന് അമർത്തി വിളിച്ചു. വിശുദ്ധ ഗ്രന്ഥത്തിലെ യൗസേപ്പിതാവിന്റെ രൂപഭാവങ്ങൾ, ക്ഷമ, നിസ്സംഗത എല്ലാം ചോരക്കോടനിൽ കാണാം. തന്റേതല്ലാത്ത പുത്രനെ ഏറ്റുവാങ്ങുന്ന പിതാവിന്റെ ശൂന്യത.

ഇമ്മാനുവേലിനെക്കൊണ്ട് സഖാവേ എന്നാണ് അയാൾ വിളിപ്പിച്ചത്. ആളുകളുടെ ചോദ്യങ്ങൾക്ക് മുന്നിൽ ഇമ്മാനുവേൽ വളരുകയും ചോരക്കോടൻ തളരുകയും ചെയ്തു. യേശുവിന് വഴിയൊരുക്കാൻ വന്ന സ്നാപകയോഹന്നാൻ മാത്രമാകുന്നു അപ്പോൾ ചോരക്കോടൻ. താൻ വിശ്വസിച്ച പാർട്ടി പിളർന്നപ്പോൾ ചോരക്കോടൻ തളർന്നു. അയാൾ കുപ്പിയുമായി വീട്ടിൽ വന്ന് 'വീഞ്ഞിൻ കുടമേ' എന്ന് മറിയക്കുട്ടിയെ വിളിച്ചു. ചീനി വേവിച്ചതിൽ കാന്താരികൂട്ടി ചതച്ചതിൽ എണ്ണ ഇറ്റിച്ചാണയാൾ കഴിക്കുന്നത്. ഇന്ന് കാന്താരിയുടെ എരിവ് കുറഞ്ഞിരിക്കുന്നു എന്ന സൂചന കൂടിയാണിത്. 'ഒരിക്കൽ കൂടി മക്കളെ ചുറ്റുമിരുത്തി. ഒരിക്കൽ കൂടി എല്ലാവരെയും ലാളിച്ചു. ഒരിക്കൽ കൂടി മറിയക്കുട്ടിയെ ഉമ്മ വച്ചു. പിറ്റേന്ന് രാവിലെ കടവായിൽ നിന്ന് ചോരയൊഴുകി മരിച്ചു.'

ചോരക്കോടൻ ചോരയൊഴുകി മരിച്ചു. ചോര ചിന്താൻ തയ്യാറായവൻ ചോരയറ്റ് മരിച്ചുകിടന്നു. അയാൾ സ്വയം തോൽവി ഏറ്റുവാങ്ങി. തന്റേതു മാത്രമായ സ്വകാര്യ സുഖങ്ങളെ നഷ്ടപ്പെടുത്തിയതോർത്ത് അയാൾ വിങ്ങുന്നുണ്ടായിരിക്കാം. തന്റെ നഷ്ടബോധങ്ങളിൽ ഒരു കാലഘട്ടത്തിന്റെ വിശ്വാസപ്രമാണങ്ങളുടെ തോൽവികൂടി എഴുതി ചേർത്താണ് അയാൾ മടങ്ങുന്നത്. ചോരക്കോടന്റെ കുപ്പിയിലെ അവശിഷ്ടം നുണഞ്ഞ് ഇമ്മാനുവേൽ വളർന്നു. താൻ സ്നേഹിച്ച പെൺകുട്ടി തിരസ്കരിച്ചപ്പോൾ ആയാൾ വേശ്യാസ്ത്രീകൾക്കായ് ഇറങ്ങി. എന്നാൽ ഓരോരുത്തരും വസ്

ത്രമഴിച്ചപ്പോൾ ചോരയിൽ മുങ്ങിയ അമ്മച്ചിയെ അയാൾ കണ്ടു. തിരിച്ചുനടന്ന അയാൾ മറിയയെ തല്ലി. കുടിക്കുമ്പോൾ മറിയ അയാൾക്ക് മീനും, പച്ചമുളകും മാമ്പഴവുമെല്ലാം കഴിക്കാൻ നൽകും. പത്തൊൻപതു വയസ്സും പത്ത് കിലോ മാംസവുമുള്ള മറിയക്കുട്ടി അവനായി കൂട്ടിരുന്നു. യേശുവിനായി കാത്തിരുന്ന മറിയയെയാണ് കാഥിക ഇവിടെ ചേർത്തുവയ്ക്കുന്നത്.

ഉപസംഹാരം

നിലവിളികളുടെ ഉമ്മാപർവ്വമാണ് ആവേ മരിയ എന്ന കഥ. മാതൃസ്തുതിയാണ് ആവേ മരിയ എന്ന പദത്തിലൂടെ സൂചിതമാകുന്നത്. ഇവിടെ കനലും കനിവും താണ്ടിയ മറിയക്കുട്ടി എന്ന സ്ത്രീയുടെ ജീവിതത്തിന്റെ നീറുന്ന ചിത്രമായി അത് പരിണമിച്ചിരിക്കുന്നു. ജീവിത നൈരാശ്യത്തിലേക്ക് പോകാൻ തയ്യാറില്ലാത്ത പ്രത്യാശയുടെ പകൽ കൂടിയാണവർ. ശരീരവും മനസ്സും ശിഥിലമായ അവർ എല്ലാ സഹനങ്ങളോടും മൗനമായി പ്രത്യുത്തരിച്ച ബൈബിളിലെ മറിയയുടെ പ്രതീകമാണ്. എല്ലാം ഹൃദയത്തിൽ സംഗ്രഹിക്കാൻ പഠിച്ചവൾ. മക്കളുടെ വേർപാടിലും വേദനയിലും മനംനൊന്ത് കഴിഞ്ഞവൾ. വ്യാകുലവാളാൽ പിളർക്കപ്പെട്ടെങ്കിലും എനിക്ക് ലഭിച്ച ജീവിതത്തെ ഇടിവാളുപോലെ ആശ്ലേഷിച്ചവൾ. സ്ത്രീകളിൽ ഭാഗ്യവതിയായ ബൈബിളിലെ മറിയവും നല്ലകാലം കാത്തിരിക്കുന്ന മറിയക്കുട്ടിയും ഇടയുകയും പിരിയുകയും ചെയ്യുന്നുണ്ടീക്കഥയിൽ.

ഒരു ജന്മത്തിലെ കഷ്ടപ്പാടും ദുരിതങ്ങളും അടുത്ത തലമുറയ്ക്ക് വിലയില്ലാത്തതാവാം എന്ന, കാഴ്ചപ്പാടും ഇവിടെ തെളിഞ്ഞുവരുന്നു.താൻ ഉൾക്കൊണ്ട ജീവിത ക്ലേശങ്ങൾ എല്ലാം നിരർത്ഥകമാണെന്ന് ഇമ്മാനുവേലിന്റെ വാക്കുകളിലൂടെ മനസ്സിലാക്കുന്ന മറിയക്കുട്ടി അക്ഷോഭ്യയായി പെരുമാറുന്നതിന്റെ മറുവശവും അതാണ്. അവൾക്ക് ഇമ്മാനുവേലിന്റെ മദ്യപാനമല്ല ദുരന്തം സ്വന്തം ജീവിതം തന്നെയാണ്. അവസാനത്തെ തിരിവെട്ടത്തിനുവേണ്ടി മരിച്ചുപോയവന്റെ കല്ലറയിലേക്ക് നോക്കി പ്രത്യാശപ്പെടുന്ന മറ്റൊരു മറിയയായി അവൾ പരകായപ്രവേശം ചെയ്യുകയാണ്. തന്റെ വിശ്വാസപ്രമാണങ്ങൾ ഒന്നും തോൽക്കില്ല എന്ന് ശുഭാപ്തി വിശ്വാസത്തിൽ ഉത്ഥാനം ചെയ്യാൻ ഇഷ്ടപ്പെടുന്നവളായി മറിയക്കുട്ടി മാറുന്നു.

സഹായകഗ്രന്ഥം

1. കഥകൾ, കെ.ആർ മീര., ഡി.സി. ബുക്ക്സ്, കോട്ടയം. 2015. പുറം. 142, 143, 146.

ഡോ. ജെൻസി കെ. എ.

ഇരിങ്ങാലക്കുട സെന്റ് ജോസഫ്സ് കോളേജിൽ മലയാളവിഭാഗം മേധാവി. എഴുത്തിന്റെ ഭിന്നമുഖങ്ങൾ പി.കെ. ബാലകൃഷ്ണനിൽ എന്ന വിഷയത്തിൽ ജൂനിയർ റിസർച്ച് ഫെല്ലോഷിപ്പോടെ മഹാത്മാഗാന്ധി സർവ്വകലാശാലയിൽ നിന്നും പിഎച്ച്ഡി ബിരുദം നേടി. കേരള സാഹിത്യ അക്കാഡമിയുടെ 2006-ലെ സി.ബി. കുമാർ പ്രബന്ധ സമ്മാനവും 2008-ലെ തുഞ്ചൻ പ്രബന്ധ അവാർഡും നേടിയിട്ടുണ്ട്. മലയാളസാഹിത്യവും സംവേദനത്വവും, കവിതയും കലാനുഭൂതിയും എന്നീ നിരൂപണസമാഹാരങ്ങൾ പ്രസിദ്ധീകരിച്ചിട്ടുണ്ട്. മഴ പൊഴിഞ്ഞ വഴികൾ, കെ.ജി.എസ്. കവിത: പാഠങ്ങൾ പാഠഭേദങ്ങൾ, പുതുസാഹിത്യ സിദ്ധാന്തങ്ങളും പ്രയോഗമാതൃകകളും എന്നീ നിരൂപണഗ്രന്ഥങ്ങൾ എഡിറ്റു ചെയ്തു. ഇപ്പോൾ കാലിക്കറ്റ് യൂണിവേഴ്സിറ്റിയിൽ ഗവേഷണ മാർഗ്ഗദർശിയാണ്.

○○

മാധ്യമധർമ്മൻ: സത്യാനന്തരകാലത്തിന്റെ വർത്തമാനപ്ര(തി)കരണങ്ങൾ

ഡോ. വി. അനീഷ്കുമാർ

പുനരന്വേഷണങ്ങളുടെയും പുനർവ്യാഖ്യാനങ്ങളുടെയും പുനർ നിർമ്മിതികളുടെയും ആഖ്യാനരാഷ്ട്രീയത്തെ പ്രശ്നവൽക്കരിച്ചു കൊണ്ടാണ് ആധുനികകഥകൾ മുന്നേറിയത്. നവദർശനങ്ങളുടെ മിഴിവും സൈദ്ധാന്തിക ഉന്നതികളുടെ ഓജസ്സും ജീവിതയാഥാർത്ഥ്യങ്ങളുടെ ഗാംഭീര്യവും അവയുടെ ഭാവപകർച്ചയിൽ ഉൾച്ചേർന്നിരിക്കുന്നു. അതിനാൽതന്നെ തീവ്രമായ അനുഭവാഖ്യാനങ്ങളുടെ ഭിന്നസ്വരങ്ങളെ സ്വാംശീകരിച്ചും അപനിർമ്മിച്ചും കഥയുടെ ആഖ്യാനരൂപത്തെ ആധുനിക എഴുത്തുകാർ കൂടുതൽ വിസ്തൃതമാക്കി. ശൈലിബന്ധവും സുസജ്ജവുമായ ആഖ്യാനപ്പൊരുത്തങ്ങളെയെല്ലാം വിസ്മരിച്ചുകൊണ്ടാണ് പ്രകടമായതും നിലകൊള്ളുന്നതുമായ പ്രതിനിധാനരാഷ്ട്രീയത്തെ ആധുനിക'ഥ' ജനകീയമാക്കിയത്. കഥ എന്ന മൂലസങ്കൽപ്പത്തിൽനിന്നും ചെറുകഥയെന്ന ഭാവരൂപത്തിലേക്കുള്ള തിരോധാനമെന്നത് മനുഷ്യജീവിതത്തിന്റെ ഭാഗധേയങ്ങളെയാണ് ലക്ഷ്യം വെച്ചത്. ലോകത്തിന്റെ ക്രമികമായ മുന്നേറ്റങ്ങളിൽനിന്ന് പാർശ്വവൽക്കരിക്കപ്പെട്ടപോയ അനേകം മനുഷ്യരുടെ ജീവിതബോധ്യങ്ങളെയാണ് ആധുനിക'ഥ' പ്രതിനിധീകരിച്ചത്.

2. മലയാള ചെറുകഥാസാഹിത്യത്തിലെ ഭാവുകത്വ പരിണാമഘട്ടങ്ങളിലെ സുപ്രധാനമായ കണ്ണിയെന്നത് അതു ഉള്ളടക്കം ചെയ്ത അന്വേഷണാത്മക ജീവിതപരിക്രമണം തന്നെയാണ്. ആദ്യകാല ചെറുകഥകൾ മുതൽക്കുള്ള ആഖ്യാനഗതികൾ അതു ശരിവയ്ക്കുന്നുമുണ്ട്. സാഹസികത, കുറ്റാന്വേഷണം, ഹാസ്യവത്കരണം, അതികഥ, പത്രഭാഷ(ണം), എന്നിങ്ങനെയുള്ള പുനഃരാഖ്യാനഗ

തി കൂടിയായി ചെറുകഥകൾ വഴിമറുന്നുണ്ട്. ധ്വന്യാത്മകത, മിത്തുകൾ, ബിംബകല്പനകൾ, ഫാന്റസി എന്നിവയോടുള്ള അമിത ആഭിമുഖ്യ പ്രകടനം ഇതിനു തെളിവാണ്. സാഹിത്യ-സാംസ്കാരിക പ്രവർത്തനങ്ങളും, ജനപ്രിയമായി മുന്നേറിയ സാഹിത്യവായനകളും, ജീവിത ബോധ്യങ്ങളെ മുൻനിർത്തിയുള്ള ആസ്വാദന സമീകരണങ്ങളും അപരിഹാര്യമായ സാമൂഹിക വ്യവഹാരക്രമങ്ങളെ തിരിച്ചറിഞ്ഞത് ഇത്തരം സങ്കല്പങ്ങളിലൂടെയാണ്. ഓരോ കാലഘട്ടത്തിന്റെ സാമൂഹികപ്രതിബദ്ധതയെയും മൂല്യാഭിരുചികളെയും വിമർശനസ്വരങ്ങളെയും ചൂഴ്ന്നുനിൽക്കുന്ന ആഖ്യാനഗതി എന്നത് ബഹുസ്വരമായ വായനയെയാണ് പ്രോത്സാഹിപ്പിച്ചത്. പത്രപ്രവർത്തന രാഷ്ട്രീയവ്യവഹാരത്തെയും, അതിന്റെ ആഖ്യാനഭാഷ(ണ) പ്ര(തി)കരണങ്ങളെയും ഉൾക്കൊണ്ടും പ്രശ്നവത്കരിച്ചുമാണ് മലയാള(ചെറു)കഥകൾ പരിണാമ- പരിമാണങ്ങൾക്ക് വിധേയമായത്. വൈദേശിക പ്രഭാവത്തിന്റെ ഉൾക്കരുത്തും, തദ്ദേശിയ സ്മൃതിസങ്കല്പങ്ങളുടെ മെയ്ക്കരുത്തും, ജീവിതാനുഭവങ്ങളുടെ ശ്വാസോച്ഛ്വാസവും ചെറുകഥാസാഹിത്യത്തിന്റെ ഭാവുകത്വത്തെ സ്വാംശീകരിച്ച പ്രതിഭാസങ്ങളാണ്.

3. വർത്തമാനപത്രങ്ങളും പത്രഭാഷാസ്വാധീനതയും അന്വേഷണാത്മക വാർത്താവതരണരീതിയും ആദ്യകാല മലയാളചെറുകഥകളെ ചടുലവും ഊർജ്ജസ്വലവുമാക്കി. വർണ്ണാശ്രമധർമ്മത്തിൽ വാഴുന്നവരും സനാതനബോധ്യങ്ങളെ വാഴ്ത്തുന്നവരും വരേണ്യതയെ ആലിംഗനം ചെയ്യുന്നവരും ചെയ്യുന്നവരും ജനാധിപത്യ രാഷ്ട്രീയഭൂപടത്തിൽ ഫ്യൂഡൽ മനോഭാവം കൈവെടിഞ്ഞ് സമീകരണം നേടുന്ന കാഴ്ചയാണ് ആദ്യകാല ചെറുകഥകളുടെ പൊതുമണ്ഡലം. അക്കാലത്തെ വായനയുടെ ജനകീയത അതിന് മികച്ച ഉദാഹരണമാണ്. തടസ്സങ്ങൾ ഇല്ലാതെ അനർഗളമായി ഒഴുകുന്ന പത്രഭാഷയുടെ സ്വാധീനം ആദ്യകാല മലയാള ചെറുകഥയുടെ ഭാവുകത്വത്തിൽനിന്ന് അടർത്തി മാറ്റാനാകില്ല. ജനകീയവും സ്വകീയവുമായ ഒരു ദേശത്തിന്റെ ചിന്തോദ്ദീപകമായ മുന്നേറ്റം പത്രവായനയിലും അതിലൂടെയുള്ള സാഹിത്യപുരോഗതിയുടെയും ഭാഗമായി പരിണമിച്ച കാലഘട്ടം കൂടിയായിരുന്നു അത്. മറ്റെല്ലാ സാഹിത്യരൂപങ്ങളെക്കാളും ചെറുകഥയുടെ ആഖ്യാന രാഷ്ട്രീയത്തിലാണ് അതു കൂടുതലായി പ്രതിഫലിച്ചത്. ചെറുകഥകളുടെ ആഖ്യാനരാഷ്ട്രീയം തന്നെ പത്രപ്രവർത്തനത്തിന്റെ പിൽക്കാല സൂചകങ്ങളായി മാറുന്ന കാഴ്ച വായനയുടെ സൂക്ഷ്മാവലോകന

ത്തെ ബോധ്യപ്പെടുത്തുന്നു.

4. വൈദേശികരെ സംബന്ധിച്ചിടത്തോളം കേരളത്തിന്റെ ദേശീയഭൂമിയിൽ അടയാളപ്പെടുത്തപ്പെട്ട ഫ്യൂഡൽചിന്തകൾക്ക് സമാനമായ അധികാരരാഷ്ട്രീയം തന്നെയാണ് അവർ പങ്കുവെച്ചത്. ആദ്യത്തെ എസ്റ്റേറ്റ് (ഭൗതിക സമ്പത്ത്) പുരോഹിതരും, രണ്ടാമത്തെ എസ്റ്റേറ്റ് പ്രഭുക്കന്മാരും മൂന്നാമത്തെ എസ്റ്റേറ്റ് സാധാരണക്കാരും ബൂർഷ്വാസികളുമായിരുന്നു കയ്യാളിയിരുന്നത്. നാലാം എസ്റ്റേറ്റാണ് പ്രസ്സ് അഥവാ മാധ്യമങ്ങൾ. അതു 1837-ൽ സ്ഥാപിതമായി എന്നാണ് ചരിത്രം.1800 കളുടെ ആരംഭം മുതൽ മധ്യകാലം വരെയാണ് പ്രസ്സുകൾ ഭരണമേൽക്കോയ്മ നേടിയെടുത്തത്. ഫോർത്ത് എസ്റ്റേറ്റ് എന്നത് ഒരു സമൂഹ- അധികാരം- രാഷ്ട്രീയ സമീകരണ സ്ഥാപനമാണ്. എങ്കിലും അതിന്റെ സ്വാധീനം ഔദ്യോഗികമായി അംഗീകരിക്കപ്പെട്ടിട്ടില്ല. ഇത് സാധാരണയായി വാർത്താമാധ്യമങ്ങൾ, പ്രത്യേകിച്ച് അച്ചടി (പത്രപ്രവർത്തനം) എന്നതിനെയാണ് പ്രതിനിധാനം ചെയ്യുന്നത്. കാലാന്തരത്തിൽ വർത്തമാന ജനാധിപത്യത്തിന്റെ നാല് അധികാര തൂണുകളായ രജിസ്ലേച്ചർ, എക്സിക്യൂട്ടീവ്, ജുഡീഷ്യറി, മാധ്യമങ്ങൾ എന്നീ നിലകളിലേക്ക് പരാവർത്തനം ചെയ്യപ്പെട്ടു. ഓരോ സ്തംഭവും അതിന്റെ പരിധികളിൽനിന്നും പരിമിതികളിൽനിന്നുകൊണ്ടാണ് സ്വാതന്ത്ര്യമായി പ്രതിപ്രവർത്തിക്കുന്നത്.

5. ജനാധിപത്യത്തിന്റെ ശക്തി ഓരോ തൂണിന്റെയും ബലത്തെയും, തൂണുകൾ പരസ്പരം പൂരകമാകുന്ന ജനകീയ നിലപാടുകളെയും ആശ്രയിച്ചിരിക്കുന്നത്. സവിശേഷമായ വർത്തമാനം വാർത്തയാകുന്ന നാലാമത്തെ എസ്റ്റേറ്റാണ് പ്രസ്സ്. (ഈയൊരു സവിശേഷ വർത്തമാന രാഷ്ട്രീയത്തിന്റെ ഉള്ളെഴുത്തുകൾ ആദ്യകാല മലയാള ചെറുകഥയുടെ സ്വാധീനതാപാഠങ്ങളിൽ തെളിഞ്ഞു കാണാം) ഫോർത്ത് എസ്റ്റേറ്റ് എന്ന പദത്തിന്റെ ഉത്ഭവം ബ്രിട്ടീഷ് രാഷ്ട്രീയ ചിന്തകനായ എഡ്മണ്ട് ബർക്കിന്റെ പേരിലാണ് അറിയപ്പെടുന്നത്. 'ചരിത്രത്തിലെ വീരന്മാരും ഹീറോ ആരാധനയും' എന്ന ഗ്രന്ഥത്തിൽ തോമസ് കാർലൈൽ ബർക്കിന്റെ പ്രസ്താവന ഇതു ശരിവെക്കുന്നുണ്ട്. പാർലമെന്റിൽ മൂന്ന് എസ്റ്റേറ്റുകളാണ് ഉള്ളത്. എന്നാൽ അതിനടുത്തുള്ള റിപ്പോർട്ടേഴ്സ് ഗ്യാലറിയിൽ അവയെക്കാൾ പ്രാധാന്യമുള്ളതും എന്തിനെയും ചോദ്യംചെയ്യാൻ പ്രാപ്തവുമായ നാലാമത്തെ എസ്റ്റേറ്റായ പത്ര-മാധ്യമപ്രവർത്തനം നിലകൊള്ളുന്നുവെന്ന് അദ്ദേഹം അഭിപ്രായപ്പെന്നു. 'ലോക

ത്തെ മാറ്റുകയാണ് നിങ്ങളുടെ ലക്ഷ്യമെങ്കിൽ പത്രപ്രവർത്തനം ഉടനടിയുള്ള ഹ്രസ്വകാല ആയുധമാണ്'എന്ന ടോം സ്റ്റോഫോർഡിന്റെ നിരീക്ഷണം ഈയർത്ഥത്തിലാണ് നോക്കിക്കാണേണ്ടത്.

6. മലയാളചെറുകഥയും പത്രപ്രവർത്തനബന്ധവും ഇഴപിരിച്ചെടുക്കാനാവാത്ത ആഖ്യാനരാഷ്ട്രീയത്തിലാണ് നിലകൊള്ളുന്നത്. സത്യാ(ന)ന്തരകാലത്തെ (Post truth) വാർത്താമുന്നേറ്റങ്ങളും വാർത്താമാറ്റങ്ങളും വാർത്താപ്രതികരണങ്ങളും അതു ശരിവെയ്ക്കുന്നുണ്ട്. ജീവിതത്തെക്കുറിച്ചുള്ള പുനരന്വേഷണങ്ങളും ആഖ്യാനപ്രതികരണങ്ങളും വായനയുടെ വിപണിരാഷ്ട്രീയവും അതിനു തെളിവാണ്. കഥ കവറാകുന്ന വർത്തമാനകാല ചെറുകഥകളുടെ വിപണനരാഷ്ട്രീയംപോലും സത്യാനന്തരകാലത്തെ അധികാരമേൽക്കോയ്മയുടെ സൂചകങ്ങളാണ്. 'നിങ്ങൾ കഠിനമായ വഴി പഠിക്കു സോഷ്യൽമീഡിയയുടെ കാര്യം അതാണ്. അവർ എന്താണ് ചെയ്യുന്നതെന്ന് ആർക്കും അറിയില്ല' എന്ന കാമറൂൺ ഡള്ളസിന്റെ അഭിപ്രായം ഉപരി ചിന്തകളെ ശരിവെയ്ക്കുന്നു. ആഖ്യാതാവിന്റെ/ അവതാരകന്റെ വ്യാഖ്യാനത്തിൽനിന്നും വീക്ഷണഗതികളിൽനിന്നും സംസ്ഥാപനത്തിൽനിന്നും പൂർണമായ മോചനം നേടാനാകാതെ സത്യാവസ്ഥകളുടെ നിലനിൽക്കാത്ത/ നിരക്കാത്ത വർത്തമാനകാല ചരിത്രത്തിനുള്ളിലാണ് മാനവികബോധം കീഴടങ്ങി നിൽക്കുന്നത്.

7. പത്തുപേരിൽ ഒരാൾ മാത്രം സത്യം പറയുന്നതിനപ്പുറത്തേക്ക് പത്തുപേരും കള്ളം ആവർത്തിക്കുന്ന വർത്തമാനകാല മാധ്യമപ്രകടനപരതയ്ക്ക് ഇരകളാണ് ലോകജനത. തെറ്റ്/ ശരി, സത്യം/ അസത്യം, യാഥാർത്ഥ്യം/അയാഥാർത്ഥ്യം, കേൾവി/കേട്ടുകേൾവി, ദൃശ്യം/അദൃശ്യം എന്നിങ്ങനെയുള്ള ദ്വന്ദ്വങ്ങളിൽനിന്ന് സങ്കരയാഥാർത്ഥ്യങ്ങളിലേയ്ക്ക് സാംസ്കാരിക ചിന്താവലോകനങ്ങൾ സംക്രമിപിക്കപ്പെടുന്നു. ആത്യന്തികമായ സത്യം/വസ്തുത എന്നതിനു പകരം കേവലം സങ്കല്പങ്ങൾ (Virtual reality) മാത്രമായി യാഥാർത്ഥ്യം പരിമിതപ്പെട്ടു. സത്യം/ വസ്തുത എന്നത് സ്വാധീനങ്ങൾക്കും വരേണ്യതയ്ക്കും സാമ്പത്തിക മേൽക്കോയ്മയ്ക്കും സാഹചര്യവിശേഷങ്ങൾക്കും അനുസരിച്ച് നിരന്തരം പരിണമിച്ചുക്കൊണ്ടിരിക്കുന്നു. ഇത്തരം ചിന്തകളുടെ അരിക്കുപറ്റി അധികാരരാഷ്ട്രീയത്തിന്റെ ആധിപത്യസ്വഭാവത്തെ നിലനിർത്തുന്നതിനായി വ്യാജവാർത്തകളെ/വസ്തുതകളെ വ്യാപകമായി ഉപയോഗിക്കുന്ന രീതി ബഹുജനമാധ്യമങ്ങൾ ഏറ്റെടുത്തു. ഈ സാഹചര്യത്തിലാ

ണ് പോസ്റ്റ് ട്രൂത്ത് (സത്യാന്തരകാലം) എന്ന പരികല്പന ആധുനികദർശനത്തിൽ മേൽക്കൈ നേടിയെടുത്തത്. സത്യാന്തരകാലത്ത് വ്യക്തി (സ്വാധീനത) താത്പര്യങ്ങൾക്കനുസരിച്ച് യാഥാർത്ഥ്യത്തെ വളച്ചൊടിക്കലും വസ്തുതകളെ വക്രീകരിക്കലും ബദൽ വസ്തുതകളെ പുനഃസൃഷ്ടിക്കലും സ്വാഭാവികമായിത്തീരുന്നു. പൊതുജനാഭിപ്രായം രൂപപ്പെടുത്തുന്നതിൽ വസ്തുനിഷ്ഠമായ വസ്തുതകളെക്കാൾ വൈകാരികവും വ്യക്തിപരവും ഉദ്വോഗജനകവുമായ (Sensational) കപടയുക്തികൾക്ക് പ്രാമുഖ്യം കൈവരുന്നു എന്നതാണ് പോസ്റ്റ് ട്രൂത്ത് എന്നതുകൊണ്ട് അർത്ഥമാക്കുന്നതെന്ന് ഓക്സ്ഫോർഡ് നിഘണ്ടു സൂചിപ്പിക്കുന്നു.

8. വസ്തുതകൾ അപ്രസക്തമായി കാണുന്നതോ, അല്ലെങ്കിൽ വ്യക്തിപരമായ വിശ്വാസങ്ങളേക്കാളും അഭിപ്രായങ്ങളേക്കാളും പ്രാധാന്യം കുറഞ്ഞതോ, ഒരു പരിതസ്ഥിതിയുമായി ബന്ധപ്പെട്ടതോ, അതുമായി നിലനിൽക്കുന്നതോ ആയ പൊതുജനാഭിപ്രായത്തെ സ്വാധീനിക്കാൻ ഉപയോഗിക്കുന്ന വൈകാരിക അപേക്ഷകളാണ് (appeal) സത്യാനന്തരകാലത്ത് മാധ്യമ വിമർശനത്തിലൂടെ ചോദ്യംചെയ്യപ്പെടുന്നത്. പൊതുജനാഭിപ്രായം രൂപപ്പെടുത്തുന്നതിൽ വസ്തുനിഷ്ഠമായ വസ്തുതകൾ സ്വാധീനം ചെലുത്താത്ത സമകാല സാഹചര്യങ്ങളുമായി ബന്ധപ്പെട്ടതോ സൂചിപ്പിക്കുന്നതോ ആയ വികാരങ്ങളിലേക്കും വ്യക്തിപരമായ വിശ്വാസത്തിലേക്കും ഇത് പൊതുജനശ്രദ്ധ ആകർഷിക്കുന്നു. പോസ്റ്റ് ട്രൂത്ത് എന്നത് 21-ാം നൂറ്റാണ്ടിലെ വ്യാപകമായ ഡോക്യുമെന്റേഷനും പൊതുസത്യ ക്ലെയിമുകൾ സംബന്ധിച്ച തർക്കങ്ങളെക്കുറിച്ചുള്ള ആശങ്കയും സൂചിപ്പിക്കുന്ന ഒരു വ്യവഹാരപദമാണ്. ഈ പദത്തിന്റെ അക്കാദമിക് പരിസരം എന്നത് പ്രസ്തുത പ്രതിഭാസത്തിന്റെ ചരിത്രപരമായ പ്രത്യേക കാരണങ്ങളെയും ഫലങ്ങളെയും വിശദീകരിക്കുന്ന സിദ്ധാന്തങ്ങളെയും ഗവേഷണങ്ങളെയും സൂചിപ്പിക്കുന്നു. 2016-ന് മുമ്പ് സത്യാനന്തരദർശനങ്ങൾ അക്കാദമികമായും വിമർശനമായും ഉപയോഗിച്ചിരുന്നുവെങ്കിലും വേണ്ടത്ര പ്രാധാന്യം നേടിയില്ല. 2016-ലെ യുണൈറ്റഡ് സ്റ്റേറ്റ്സ് പ്രസിഡന്റ് തിരഞ്ഞെടുപ്പിലും യുണൈറ്റഡ് കിംഗ്ഡത്തിലെ ബ്രെക്സിറ്റ് ഹിതപരിശോധനയിലും ഈ പദം വ്യാപകമായി പ്രയോഗിക്കപ്പെട്ടു. അതിന്റെ വ്യാപനത്തിന് ശേഷം, 2016-ൽ ഈ പദം ഓക്സ്ഫോർഡ് നിഘണ്ടുക്കളുടെ വേഡ് ഓഫ് ദ ഇയറായി തിരഞ്ഞെടുക്കപ്പെട്ടു. വ്യതിരിക്തവും വികൃതവുമായ ഒരു തരം രാഷ്ട്രീയത്തെ സൂചിപ്പിക്കാൻ പോസ്റ്റ്-

ട്രൂത്ത് എന്ന പദം ഇന്ന് ഒരു നാമവിശേഷണമായി ഉപയോഗിക്കുന്നു. ആപേക്ഷികവാദം, ഉത്തരാധുനികത, രാഷ്ട്രീയ-പ്രത്യയശാസ്ത്രം, യഥാതഥമായ സത്യസന്ധത എന്നിവയെക്കുറിച്ചുള്ള മുൻകാല ധാർമിക രാഷ്ട്രീയ സംവാദങ്ങളുമായി പോസ്റ്റ് ട്രൂത്തിന് സാമ്യമുണ്ടെന്ന് ചില പണ്ഡിതന്മാർ അവകാശപ്പെടുന്നു. 21-ാം നൂറ്റാണ്ടിലെ ആശയവിനിമയ സാങ്കേതികവിദ്യകളോടും സാംസ്കാരിക സമ്പ്രദായങ്ങളോടും ബഹുസ്വരരാഷ്ട്രീയത്തോടും പോസ്റ്റ് ട്രൂത്ത് എന്ന പദം പ്രത്യേകമായി ബന്ധപ്പെട്ടിരിക്കുന്നുവെന്ന് അവർ വാദിക്കുന്നു.

9. ഏകസ്വരത്തിൽനിന്ന് ബഹുസ്വരതയിലേക്കുള്ള കൂടുമാറ്റവും ആസ്വാദനത്തിൽനിന്ന് ജനപ്രിയതയിലേക്കുള്ള കടന്നുകയറ്റവും സാധാരണ കാഴ്ചയിൽനിന്നും അസാധാരണ കാഴ്ചപ്പെടുത്തലുകളിലൂടെയുള്ള ദൃശ്യ/ ശ്രവ്യ സന്നിവേഷങ്ങളും സത്യാനന്തരകാലത്തെ പ്രത്യേകതകളാണ്. സത്യാനന്തരകാലത്ത് ഒരു വസ്തുതയെ മറ്റൊന്നിനേക്കാൾ പ്രാതിനിധ്യം നൽകി പരിഗണിക്കുന്നതിന് വ്യക്തിപരമായ മുൻധാരണകൾക്കും ആത്മനിഷ്ഠമായ വീക്ഷണങ്ങൾക്കും ചിരന്തനമായ പര്യാലോചനകൾക്കും സുപ്രധാനമായ പങ്കുണ്ടെന്ന് ലീ മക്കിൻറ്റെയർ, മാത്യു ഡി. അങ്കോണ (Post-Truth: The New War on Truth and How to Fight Back) എന്നിവർ നിരീക്ഷിക്കുന്നുണ്ട്. കാലികമായ പ്രതികരണങ്ങളെ ശാസ്ത്രീയമായ തെളിവുകളുടെ അടിസ്ഥാനത്തിൽ അപഗ്രഥനത്തിലും വിശകലനത്തിനും പരിശോധിക്കാനുള്ള ബോധപൂർവമായ ശ്രമമാണ് ഇരുവരുടെയും ചിന്തകൾക്ക് ആധാരം. ഫിക്ഷനും ചരിത്രവും വേർതിരിവ് നിർണയിക്കാൻ പറ്റാത്ത ചരിത്രസന്ദർഭത്തിൽ ഇത്തരമൊരു ചിന്തകൾക്ക് പ്രസക്തിയുണ്ട്. (ചെറു)കഥയിലെ സംഭവബഹുലങ്ങളായ സന്ധികളെ ചരിത്രരേഖയായി കണക്കാക്കുകയും പ്രത്യയശാസ്ത്രപരമായ ഒരു വ്യവഹാരം എന്ന നിലയിൽ അവയെ പുനഃസ്ഥാപിക്കുകയും ചെയ്യുന്നിടത്താണ് അവയുടെ സൂക്ഷ്മരാഷ്ട്രീയം സത്യാനന്തരബോധ്യങ്ങളെ പ്രതിനിധീകരിക്കുന്നത്.

10. വർത്തമാനകാല മാധ്യമരാഷ്ട്രീയത്തിന്റെ സത്യാന്വേഷണങ്ങളുടെ സമസ്തഭാവങ്ങളെയും ആഖ്യാനത്തിൽ ആവിഷ്കരിച്ച് പ്രശ്നവൽക്കരിക്കുന്ന ചെറുകഥാകൃത്താണ് കെ.ആർ മീര. 1993-മുതൽ തുടങ്ങുന്ന അവരുടെ മാധ്യമബന്ധവും കാലികമായ രാഷ്ട്രീയപ്രക്ഷുബ്ധതകളും അനുഭവാനുശീലനങ്ങളും അതിനുള്ളിൽത്തന്നെയുള്ള സാഹിത്യസപര്യകളും, എഴുത്തിലെ സൂക്ഷ്മരാഷ്ട്രീ

യവും, ആഖ്യാനഭൂപടത്തിലെ പ്രഖ്യാപിത നിലപാടുകളും, പുരോഗനാത്മകമായ വിമലീകരണങ്ങളും കെ.ആർ മീരയുടെ രചനകളെ വേറിട്ടു നിർത്തുന്ന ഘടകങ്ങളാണ്. സർപ്പയജ്ഞം, ഓർമ്മയുടെ ഞരമ്പ്, മോഹമഞ്ഞ, ആവേമരിയ, ശില്ലറ്റിൻ, പഞ്ചതന്ത്രം, ഭഗവാന്റെ മരണം വരെയുള്ള കഥകളിൽ മീരയുടെ നിലപാടുകളുടെ തീവ്രസ്വരം പ്രതിഫലിക്കുന്നുണ്ട്. മനുഷ്യജീവിതത്തെക്കുറിച്ചുള്ള ഉത്കണ്ഠകൾക്കുമേൽ അവയിലെ സൂക്ഷ്മവിമർശനത്തിന്റെ പ്രതികരണ പാഠങ്ങളായി ആവർത്തിച്ചുവരുന്ന കഥാന്തരങ്ങൾ അവരുടെ രചനകളുടെ പ്രത്യേകതയാണ്. ജീവിതസങ്കല്പങ്ങളെ സംബന്ധിച്ച ഉദ്വേഗവും പ്രതികരണാത്മക വിമർശനബോധ്യങ്ങളും അവരുടെ രചനകളുടെ ആഖ്യാനസന്നിവേശങ്ങളാണ്. വർത്തമാനകാല കഥകളുടെ സൂക്ഷ്മരാഷ്ട്രീയവും പ്രതികരണബോധനങ്ങളും അതിന് നിദർശനമാണ്. ജാതി, മതം, ആചാരം, വിശ്വാസം, വർഗീയത തുടങ്ങിയ രാഷ്ട്രീയ- സാമൂഹ്യ- സാംസ്കാരിക- പ്രതിനിധാന സങ്കല്പങ്ങളെക്കുറിച്ചുള്ള സുവ്യക്തമായ കാഴ്ചപ്പാട് മീരയുടെ കഥകളിൽ ആവർത്തിച്ചുവരുന്നു. വർത്തമാനകാല ജീവിതത്തിന്റെയും പ്രതിനിധാന രാഷ്ട്രീയത്തിന്റെയും നീതിനിഷേധത്തിന്റെയും നിലപാടുകളുടെ നിരാകരണത്തിന്റെയും അതിജീവന പാഠങ്ങളെയാണ് സ്വരചകളുടെ അതിവിപ്ലവത്തിലൂടെ മീര മറികടക്കുന്നത്.

11. സാഹിത്യത്തെ സംബന്ധിച്ചിടത്തോളം മാധ്യമവും മാധ്യമ രാഷ്ട്രീയവും രണ്ടല്ല എന്നും ചെറുകഥയുടെ ഭാവുകത്വത്തെ പരിണാമത്തിൽ അവയ്ക്കുള്ള സ്ഥാനം വലുതാണെന്നും തിരിച്ചറിഞ്ഞ അപൂർവ്വം എഴുത്തുകാരിൽ ഒരാളാണ് കെ. ആർ. മീര. അവരുടെ സമകാല രചനകൾ അതിനു തെളിവാണ്. ജീവിതത്തിന്റെ രാഷ്ട്രീയം കഥകളുടെ രാഷ്ട്രീയമായി മാറുന്ന അപൂർവ്വ സന്ദർഭങ്ങളെ സത്യാനന്തര കാലത്തിന്റെ പ്രത്യേകതകൾകൊണ്ട് പ്രശ്നവൽക്കരിക്കാനും ഉദ്ബോധിപ്പിക്കാനും അവർ ശ്രമിക്കുന്നു. അതിനു ഉത്തമ ഉദാഹരണമാണ് ഭഗവാന്റെ മരണം (2017) എന്ന കഥാസമാഹാരം. വർത്തമാനകാല അധികാരരാഷ്ട്രീയത്തിന് എതിരെയുള്ള ശക്തമായ നിലപടുകളും വിമർശനങ്ങളുമാണ് ഇതിലെ ഓരോ കഥകളും. ആൺപ്രേതം, ഭഗവാന്റെ മരണം, സെപ്റ്റംബർ മുപ്പത്, സ്വപ്നഭാരതി, സംഘിയണ്ണൻ, മാധ്യമധർമ്മൻ എന്നിങ്ങനെ വർത്തമാനകാല സ്വയംബോധ്യങ്ങളെ പ്രശ്നവൽക്കരിക്കുന്ന രാഷ്ട്രീയ-സാമൂഹിക സാഹചര്യത്തിൽനിന്നാണ് ഇതിലെ ഓരോ കഥക

ളും പിറവികൊള്ളുന്നത്. ഈ കഥകളൊക്കെ ഒന്നിനോടൊന്ന് ഇഴുകിച്ചേർന്ന് സമകാല രാഷ്ട്രീയത്തിന്റെ സവിശേഷ പ്രതികരണപാഠങ്ങളായി സംവേദനക്ഷമമാകുന്നു. 'ഈ സമാഹാരത്തിലെ കഥകൾ തീർത്തും സാങ്കൽപ്പികമാണ്. ജീവിച്ചിരിക്കുന്നവരോ മരിച്ചവരോ ആയ ആരോടെങ്കിലും സദൃശ്യമായ തോന്നുന്നുണ്ടെങ്കിൽ അതു നാം ജീവിക്കുന്ന കാലഘട്ടത്തിന്റെ ഭീകരതകൊണ്ടു മാത്രമാണ്.' എന്ന സമാഹാരത്തിലെ ആമുഖക്കുറിപ്പ് മാത്രം മതി ഇതിലെ ഓരോ കഥകളുടെയും ആഖ്യാനരാഷ്ട്രീയത്തെയും പ്രതിനിധാനസങ്കല്പങ്ങളെയും പ്രഖ്യാപിതവിമർശങ്ങളെയും ബോധ്യപ്പെടുത്താൻ. വെടിയുണ്ടയാൽ തുളഞ്ഞതും ചോര ചിതറിയതുമായ പുസ്തകശരീരം തന്നെ ശക്തവും തീവ്രവുമായ ഒരു പ്രതികരണ/പ്രതിരോധ രൂപകമായി മാറുന്നു. അതിനാൽതന്നെ അതിന്റെ തീവ്രത ഇതിലെ ഓരോ കഥകളും ശക്തമായി പ്രതിഫലിക്കുന്നു

12. വർത്തമാനകാല ജീവിതസാഹചര്യങ്ങളിലെ പൊതുബോധ്യങ്ങളെ സാരമായി ബാധിക്കുകയും, ആശയക്കുഴപ്പങ്ങൾക്ക് ഇടവരുത്തുകയും, ചിന്താകാലുഷ്യം സൃഷ്ടിക്കുകയും ചെയ്യുന്ന ബഹുജനമാധ്യമങ്ങളുടെ മുന്നേറ്റവും അവയിൽ തന്നെയുള്ള പ്രതിലോമകരമായ മാത്സര്യങ്ങളും സത്യാനന്തരകാലത്തെ വെല്ലുവിളികളെയും ആവർത്തിച്ച് വിമർശനവിധേയമാക്കുന്ന കഥയാണ് മാധ്യമധർമ്മൻ. ബഹുജനമാധ്യമവും അവയുടെ ധർമ്മവും തമ്മിലുള്ള സാജാത്യ- വൈജാത്യങ്ങൾ അപകാരമായി മാറുന്ന കാഴ്ച ഈ കഥയുടെ ആഖ്യാനരാഷ്ട്രീയത്തിലുണ്ട്. 'മനുഷ്യർ അവർക്കിഷ്ടമുള്ളത് മാത്രമേ വിശ്വസിക്കുകയുള്ളൂ. മാത്രമല്ല അവരവർക്ക് വിശ്വസിക്കാൻ സാധിക്കുന്നതു മാത്രമേ ഇഷ്ടപ്പെടുകയുമുള്ളൂ. ഇഷ്ടാനുസൃത വിശ്വാസങ്ങൾ വായനക്കാരിൽ ഊട്ടിയുറപ്പിക്കലാണ് യഥാർത്ഥ മാധ്യമധർമ്മം.....' എന്ന ആമുഖവാക്യത്തിലൂടെയാണ് കഥ തുടങ്ങുന്നത്. മാധ്യമങ്ങളെ സംബന്ധിച്ച വിശ്വാസ്യതകളെയും വിശ്വാസബോധ്യങ്ങളെയും വിശ്വാസസങ്കല്പങ്ങളെയും പുതിയൊരു നിർവചനത്തിൽ ഒതുക്കിനിർത്തിക്കൊണ്ടാണ് കെ.ആർ മീര കഥയുടെ പ്രവേശകം ഒരുക്കുന്നത്. ഒരു (അ)സാധാരണ മോഷണ സംഭവകഥയും അതിനെ പ്രതിനിധീകരിക്കുന്ന അധികാര- രാഷ്ട്രീയത്തിന്റെ നീക്കുപോക്കുകളും മാധ്യമ ഇടപെടലുകളും വർത്തമാനകാല മാധ്യമരാഷ്ട്രീയത്തെ മുൻനിർത്തി ഹാസ്യാത്മകമായും കുറ്റാന്വേഷണ ചടുലതയോടുംകൂടി കഥാകാരി വിമർശനവിധേയമാക്കുന്നു. മലയാളിയുടെ മനസ്സുതന്നെ മാധ്യ

മസൃഷ്ടിയാകു(ക്കു)ന്ന സമകാലപരിസരത്താണ് മാധ്യമരാഷ്ട്രീയത്തെക്കുറിച്ചുള്ള ആഴത്തിലുള്ള സ്വയംബോധ്യങ്ങളിൽനിന്ന് മാധ്യമധർമ്മൻ എന്ന കഥ വേറിട്ട സ്വരമുയർത്തുന്നത്. വർദ്ധിച്ചുവരുന്ന സാമൂഹമാധ്യമങ്ങളുടെ മുന്നേറ്റങ്ങളുടെ ഇരകളാണ് വായനക്കാരൻ/ പ്രേക്ഷകൻ എന്ന് ഈ കഥ പരോക്ഷമായി പറഞ്ഞുവെയ്ക്കുന്നു.

13. മാധ്യമധർമ്മത്തിന്റെ കറകളഞ്ഞ വ്യക്തിത്വത്തിന് ഉടമയാണ് കഥയിലെ പ്രധാന കഥാപാത്രമായ ധർമ്മൻ സാർ. 'എന്നെ സംബന്ധിച്ച് അദ്ദേഹം ഒരു സാധാരണ മനുഷ്യനല്ല, അവതാരമാണ്. ധർമ്മൻ സാറാണ് എന്റെ സ്വദേശാഭിമാനി. ധർമ്മൻ സാറാണ് എന്റെ കേസരി. തൊട്ടതെല്ലാം പൊന്നാക്കിയ കൈ ആയിരുന്നു അദ്ദേഹത്തിന്റേത്..... നമുക്കാവശ്യമുള്ള സ്വർണ്ണം സ്വയം നിർമ്മിക്കുക എന്ന മഹത്തായ പാഠം ധർമ്മൻ സാർ നമുക്ക് പകർന്നുതന്നു. എന്നെപ്പോലെയുള്ളവരെ സംബന്ധിച്ച് അതൊരു വലിയ ചിന്താപദ്ധതിയാണ്. ഒരു മതമാണ്. ഒരു ജീവിതശൈലിയാണ്.' എന്നും മറ്റുമുള്ള ബഹുമാന സൂചകങ്ങൾകൊണ്ടാണ് ധർമ്മൻ സാറിനെ വായനക്കാരന്റെ ബോധ്യങ്ങളിലേക്ക് കഥാകാരി സംക്രമിപ്പിക്കുന്നത്. 'എന്നെ, ഞാൻ, എന്റെ, നമുക്ക്, നിങ്ങളുടെ' തുടങ്ങിയ പദങ്ങൾ ഈ കഥയിൽ അദ്ദേഹത്തോടുള്ള വായനക്കാരന്റെ ബന്ധം ഊട്ടിയുറപ്പിക്കാൻ ആവർത്തിച്ച് കടന്നുവരുന്നു. കഥാകൃത്ത്/ ആഖ്യാതാവ് എല്ലാം നിയന്ത്രിക്കുന്ന പരമോന്നത സ്ഥാനത്തുനിന്നു സംഭവങ്ങൾ പറയുന്ന രീതി, കഥാകൃത്ത് പാവകളിക്കാരനും കഥാപാത്രങ്ങൾ പാവകളുമായി മാറുന്ന രീതി, കഥാകൃത്ത് ഒരു വിനീത ചരിത്രകാരനായി മാറിനിൽക്കുന്ന രീതി, മേൽപ്പറഞ്ഞവയെല്ലാം ഇടകലർന്നു വരുന്ന രീതി- തുടങ്ങിയ നവാർത്ഥ കഥപറച്ചിലുകളുടെ പരിമിതികളില്ലാത്ത സമീപനങ്ങൾകൊണ്ടു കൂടിക്കുഴഞ്ഞ ആഖ്യാനമാണ് ഈ കഥ. ആസ്വാദകനെ വായനയുടെ/ കഥാസന്ദർഭത്തിന്റെ ഭാഗമാകാൻ എഴുത്തുകാരി ബോധപൂർവ്വം പരിശ്രമിക്കുന്നു. ഇവിടെ ഒരു കുറ്റാന്വേഷണകഥയുടെ ഭാഗഭാക്കാകാൻ പോകുന്ന ദുര്യോഗം വായനക്കാരനെ കാത്തുനിൽക്കുന്നുണ്ട്. വാഴുന്നവരെയും വാഴ്ത്തുന്നവരെയും തളച്ചിടാൻ കെൽപ്പുള്ള സിരാകേന്ദ്രമായി/ മാധ്യമപ്രഭുവായി ധർമ്മൻ സാർ കഥയിൽ നിറഞ്ഞാടുന്നു. മാധ്യമധർമ്മത്തിന്റെ അവസാന വാക്കായിട്ടാണ് കെ.ആർ. മീര ഈ കഥാപാത്രത്തെ നോക്കിക്കാണുന്നത്.

14. മാധ്യമധർമ്മത്തിന്റെ പവിത്രതയിൽ അങ്ങേയറ്റം ആണയി

ട്ട് വിശ്വസിക്കുന്ന ആളാണ് ധർമ്മൻ സാർ. തുടർന്ന് അദ്ദേഹത്തെ പിന്തള്ളി കഥയുടെ മുഖ്യധാരയിലേക്ക് ഐജി റോമിയോ പാട്ടത്തിൽ എന്ന പോലീസ് ഓഫീസർ കടന്നു രംഗപ്രവേശനം ചെയ്യുന്നു. 'മാധ്യമങ്ങളും നിയമപാലകരും ഒത്തുചേർന്നാണു സമൂഹത്തിന്റെ ഭാഗധേയം നിർണ്ണയിക്കുന്നതെന്നു നാം കേട്ടിട്ടുണ്ടെങ്കിലും അത് എത്രമാത്രം കാവ്യാത്മകമാക്കാം എന്നു തെളിയിച്ചു തന്നത്, പിൽക്കാലത്ത് അകന്നുപോയവരെങ്കിലും ഈ രണ്ടു മഹാപ്രതിഭകളായിരുന്നു. പ്രിയപ്പെട്ടവരെ ഒന്നുമാത്രമേ എനിക്ക് പറയാനുള്ളൂ. ധർമ്മൻ സാറും പാട്ടത്തിൽ സാറും തമ്മിലുള്ള കണ്ടുമുട്ടൽ വിധികല്പിതമായിരുന്നു. കാലത്തിന്റെ താളിയോലകളിൽ തങ്കലിപികളിൽ ആലേഖനം ചെയ്യപ്പെട്ടതായിരുന്നു.' ഇരുവരുടെയും ജീവിതത്തിലെ കണ്ടുമുട്ടലും വിശ്വാസ- അവിശ്വാസ ബന്ധ(ന)ങ്ങളുമാണ് മാധ്യമധർമ്മൻ എന്ന കഥയുടെ മർമ്മം. വർത്തമാനകാല അധികാര- രാഷ്ട്രീയത്തിന്റെ ചായ്വും മാധ്യമമേൽക്കോയ്മയും ഏതൊക്കെ രീതിയിൽ ഇഴുകിച്ചേർന്നിരിക്കുന്നു എന്ന് ഈ കഥ ബോധ്യപ്പെടുത്തുന്നു. ഭരണസിരാകേന്ദ്രങ്ങളിൽ ഇരിക്കുന്നവർ അധികാരരാഷ്ട്രീയത്തിന്റെ അടിത്തൂൺ പറ്റുകയും പിന്നീട് അവർക്കെതിരെ തിരിയുകയും പ്രതികരിക്കുകയും ആത്മകഥകൾ എഴുതി അതിനെ വില്പനച്ചരക്കാക്കുകയും ചെയ്യുന്ന സമകാല സന്ദർഭത്തിലാണ് ഈ കഥ കൂടുതൽ സംവാദയോഗ്യകമാകുന്നത്.

15. കഥയുടെ മർമ്മം എന്നത് 'സുന്ദരനും, സുകേശനും, സുമനസ്സനും, സുപാനനും, സർവ്വകലാവല്ലഭനും, സകല ശാസ്ത്രപാരംഗതനും, സകല ഗുണസമ്പന്നനും, സകല ജനപ്രിയനും, സർവ്വോപരി സഹൃദയനും, ക്രമസമാധാന പരിപാലനപടുവുമായ' പാട്ടത്തിൽ സാർ കോഴിക്കോട് റൂറൽ എസ്.പി ആയിരുന്ന കാലത്താണ് കഥ മുന്നേറുന്നത്. 'അദ്ദേഹത്തിന്റെ അനിയന്റെ കംപ്യൂട്ടർ ഹോൾസെയിൽ സ്ഥാപനത്തിൽനിന്ന് ഒരു മൗസ് കാണാതെ പോകുകയും മോഷ്ടാവ് അവിടെ തൂപ്പും മെസ്സിലെ പണിയും ചെയ്തിരുന്ന ഷീലയാണെന്ന നിഗമനത്തിലെത്തുകയും ചെയ്തിടത്താണ് എല്ലാറ്റിന്റെയും തുടക്കം.' മോഷ്ടാവ് ഷീലയാണെന്ന നിഗമനത്തിൽ പാട്ടത്തിൽ സാർ ചോദ്യം ചെയ്തു തുടങ്ങുന്നു. മൗസ് എന്താണെന്ന് മനസ്സിലാകാതെ നടിച്ചുനിൽക്കുന്ന ഷീലയ്ക്ക് അദ്ദേഹം അതെടുത്തു കാണിച്ച് ബോധിപ്പിച്ച് പോലീസ് സ്റ്റൈലിൽ തന്നെ അന്വേഷണത്തിന് തുടക്കമിടുന്നു. അബദ്ധത്തിലെങ്ങാനും കയ്യി

ല്ലണ്ടെങ്കിൽ തരാൻ ആവശ്യപ്പെടുന്ന പാട്ടത്തിലിനോട് 'അബദ്ധത്തിലും എടുത്തിട്ടില്ല അറിഞ്ഞുകൊണ്ടും ഞാനെടുത്തിട്ടില്ല.' എന്ന് ഷീല സ്വസഹജമായ ശൈലിയിൽ മൊഴിയുന്നു. എന്നാൽ കുറ്റാന്വേഷകനായ പാട്ടത്തിൽ ആദ്യം തന്നെ കുറ്റവാളി ഷീലതന്നെയെന്ന നിഗമനത്തിൽ എത്തുന്നു. തുടർന്ന് തങ്ങൾ ഊഹിച്ചവർ തന്നെ മോഷ്ടാവ്/കുറ്റവാളികളാണെന്ന് സ്ഥാപിക്കുന്ന ദാരുണവും ക്രൂരവുമായി ശൈലി അവിടെ നടപ്പിലാക്കുന്നു. തുടർന്ന് പീഡനം സഹിക്കാനാവാതെ മോഷ്ടാവ് താൻ തന്നെയാണെന്ന് ഷീലയ്ക്ക് സമ്മതിക്കേണ്ടി വരുന്നു. കുറ്റാന്വേഷണവുമായി ബന്ധപ്പെട്ട പീഡനമുറകൾ വേൾക്കേണ്ടിവരുന്ന അനേകം പ്രതി(നിധി)കളുടെ വാർപ്പു മാതൃകകൾക്ക് ഉദാഹരണമാണ് ഈ കഥാപാത്രം. എങ്കിൽ തൊണ്ടിമുതൽ എവിടെയെന്ന ചോദ്യത്തിന് അവൾ ഓരോരോ ഉത്തരങ്ങൾ നൽകി അയാളെ കുഴക്കുന്നു. ഐ.പി.എസ്സുകാരനേക്കാൾ എന്തുകൊണ്ടും ബുദ്ധിവൈഭവം പ്രകടിപ്പിക്കുന്ന തൂപ്പുകാരിയായ ഷീലയെയാണ് പിന്നീട് കഥയിൽ കാണുന്നത്.

16. അന്വേഷണത്തിന്റെ ഭാഗമായി കോഴിക്കോട് ജില്ലയിലെ പന്തരീങ്കാവ്, രാമനാട്ടുകര, തിരൂരങ്ങാടി (മലപ്പുറം), കോട്ടയ്ക്കൽ, കുന്നംകുളം (തൃശൂർ), എറണാകുളം, ആലപ്പുഴ, കൊല്ലം, പോളയത്തോട്, നീണ്ടകര, ആശ്രാമം ഗസ്റ്റ്ഹൗസ് എന്നിവിടങ്ങളിലേക്കും അവിടെനിന്ന് തിരിച്ചുമുള്ള യാത്രകളാണ് കഥയിൽ വ്യാവൃതമാകുന്നത്. പാട്ടത്തിലിന്റെ ചടുലാന്വേഷണങ്ങളിൽ നിറഞ്ഞു നിൽക്കുന്ന ആഖ്യാനസ്ഥലികളാണിവ. അപ്രമാദമായ കേസന്വേഷണം പരിസമാപ്തിയിലെത്തിക്കാൻ വെമ്പുന്ന പാട്ടത്തിലിന്റെ ഇച്ഛാശക്തിയെ എളുപ്പത്തിൽ കബിളിപ്പിക്കാൻ ഷീലയ്ക്ക് കഴിയുന്നത് അവളുടെ ജീവിതാനുഭവങ്ങളുടെ ഭൂത-പശ്ചാത്തലമാണെന്ന് കഥയിൽ സൂചനയുണ്ട്. 'മനുഷ്യർക്ക് അവരെക്കാൾ ചെറിയവരുടെ മുമ്പിൽ പരാജയപ്പെടുന്നത് ദു:സ്സഹമാണ്. ആ വലിയ പാഠവും ഞാൻ പാലിച്ചതു പാട്ടത്തിൽ സാറിൽ നിന്നാണ്.' ഈ ബലഹീനതയെ ആഴത്തിൽ അറിഞ്ഞുതുകൊണ്ടാണ് ഷീലയ്ക്ക് അദ്ദേഹത്തേക്കാൾ മുന്നേറാൻ കഴിയുന്നത്. കൂടാതെ 'ഉരുക്കുപോലെ ലോലനായിരുന്നല്ലോ പാട്ടത്തിൽ സാർ, എന്തുചെയ്യാം, ഒരു മുട്ടാളനോ മുട്ടാളത്തിയോ തട്ടിയാൽ പൊട്ടിച്ചിതറിപ്പോകുന്ന കുഞ്ഞു പൊട്ടാസുപോലെയായിരുന്നു പാട്ടത്തിലിന്റെ ഹൃദയം.' ഈയൊരു മുൻധാരണയെ പൂർണമായും ചൂഷണംചെയ്ത വ്യക്തിത്വത്തിന് ഉടമ

യാണ് ഇരയായ ഷീല.

17. 'കറുത്തുമെലിഞ്ഞ്, ഊതിയാൽ പറക്കുന്ന പോകുന്ന, ആരെയും വകവെയ്ക്കാത്ത, ഒന്നിനെയും കൂസലില്ലാതെ കാണുന്ന അനാഥബാല്യമാണ്.' ഷീലയുടേത്. അച്ഛനും അമ്മയും ശൈശവത്തിലേ മരിച്ചതിനാൽ പുവർഹോമിൽ വളരേണ്ടിവരുകയും, അവിടെനിന്ന് പതിനേഴാമത്തെ വയസ്സിൽ ഒരു ലോറിക്കാരന്റെ കൂടെ അയാൾക്ക് വേറെ ഭാര്യമാരും കുട്ടികളുമുണ്ടെന്ന് അറിഞ്ഞുകൊണ്ടുതന്നെ അയാളുടെ കരണകുറ്റിക്ക് ഒന്നു കൊടുത്ത് ഇറങ്ങിപ്പോയ ഒരുത്തി. പിന്നീട് ആ ബന്ധം ഉപേക്ഷിച്ച് ഒരു വൃദ്ധസദനത്തിൽ അവൾ ജോലിയിൽ പ്രവേശിക്കുന്നു. അവിടെ വീടും കൂടും ഇല്ലാത്തതുകൊണ്ട് സ്വന്തം അമ്മയെ അവിടെക്കൊണ്ടാക്കിയ രമേശൻ (കൊലക്കേസിലും തല്ലു കേസിലും പ്രതി) എന്നൊരുവനെ പരിചയപ്പെടുകയും, മുടങ്ങാതെ തന്റെ അമ്മയ്ക്ക് കാശും മരുന്നും പലഹാരങ്ങളും സമ്മാനിക്കുകയും, ആ അമ്മ മരിച്ചപ്പോൾ എനിക്കിനി ആരുമില്ലായെന്ന് നെഞ്ചത്തടിച്ച് നിലവിളിക്കുകയും ചെയ്യുന്ന ആ മനുഷ്യനെ 'കിടന്നു കാറാതെ മനുഷ്യാ തൽക്കാലം ഞാൻ പേരേയെന്ന്' പറഞ്ഞ് തന്റേടം കാണിക്കുന്ന സ്ത്രീകഥാപാത്രം കൂടിയാണവർ. കൃത്യം രണ്ടാഴ്ച കഴിഞ്ഞപ്പോൾ താലിയും സാരിയുമായി വന്നു രമേശൻ അവളെ വിവാഹം കഴിക്കുന്നു. ഇരുവർക്കും ഒരു മകൾ ജനിച്ചു കഴിഞ്ഞപ്പോഴേക്കും ഏഴു തല്ലുകേസിൽ നാലെണ്ണത്തിൽ രമേശൻ ശിക്ഷിക്കപ്പെട്ടുകഴിഞ്ഞിരുന്നു. ജീവിതപ്രാരാബ്ധങ്ങൾക്കിടയിലാണ് ഷീല പാട്ടത്തിൽ സാറിന്റെ അനുജന്റെ സ്ഥാപനത്തിൽ ജോലിക്കായി പ്രവേശിക്കുന്നത്. അവിടെ മോഷണാരോപണം നേരിടുന്നതോകൂടി ജീവിതത്തിന്റെ ക്രമാനുഗതമായ താളം നഷ്ടപ്പെടുന്നു. പിന്നീടങ്ങോട്ട് ചെയ്യാത്ത തെറ്റിന്റെ ഭാരവും പേറി അവൾ തന്റെ ഉൾക്കരുത്തിന്റെ ബലത്തിലും പാട്ടത്തിലിന്റെ ബലഹീനതകൾക്കും നടുവിൽ അതിജീവനം തേടുന്നു.

18. കേസന്വേഷണവുമായി ബന്ധപ്പെട്ടു ഷീലയുമായി കൊല്ലത്തേക്ക് കുതിക്കുന്നതിനിടയിലാണ് മാധ്യമമന്നനായി വിരാജിക്കുന്ന ധർമ്മൻ സാറുമായി പാട്ടത്തിൽ സന്ധിക്കുന്നത്. കേരളത്തിലെ ഏതൊരു ബുദ്ധിജീവിയേയുംപോലെ പേരെടുത്ത മദ്യപാനി(?)യാണ് ധർമ്മൻ സാർ. (ഒന്നും രണ്ടും മാറ്റിനിർത്തികൊണ്ട് കഥാകൃത്ത് വിവരിക്കുന്നു) 'മൂന്നാമത്തെ പെഗ്ഗിന് തലമുടിയും, നാലാമത്തെ പെഗ്ഗിന് താടിയും മീശയും, അഞ്ചാമത്തെ പെഗ്ഗിന് ഉടുതു

ണിയും ഫിറ്റാകുകയും വൈകാതെ ഫ്ലാറ്റാവുകയുമാണ് നമ്മളിൽ പലരുടെയും രീതിയെങ്കിൽ മദ്യപിക്കുന്തോറും യൗവനവും, ഗാംഭീര്യവും ക്രമാൽ വർദ്ധിപ്പിക്കുകയായിരുന്നു ധർമ്മൻ സാറിന്റെ സ്വതസിദ്ധമായ ശൈലി. മനുഷ്യരെ സംബന്ധിച്ച് മദ്യവും പണവും പ്രേമവും ഒരു പോലെയാണ്. ഉള്ളിൽ ഒളിച്ചുവയ്ക്കുന്ന യഥാർത്ഥ മനുഷ്യരെ അവ പുകച്ചു പുറത്തുചാടിക്കും.' സത്യം ഇതായിരിക്കേ ധർമ്മൻ സാറിന്റെ പതിവ് മാതൃകാ മദ്യപാനം കഴിഞ്ഞ് വണ്ടി ഇഴഞ്ഞിഴഞ്ഞു രാത്രി പത്തുമണിക്ക് നീണ്ടകര പാലത്തിൽ എത്തിയപ്പോഴാണ് എതിരെ തൊണ്ടിമുതൽ വീണ്ടെടുക്കാനുള്ള ആവേശത്തിൽ സ്വയം പ്രതിസ്ഥാനത്ത് ഉറപ്പിച്ച ഷീലയുമായി സഞ്ചരിച്ച വണ്ടി പരസ്പരം സന്ധിച്ചത്. സ്വാഭാവികമായും രണ്ടു വണ്ടികളും പരസ്പരം ഏറ്റുമുട്ടി. എന്നാൽ അന്നുമുതൽ ഈ ഏറ്റുമുട്ടൽ ഇവർക്കിടയിലുമുള്ള ഒരുതരം പരോക്ഷസൗഹൃദമായി വളർന്നു. വളരെ പെട്ടെന്ന് പോലീസ് ഓഫീസർ മാധ്യമപ്രഭുവിന്റെ ആശ്രിതനായി മാറി. 'കൊല്ലത്ത് പാട്ടത്തിലിന്റെ പട്ടാഭിഷേകം, പാട്ടത്തിലിന്റെ നേട്ടത്തിൽ, പാട്ടത്തിൽ പിന്നെയും പൂട്ടിൽ.' എന്നിങ്ങനെയുള്ള ഇരുവരുടെയും രസ- നീരസബന്ധം കുറഞ്ഞ കാലത്തിനുള്ളിൽ പത്രത്തലക്കെട്ടുകളായി വെളിച്ചം കണ്ടു.

19. കായികശക്തിയെ ബുദ്ധിശക്തി കീഴ്പ്പെടുത്തിയതിന്റെ അനന്തര പാഠങ്ങളാണ് തുടർന്നുള്ള കഥയുടെ പരിണാമഗുപ്തി. ഇതിനിടയിൽ നീണ്ട കാലയളവുകൊണ്ട് മുകസാക്ഷിയായി വളർന്നു മുന്നേറുന്ന ഷീലയുടെ ഏകമകൾ കഥയുടെ മുഖ്യധാരയിലേയ്ക്ക് കടന്നുവരുന്നു. പത്രപ്രവർത്തകയായി ധർമ്മൻ സാറിന്റെ സ്ഥാപനത്തിൽ എത്തിച്ചേരുന്നതും തൊഴിൽ നേടിയെടുക്കാനുള്ള ആദ്യ കൂടിക്കാഴ്ചയിൽ ചോദ്യകർത്താവിനെത്തന്നെ അവൾ മുട്ടുകുത്തിക്കുകയും ചെയ്യുന്നിടത്താണ് കഥയുടെ സസ്പെൻസ്. വാർത്ത എന്നാൽ എന്താണ്?, വാർത്തകൾ എത്ര തരം തുടങ്ങിയ ചോദ്യങ്ങൾക്ക് അവൾക്ക് കൃത്യമായ മറുപടിയുണ്ട്. ഒന്നാമത്തെ ചോദ്യത്തിന് 'ങേഹ! എന്നിട്ട്? എന്ന് കേൾവിക്കാരെക്കൊണ്ട് ചോദിക്കുന്നതാണ് വാർത്ത' എന്നും രണ്ടാമത്തേതിന് 'നാലുതരം ഇപ്പോഴുള്ളത് (for this moment), ഇന്നത്തേയ്ക്കുള്ളത് (for today), നാളത്തേയ്ക്കുള്ളത് (for tomorrow) എന്നത്തേയ്ക്കുമുള്ളത് (forever)' എന്നും മറ്റുമുള്ള ഉത്തരങ്ങൾ കേട്ട് ചോദ്യകർത്താവിന് തൃപ്തിയായി. തുടർന്ന് വാർത്തകളിൽ നിന്നു തന്നെ അവൾ അതിനുള്ള ഉദാഹരണവും കണ്ടെത്തി ഉദാഹരിക്കുന്നു. ചോദ്യ

കർത്താവിനെ വിയർപ്പിച്ച ഉത്തരങ്ങൾ നൽകിയതുകൊണ്ട് ഉദ്യോഗാർത്ഥിയെ മൊട്ടുകുത്തിച്ചേ അടങ്ങു എന്ന വാശിയിൽ അടുത്ത ചോദ്യം വീണ്ടും കടന്നുവരുന്നു. 'പുതിയ ഒരു ചാനൽ ആരംഭിക്കാൻ പറ്റിയ വാർത്ത എന്താണ്' എന്ന അവസാന ചോദ്യത്തിനും അവളുടെ ഉത്തരത്തിന് തടസ്സമുണ്ടാക്കിയില്ല. 'വിമാനാപകടം അല്ലെങ്കിൽ ലൈംഗികാപവാദം.' ഉത്തരം കേട്ട ചോദ്യകർത്താവിന്റെ അടുത്ത ചോദ്യം ഇത് രണ്ടും ഉണ്ടാക്കാൻ മാധ്യമപ്രവർത്തകനു സാധിക്കുമോ? 'ആദ്യത്തേത് എന്നെക്കൊണ്ട് പറ്റില്ല, പക്ഷേ രണ്ടാമത്തേത് പറ്റും.' ഉദ്യോഗാർത്ഥിയുടെ ഉടൻതന്നെയുള്ള മറുപടി കേട്ട് കൂടുതലൊന്നും ചോദ്യകർത്താവിന് ചോദിക്കണമെന്ന് തോന്നിയില്ല. തുടർന്ന് അന്തിമ പ്രതികരണം വന്നു, 'യൂ ആർ അപ്പോയിന്റഡ്' അങ്ങനെ കഥയിലെ പുതിയ നായിക പ്രസിദ്ധമായ മാധ്യമസ്ഥാപനത്തിൽ സ്ഥിരം ജീവനക്കാരിയായി.

20. സ്വയം കൃതാർത്ഥതയുടെ ചെളിക്കുഴിയിൽ മൂക്കറ്റം മുങ്ങിയ പാട്ടത്തിൽ സാറിനെ ആത്മഹത്യ ചെയ്ത അവസ്ഥയിൽ കണ്ടെത്തിയതും, ആത്മഹത്യാക്കുറിപ്പിൽ ധർമ്മൻ സാറിന്റെ പേരെടുത്ത് പറഞ്ഞതും, അതിന്റെ പേരിൽ ധർമ്മൻ സാർ ആത്മഹത്യ ചെയ്തതും പത്രമാധ്യമ ലോകത്തെ ആകമാനം ഇളക്കിമറിച്ചു. ആ ഇളകിമറിയലിന്റെ മധ്യത്തിൽനിന്നുകൊണ്ട് ജനങ്ങളെ അഭിസംബോധന ചെയ്യുന്ന ഷീലയുടെ മകൾ പത്രപ്രവർത്തനരംഗത്തെ പുതുതലമുറയിലെ പ്രതിനിധിയാണ്. ഇരയും വേട്ടക്കാരനും ഒന്നിന്റെ തന്നെ ഇരുതലപ്പുകളാണ് എന്ന ബോധ്യം ഈ കഥ പങ്കുവെയ്ക്കുന്നു. അധികാരരാഷ്ട്രീയവും ഇരവാദങ്ങളും കെട്ടിച്ചമയ്ക്കുന്ന വസ്തുതകളും മാധ്യമവ്യവഹാരത്തിൽ എങ്ങനെ ഇടപെടുന്നു എന്നതിന്റെ വ്യക്തമായ ചിത്രം മാധ്യമധർമ്മൻ എന്ന കഥയുടെ ഫലശ്രുതിയാണ്.

'ധർമ്മൻ സാർ ഇല്ലായിരുന്നെങ്കിൽ എന്നെപ്പോലെ അസംഖ്യം പേരുടെ ജീവിതം സംഭവരഹിതമായി അവസാനിച്ചേനേ എന്നോർക്കുമ്പോൾ അദ്ദേഹം സ്വതന്ത്രനാകുന്നതുവരെ, ആ കൈകൾ കൊളുത്തിയ മാർഗ്ഗദീപത്തിന്റെ വെളിച്ചത്തിൽ യാത്ര തുടങ്ങാൻ നമുക്ക് കടമയുണ്ട് എന്നു ഞാൻ വിശ്വസിക്കുന്നു. മനുഷ്യർ അവർക്കിടയ്ക്ക് അവർക്കിടയ്ക്ക് ഉള്ളത് മാത്രം അവർക്കിടയിൽ അവർക്ക് ഇഷ്ടമുള്ളത് മാത്രമേ വിശ്വസിക്കുകയുള്ളൂ എന്ന പാഠം നമ്മെ പഠിപ്പിച്ചത് അദ്ദേഹമല്ല അങ്ങനെ മനുഷ്യർ അവർക്കിഷ്ടമുള്ളത് മാത്രമേ വിശ്വസിക്കുകയുള്ളൂ എന്ന പാഠം നമ്മെ പഠിപ്പിച്ചത് അദ്ദേഹമ

ല്ലേ?' അങ്ങനെ മനുഷ്യർക്ക് ഇഷ്ടമുള്ളതിനെ തിരഞ്ഞുപിടിച്ച് പൊടിപ്പും തൊങ്ങലും ചേർത്ത് വ്യാജപ്പകർപ്പുകളുടെ മാതൃകയിൽ സ്വരുകൂട്ടിയെടുക്കുന്ന മാധ്യമവാർത്തകളുടെ പുരക്ഷേപരാഷ്ട്രീയം സമകാല പൊതുബോധത്തിൽ ആഴത്തിൽ സ്വാധീനിക്കുന്നുണ്ട്.

21. വായനക്കാരന്റെ/പ്രേക്ഷകന്റെ ആകാംക്ഷയും കൗതുകവും വർത്തമാനകാല മാധ്യമരാഷ്ട്രീയത്തെ നിർണയിക്കുന്നതിൽ സുപ്രധാന പങ്കുവഹിക്കുന്നു. ഏക ശിലാരൂപകമായ സ്വേച്ഛാധിപത്യത്തിന്റെ നിഴലുകൾ ഭരണഘടനയുടെ നാലാം തൂണായ മാധ്യമങ്ങൾ എങ്ങനെ ഉപയോഗിക്കുന്നുവെന്ന് മാധ്യമധർമ്മൻ എന്ന കഥ വെളിപ്പെടുത്തുന്നു. ആശയവിനിമയം എന്നതിനപ്പുറത്തേക്ക് കൃത്യമായ ആശയരാഷ്ട്രീയവിനിമയം എന്ന നിലയിലേയ്ക്കുള്ള ഏകതാനസ്വരങ്ങളെ മാധ്യമധർമ്മം പിൻപറ്റുന്നു.

ആഖ്യാനത്തിലും ഇതിവൃത്തത്തിലും സംഭാഷണത്തിലും കഥാപാത്രചിത്രീകരണത്തിലുമെല്ലാം കുറ്റാന്വേഷണം എന്ന പരമ്പരാഗത വാർപ്പുമാതൃകകളെ പിന്തുടർന്നുകൊണ്ട് വർത്തമാനകാല രാഷ്ട്രീയപ്രക്ഷുബ്ധതകളെ തുറന്നവതരിപ്പിക്കുന്ന രീതിയാണ് ഈ കഥ കൈക്കൊള്ളുന്നത്. വ്യാജവാർത്തകളും, വാർത്താരൂപീകരണവും വാർത്താസൃഷ്ടികളും ഒന്നിനൊന്ന് കൃത്രിമമായി രൂപംകൊള്ളുന്ന വർത്തമാനബോധ്യങ്ങളിലാണ് ഈ കഥ പുതിയൊരു രാഷ്ട്രീയം പങ്കുവെക്കുന്നത്. ഫിക്ഷനും ചരിത്രവും തമ്മിലുള്ള അതിർത്തികൾ നിർണ്ണയിക്കാൻ കഴിയാത്ത സത്യാനന്തരകാലത്തിൽ ഇത്തരമൊരു കഥാസന്ദർഭത്തിന് വലിയ പ്രസക്തിയുണ്ട്. അരാഷ്ട്രീയതയുടെ സൗകര്യങ്ങളിലേക്ക് ചേക്കേറാനുള്ള വ്യഗ്രതയും നിർണ്ണായകമായ ചരിത്രസന്ദർഭങ്ങളോടു പുലർത്തുന്ന ഉദാസീനതയും സാമൂഹികപ്രതിബദ്ധതയോടുള്ള നിരാസവും ദേശീയതയ്ക്ക് യോജിക്കാത്ത മാധ്യമചിഹ്നങ്ങളാണെന്ന് മാധ്യമധർമ്മൻ സ്ഥാപിച്ചെടുക്കുന്നു. പൊതുജനാഭിപ്രായം രൂപപ്പെടുത്തിയെടുക്കാൻ യഥാർത്ഥ വസ്തുതകളെക്കാൾ വൈകാരികവും വ്യക്തിപരവുമായ വിശ്വാസപ്രമാണങ്ങളാണ് സത്യാനന്തരകാലത്തെ മാധ്യമ പ്ര(തി)കരണത്തിൽ പ്രകടമാകുന്നത്. അതുതന്നെയാണ് ബഹുജനമാധ്യമങ്ങളുടെ സാരം.

ഡോ. വി. അനീഷ്കുമാർ

മധുര കാമരാജ് സർവ്വകലാശാലയിൽനിന്ന് മലയാളസാഹിത്യത്തിൽ ഡോക്ടറേറ്റ് നേടി. യു.ജി.സിയുടെ പോസ്റ്റ് ഡോക്ടറൽ ഫെ

ല്ലോഷിപ്പ് ലഭിച്ചിട്ടുണ്ട്. ആധുനികതയിലെ എഴുത്തിടങ്ങൾ, അതികഥയുടെ ആഖ്യാനതന്ത്രം, കാഴ്ചാന്തരങ്ങൾ, ആധുനിക'ഥ'യിലെ സ്ത്രീസ്വത്വനിർമ്മിതികൾ എന്നീ ഗ്രന്ഥങ്ങളും ഗവേഷണസംബന്ധിയായ നിരവധി ലേഖനങ്ങളും പ്രസിദ്ധീകരിച്ചിട്ടുണ്ട്.

○○

എൻമകജെയും മരണാനന്തരവിവാഹങ്ങളും

ഡോ. മായ എസ്. നായർ

മലയാളസാഹിത്യലോകത്ത് വേറിട്ട സഞ്ചാരപഥങ്ങൾ സൃഷ്ടിച്ച് ഒറ്റനടത്തം വഴി തന്റേത് 'തനിവഴി'യാണെന്ന് ഓരോ രചനകളിലൂടെയും പ്രഖ്യാപിച്ചുറപ്പിക്കുന്ന എഴുത്തുകാരിയാണ് കെ.ആർ മീര. സാമ്പ്രദായിക ചട്ടക്കൂടുകൾ കൊണ്ടോ നിയതമായ നിർവചനങ്ങൾക്കകത്തു നിന്നുകൊണ്ടോ വിലയിരുത്താൻ ഒരിക്കലും വഴങ്ങിത്തരാത്തവയാണ് മീരയുടെ കഥാലോകം. എഴുത്തുകാരി എന്ന നിലയിൽ പൊതുവെയും പത്രപ്രവർത്തക എന്ന നിലയിൽ നേരിട്ട് കണ്ടും കേട്ടും വായിച്ചും അറിഞ്ഞ അനുഭവസമ്പത്തും മീരയുടെ കഥകൾക്ക് കൂടുതൽ ഉറപ്പുനൽകുന്നു.

സമകാലിക ജീവിതയാഥാർത്ഥ്യങ്ങളെ കറുത്തഹാസ്യം കൊണ്ടും ഐറണികൾ കൊണ്ടും അവതരിപ്പിച്ച് വായനക്കാരോട് നേരിട്ട് സംവദിക്കുന്ന രീതിയാണ് കെ.ആർ മീരയുടെ എഴുത്തിനെ സഹൃദയലോകത്തിന് പ്രിയപ്പെട്ടതാക്കി മാറ്റുന്നത്. വിഭിന്നങ്ങളായ പ്രമേയങ്ങളും വ്യത്യസ്തരായ കഥാപാത്രങ്ങളും ഓരോ രചനകളെയും സമ്പന്നമാക്കി കൊണ്ടിരിക്കുന്നു. അതുകൊണ്ട് തന്നെ കെ.ആർ മീരയുടെ കഥകളെ മുൻവിധികളോടെ സമീപിക്കുവാൻ സാധ്യമല്ല.

മീരയുടെ കഥകളിൽ നിശ്ശബ്ദമായ ഒരു തലോടൽ പോലെ ആദ്യ വായനയിൽ തോന്നുകയും വായനാനന്തരം നമ്മെ ഏറെ നേരത്തേക്ക് ചിന്തിപ്പിക്കുകയും ചെയ്യുന്ന ലളിതവും ഒപ്പം ഗഹനവുമായ ഒരു കഥയാണ് മരിച്ചവളുടെ കല്യാണം. വായനക്കാരി എന്ന നിലയിൽ ഒരു കൃതി വായിക്കാനായി ഏറ്റവുമധികം മുന്നൊരുക്കം നടത്തേണ്ടി വന്നതും സഹിക്കാനുള്ള കരുത്ത് നേടേണ്ടിവന്നതുമായ ഒരു കൃതി അംബികാസുതൻ മാങ്ങാടിന്റെ എൻമകജെ എന്ന നോവലാണ് എന്ന് കെ.ആർ മീര തുറന്നെഴുതിയിട്ടുണ്ട്.

നിസ്സഹായരായ ജനതയോട് മാറിമാറി വന്ന ഭരണകൂടങ്ങളും പൊതുസമൂഹവും ചെയ്തുകൊണ്ടിരിക്കുന്ന വഞ്ചനയുടെ നേർക്കാഴ്ച അനുഭവവേദ്യമാക്കിയ ഈ നോവൽ എൻമകജെ എന്ന ഗ്രാമത്തിന്റെ ദുരിതവർത്തമാനങ്ങൾക്കൊപ്പം ചിരപുരാതനമായ മിത്തിക്കൽ ഘടകങ്ങളെയും ഉൾക്കൊള്ളുന്നുണ്ട്. ഈ നോവൽ നൽകിയ ആഘാതത്തിനൊപ്പം പത്രമോഫീസിലെ ജോലികൾക്കിടയിൽ വായിക്കാനിടയായ മരിച്ചവരുടെ വിവാഹങ്ങളെകുറിച്ചുള്ള ഒരു ലേഖനവും മീരയെ ആഴത്തിൽ സ്വാധീനിച്ചു.

ഈ അനുഭവങ്ങളുടെ പ്രേരണയുൾക്കൊണ്ട് കെ.ആർ മീര എഴുതിയതാണ് മരിച്ചവളുടെ കല്യാണം എന്ന കഥ.

ജീവിച്ചിരിക്കുന്ന ബന്ധുക്കൾ, മരിച്ചുപോയ പ്രിയപ്പെട്ടവരുടെ വിവാഹങ്ങൾ ആഘോഷപൂർവ്വം നടത്തുന്ന മംഗോളിയയിലെ ആചാരങ്ങൾ ലോകപ്രശസ്തമാണ്. ഇവിടെ നമ്മുടെ കൊച്ചുകേരളത്തിലും മരിച്ചവരുടെ വിവാഹങ്ങൾ നടത്തുന്ന ഗോത്രവിഭാഗങ്ങൾ ഉണ്ട്. കാസർഗോഡ് ജില്ലയിൽ അത്തരത്തിൽ നടത്തപ്പെടുന്ന ഗോത്രാചരങ്ങളെക്കുറിച്ചുള്ളവിവരങ്ങൾ എൻമകജെ എന്ന ഗ്രാമത്തിന്റെ ദുരിതമുഖങ്ങൾ ചേർത്ത് വായിച്ചപ്പോൾ ഉരുത്തിരിഞ്ഞ കഥയാണ് മരിച്ചവളുടെ കല്യാണം.

ആത്മഹത്യ ചെയ്ത ഗിരിവർഗക്കാരിയായ പെൺകുട്ടിയുടെ വിവാഹമാണെന്ന് അറിയിച്ചുകൊണ്ട് അവളുടെ അച്ഛൻ അയച്ച കത്ത്കിട്ടി നാഗരികനും അധ്യാപകനും ആയ ഒരാൾ ആ വിവാഹച്ചടങ്ങിൽ പങ്കെടുക്കുന്ന സന്ദർഭമാണ് ഈ കഥയുടെ പ്രമേയം. 'അവളുടെ കല്യാണമായിരുന്നു' എന്ന് തുടങ്ങുന്ന കഥയിൽ നായികാനായകന്മാർ ഉൾപ്പെടെ ഒരു കഥാപാത്രങ്ങൾക്കും പേരില്ല എന്നത് ശ്രദ്ധേയമാണ്. എൻമകജെ എന്ന ഗ്രാമത്തിൽ കൂട്ടംകൂടി താമസിക്കുന്ന ഗോത്രവർഗക്കാരുടെ കോളനിയിൽ രാത്രി വൈകി നടക്കുന്ന വിവാഹചടങ്ങുകൾ നോക്കികൊണ്ടിരിക്കുന്ന പെൺകുട്ടി മരിച്ചവളാണ്. ഓരോ ചടങ്ങും അവൾ സസൂക്ഷ്മം വീക്ഷിക്കുന്നു. വരന്റെ കൂട്ടർ എത്തേണ്ട താമസം വാദ്യഘോഷങ്ങൾ മുഴങ്ങാൻ തുടങ്ങും എന്ന നിലയിൽ ഇരിക്കുമ്പോഴാണ് 'അയാൾ' വന്നത്. ക്ഷണിക്കപ്പെട്ട അതിഥിയായ അയാളെ, അവളുടെ വീട്ടുകാർ ഉപചാരപൂർവം സ്വീകരിക്കുന്നു. എന്നാൽ വിവാഹിതയാകാൻ ഇരിക്കുന്ന പെൺകുട്ടിയുടെ ഓർമകൾ അയാളെ വേട്ടയാടുന്നു.

മലയാളസാഹിത്യം പഠിക്കാനായി അവഗണനകളുടെയും പരാധീനതകളുടേയും നാട്ടരങ്ങായ കാസറഗോഡ് നിന്നും (സോ

ഷ്യൽ മീഡിയകളുടെ വമ്പിച്ച സ്വാധീനം ഇപ്പോൾ മാറ്റങ്ങൾക്ക് വഴിവച്ചിട്ടുണ്ട്.) സമ്പത്തിന്റെയും പ്രൗഢിയുടെയും അധികാരത്തിന്റെയും നഗരകേന്ദ്രമായ തിരുവനന്തപുരത്തേക്ക് എത്തിച്ചേർന്ന ഗിരിവർഗക്കാരി അവിടെ ഉണ്ടായിരുന്നവരെ സംബന്ധിച്ചിടത്തോളം തടിച്ചു കറുത്ത് തേറ്റയില്ലാത്ത ഒരു കാട്ടുപന്നിയെയാണ് ആദ്യം ഓർമിപ്പിച്ചത്.

ഈ വിശേഷണം ഉറൂബിന്റെ കരിമ്പാറക്കൂട്ടം പെറ്റിട്ട രാചിയമ്മയുടെ വിദൂരച്ഛായയെ ധ്വനിപ്പിക്കുന്നുണ്ട്.

ആനുകൂല്യമായി കിട്ടുന്ന പണം കൊണ്ട് അയാളുടെയും (കഥാനായകൻ) മറ്റുള്ളവരുടെയും പുസ്തകങ്ങൾ വാങ്ങിക്കൂട്ടി വായിക്കുന്ന ആ കാട്ടുപന്നിയുടെ വായനാശീലം എല്ലാവരെയും അത്ഭുതപ്പെടുത്തി. പുസ്തകങ്ങളിലൂടെയും ക്ലാസ്സുകളിലൂടെയും മനസ്സിലാക്കിയ അയാളെ അവൾ തനിക്ക് 'ചാരാനുള്ള' മരമായി കാണുന്നു. ആ മരം നൽകുന്ന തണലിൽ താൻ സുരക്ഷിതയായിരിക്കുമെന്ന് അവൾ കണക്കുകൂട്ടി. എന്നാൽ കാട്ടുപന്നിയെപ്പോലെ ഇരിക്കുന്ന അവളോട് ഒരു സ്ത്രീയോടുള്ള ആകർഷണം അയാൾക്ക് തോന്നിയില്ല.എന്നാൽ അവളുടെ വായനാശീലം അവളോടുള്ള സൗഹൃദത്തിന് കാരണമാകുകയും ചെയ്തു.

പൗരുഷത്തിന്റെ പ്രത്യേകം പ്രത്യേകം അളവുകോലുകൾ ഇല്ലാതെ തനിക്കുചുറ്റും തണൽവിരിച്ചു നിൽക്കുന്ന വൃക്ഷമായി കരുതിയ അയാളുടെ പെരുമാറ്റം അവളെ വേദനിപ്പിച്ചു. വലിയ ഔദാര്യംപോലെ തന്റെ വിവാഹത്തിന് അവളെ ക്ഷണിച്ച അയാൾ പിന്നീട് അവളെ കാണുമ്പോഴെല്ലാം തനിക്ക് പ്രിയപ്പെട്ട വെളുത്തു മെലിഞ്ഞ ഭാര്യയെ ചേർത്തുപിടിച്ചു. ഒടുവിൽ ഒരു തണൽവൃക്ഷത്തിന്റെ കൊമ്പിൽ അവൾ ജീവിതം അവസാനിപ്പിച്ചപ്പോൾ അവളുടെ ചേതനയറ്റ ശരീരം ഏറ്റുവാങ്ങിയതും മൃതദേഹം നാട്ടിലേക്ക് എത്തിച്ചതും അയാളാണ്. ഈയൊരു സഹായത്തിന്റെ പേരിലാണ് മരണാനന്തരം നടത്തപ്പെടുന്ന അവളുടെ വിവാഹത്തിന് വീട്ടുകാർ അയാൾക്ക് പ്രത്യേകം ക്ഷണക്കത്ത് അയച്ചത്. ഒരു പ്രായശ്ചിത്തം പോലെയാണ് അയാൾ ആ വിവാഹത്തിനു ചെന്നത്. എന്നാൽ വെറുമൊരു കാഴ്ചക്കാരനായി തീർത്തും അപരിചിതമായ ഒരു ആചാരം കാണാൻ വന്ന അയാൾ ആ ആചാരം കൊണ്ട് ഉദ്ദേശിക്കുന്ന സങ്കീർണതകൾ ചിന്തിച്ചുചിന്തിച്ച് പരിക്ഷീണനാകുന്നു. ഒടുവിൽ വിവാഹച്ചടങ്ങുകൾ പൂർത്തിയാകുന്നതുവരെ കാത്തുനിൽക്കാൻ കരുത്തില്ലാതെ ടാക്സിക്കാരൻ കാത്തുനിൽക്കി

ല്ലെന്ന ന്യായവുംപറഞ്ഞ് ഒരു ഭീരുവിനെപ്പോലെ അയാൾ അവിടെനിന്നും ഓടിയകലുന്നു.

ഒറ്റ വായനയിൽ പ്രണയനൈരാശ്യം ബാധിച്ച് ആത്മഹത്യചെയ്ത ഒരു പെൺകുട്ടിയുടെ മരണാനന്തരം നടത്തപ്പെടുന്ന വിവാഹത്തിന് സാക്ഷിയാകേണ്ടി വരുന്ന പുരുഷന്റെ അന്തഃസംഘർഷങ്ങളാണ് തെളിഞ്ഞുവരുന്നത്. എന്നാൽ അവളുടെ ഗ്രാമമായ എൻമകജെ എന്ന പേര് ഒരു തീരാവിങ്ങലായി നമുക്ക്, പൊതുസമൂഹത്തിനു മുൻപിൽ ചോദ്യചിഹ്നമായി നിൽക്കുമ്പോൾ കഥ, സൂക്ഷ്മവായന ആവശ്യപ്പെടുന്നു.

കഥയിൽ വിവാഹച്ചടങ്ങുകളും മറ്റും വിവരിക്കുന്ന ഭാഗങ്ങളിൽ അവളുടെ വരനെക്കുറിച്ച് ഒരു പരാമർശവും ഇല്ല. മരണാനന്തരം വിവാഹിതയാകുന്ന പെൺകുട്ടിക്ക് അത്തരം ആഗ്രഹങ്ങൾ ഒന്നും ഇല്ലെന്ന് ആയിരിക്കുമോ? മരണാനന്തരം നടത്തുന്നവയാണെങ്കിലും ഇത്തരം വിവാഹങ്ങളിലും പൊരുത്തവും ജാതകവും എല്ലാം നോക്കുന്നുണ്ട്. ഏറെ കഷ്ടപ്പെട്ടാണ് അവളുടെ അച്ഛൻ അവൾക്കായി ഒരു വരനെ (മരിച്ച പുരുഷനെ) കണ്ടെത്തുന്നത്. ഇങ്ങനെ നടത്തപ്പെടുന്ന വിവാഹങ്ങളിലൂടെ ബന്ധുക്കൾ ആകുന്നവർ അത് നിലനിർത്തുകയും ചെയ്യാറുണ്ട്. മരിച്ചവർ തമ്മിലുള്ള വിവാഹം ആയതിനാൽ ആ ബന്ധത്തിൽ പ്രശ്നങ്ങളോ തർക്കങ്ങളോ പിണക്കങ്ങളോ ഒന്നും ഉണ്ടാകാൻ ഇടയില്ല. അവർ ശാശ്വതദമ്പതികളായി സന്തോഷത്തോടെ കഴിയും എന്ന് ജീവിച്ചിരിക്കുന്നവർ സമാധാനിക്കും.

മരണാനന്തര വിവാഹങ്ങൾ നടത്തപ്പെടുന്ന ധാരാളം ഗ്രാമങ്ങൾ കാസർഗോഡിൽ ഉണ്ടെങ്കിലും എൻമകജെ എന്ന ഗ്രാമം തന്നെ തിരഞ്ഞെടുത്തത് മനഃപൂർവം ആയിരുന്നെന്ന് കഥാകൃത്ത് സൂചിപ്പിക്കുന്നുണ്ട്. ഈ ഭൂമിയിൽ ജനിച്ചുവീഴുന്ന ഓരോ ജീവിക്കും അവരുടെ ജീവിതം ജീവിച്ചുതീർക്കാനുള്ള അവകാശം ഉണ്ട്. എന്നാൽ പല കാരണങ്ങൾ കൊണ്ടും അത് സാധ്യമാകാതെ പോകുന്ന ചിലരെങ്കിലും ഉണ്ട്. മനുഷ്യസമൂഹത്തെ സംബന്ധിച്ചിടത്തോളം ബാഹ്യമായ സമ്മർദ്ദങ്ങളേക്കാൾ മനുഷ്യരായി ജനിച്ചുപോയതിന്റെ പേരിൽ മനുഷ്യനിർമ്മിതമയ മാമൂലുകൾ സാരമായി ബാധിക്കുന്നവർ ധാരാളമുണ്ട്. ഇങ്ങനെ പല കാരണങ്ങളാലും അകാലത്തിൽ ജീവൻ നഷ്ടപ്പെടുന്ന അല്ലെങ്കിൽ ജീവിതം അവസാനിപ്പിക്കുന്ന മനുഷ്യരോടുള്ള കരുണയിൽ നിന്നുമാണ് മരണാനന്തരവിവാഹം പോലെയുള്ള ആചാരങ്ങൾ ഉണ്ടാകുന്നത്. അന്ധ

വിശ്വാസമെന്നും അനാചാരം എന്നും പറഞ്ഞ് നാഗരികർ അതിനെ പുച്ഛിച്ചുതള്ളും. എന്നാൽ സഹജീവികളോടുള്ള കരുണയിൽ നിന്നും പരിഗണനയിൽ നിന്നും കാട്ടുമനുഷ്യർ രൂപം നൽകിയ ഈ ആചാരങ്ങൾക്ക് മാനവികതയുടെ വിശാലമായ അർത്ഥതലങ്ങൾ ഉണ്ട്. വിവാഹച്ചടങ്ങുകൾക്കായി വരന്റെ സങ്കൽപ്പത്തിൽ മണ്ഡപത്തിലേക്ക് കൊണ്ടുവരുന്ന ചുവന്നപട്ടുകൊണ്ട് മൂടിയ കുംഭം കാണുമ്പോൾ തന്റെ മകനെ ഓർത്ത് തേങ്ങിക്കരയുന്ന 'വരന്റെ അമ്മ' വായനക്കാരന്റെ മനസ്സിലേക്ക് വിങ്ങലായി കടന്നു വരുന്നു. ഇവിടെ വെച്ച് കഥ വ്യക്തിപരതയിൽ നിന്നും മാറി സഞ്ചരിക്കാൻ തുടങ്ങുന്നു. അതുവരെയും ഒരുവിധത്തിൽ പിടിച്ചുനിന്ന അയാൾ 'വധു'വിന്റെ രംഗപ്രവേശം കാണാൻ കരുത്തില്ലാതെ ഓടിപ്പോകുന്നിടത്ത് എഴുത്തുകാരി തന്റെ ധാർമികത നിറവേറ്റുന്നു.

എത്രയോ മനുഷ്യരുടെ ജീവിക്കാനുള്ള അവകാശങ്ങളെ നിഷേധിച്ച അധികാരിവർഗങ്ങളും അതിനെ നിശ്ശബ്ദം പിന്തുണച്ചുകൊണ്ടിരിക്കുന്ന പൊതുസമൂഹവും 'അയാള'നുഭവിച്ച വേദനയും സംഘർഷവും പങ്കിടാൻ ബാധ്യസ്ഥരാണ്.

പത്രപ്രവർത്തക എന്ന നിലയിൽ താൻ അറിഞ്ഞ വാർത്തകളെയും അതിനു പിന്നിലെ വർത്തമാനങ്ങളെയും സൂക്ഷ്മമായി വിശകലനം ചെയ്ത് വായനക്കാർക്ക് മുന്നിൽ അവതരിപ്പിക്കാൻ അവസരം കിട്ടുമ്പോഴെല്ലാം ശ്രമിച്ചിട്ടുള്ള എഴുത്തുകാരിയാണ് കെ. ആർ മീര.

കോട്ടയത്ത് അച്ഛനും അമ്മയും എയ്ഡ്സ് രോഗബാധയാൽ മരിച്ചതിനെ തുടർന്ന് അനാഥരായിപ്പോയ എയ്ഡ്സ് രോഗബാധിതരായ കുഞ്ഞുങ്ങൾക്ക് പൊതുസമൂഹത്തിൽ നിന്നും ഏറ്റുവാങ്ങേണ്ടി വന്ന ഹീനമായ പെരുമാറ്റങ്ങൾ മലയാളികളെ ഏറെ ലജ്ജിപ്പിച്ചു കൊണ്ടിരുന്ന വാർത്തകളിൽ നിന്നാണ് 'നായ്ക്കോലം' എന്ന കഥ കെ.ആർ മീര എഴുതുന്നത്. ഈ കഥയിലെ നായിക ഒരു പത്രപ്രവർത്തകയാണ്. ഒരേ സമയം മാധ്യമധർമ്മത്തിനോടും മാധ്യമലോകത്തിനോടും പൊതുസമൂഹത്തിനോടും അധികാരികളോടും നിരന്തരം കലഹിക്കേണ്ടിവരുന്ന ദളിതയായ പത്രപ്രവർത്തക തങ്ങൾ അന്നം എന്ന നിലയിൽ കണ്ടുതുടങ്ങിയ വാർത്തകളിൽ അതിനപ്പുറമുള്ള ജീവിതങ്ങളെ കണ്ടെത്തുന്നതാണ് നായ്ക്കോലം എന്ന കഥയുടെ പ്രമേയം. നായ്ക്കോലം കെട്ടിയാൽ കുരയ്ക്കുക മാത്രമേ വഴിയുള്ളൂ എന്ന് ഈ കഥ നമ്മെ ഓർമപ്പെടുത്തുന്നു.

ഇങ്ങനെ തനിക്ക് ചുറ്റുമുള്ള വാർത്താലോകങ്ങളിൽ മനുഷ്യരുടെ ദയനീയതകളെ കാഴ്ചകൾക്കപ്പുറം ആത്മാവുകൊണ്ടന്വേഷിച്ച് അത് വായനക്കാരിലേക്ക് എത്തിക്കുന്നിടത്ത് കെ.ആർ മീരയുടെ കഥകളിലെ മാനവികത ഉയർന്നു നിൽക്കുന്നു.

ഡോ. മായ എസ്. നായർ

ഗുരുവായൂർ ശ്രീകൃഷ്ണ കോളജിലെ മലയാളം അധ്യാപിക. കാലടി സംസ്കൃത സർവകലാശാലയിൽ നിന്നും ഡോ. കെ.വി ദിലീപ്കുമാറിന്റെ മേൽനോട്ടത്തിൽ 'പരമ്പരാഗതവൈദ്യം നാട്ടറിവുകളിൽ' എന്ന വിഷയത്തിൽ ഗവേഷണബിരുദം.

വാർത്ത ഗന്ധമായി പടരുന്ന രാവുകളിൽ

ഡോ. പ്രിൻസ്മോൻ ജോസ്

സൈബർസംസ്കാരവും, മാധ്യമാധിനിവേശവും, നഗരജീവിതവും, ആഗോളവിനിമയങ്ങളും, യാഥാസ്ഥിതികനിലപാടുകളിൽ നിന്നുള്ള വ്യതിചലനങ്ങളും വിഗ്രഹഭഞ്ജകത്വവും പുതുകാലത്തിന്റെ സമസ്യകളും ജീവിതമുഹൂർത്തങ്ങളും വിഹ്വലതകളും അന്തർധാരയായി രൂപപ്പെടുത്തിയ സാമൂഹികപരിസരത്തിൽ നിന്നാണ് പുതുകഥകളുടെ നാമ്പുകൾ രൂപമെടുത്തിട്ടുള്ളത്. സ്ത്രീവിരുദ്ധവും, പുരുഷകേന്ദ്രിതവുമായ പരമ്പരാഗതവീക്ഷണങ്ങളുടെ തലങ്ങളെ വർത്തമാനകാല സ്ത്രീസമൂഹം എങ്ങനെ സമീപിച്ചു, എങ്ങനെ വിമർശനവിധേയമാക്കി എന്ന് അന്വേഷിക്കുമ്പോൾ അവിടെ പെണ്ണെഴുത്തിന്റെ ചരിത്രം ചുരുൾ നിവരുന്നു. ആ ചരിത്രവഴികളിൽ സ്ത്രീ ഓരോ കാലഘട്ടങ്ങളിലും എന്തായിരുന്നു എന്ന ചിന്ത വ്യത്യസ്തമാനങ്ങളിൽ ഇവിടെ രൂപപ്പെട്ടുവന്നു. ഈ വിശകലനങ്ങൾക്ക് അടിത്തറരൂപപ്പെടുത്തിയത് കവിതകളിലൂടെയും, കഥകളിലൂടെയും വിവിധരചനകളിലൂടെയുമാണ്. ഈ രൂപാന്തരത്തിന്റെ വഴികളിൽ തന്റേതായ സംഭാവനകൾ നല്കിയ കഥാകാരിയാണ് കെ.ആർ മീര. സ്ത്രീസ്വത്വത്തിന്റെ വ്യത്യസ്തഅടരുകളെയും വൈവിധ്യജീവിതാനുഭവങ്ങളേയും അവർ തങ്ങളുടെ കഥകളിലൂടെ ആവിഷ്ക്കരിച്ചു. നിരാകരിക്കപ്പെടുന്ന സ്ത്രീ സ്വത്വങ്ങൾ, യാന്ത്രികമായ നഗരജീവിതം, തൊഴിലിടങ്ങളിലെ സംഘർഷങ്ങൾ എന്നിവ പ്രമേയമാക്കി കെ.ആർ മീര എഴുതിയ പ്രസിദ്ധരചനയാണ് വാർത്തയുടെ ഗന്ധം. ഗന്ധബിംബങ്ങളുടെ സാധ്യതകൾ ഫലപ്രദമായി പ്രയോജനപ്പെടത്തി രചിച്ചിരിക്കുന്ന കഥയാണിത്.

വാർത്താമുറിയുടെ നാലുചുവരുകൾക്കിടയിൽ കർത്തവ്യനിരതരായി തളയ്ക്കപ്പെടുന്ന നിസഹായജീവിതങ്ങളാണ് കഥയുടെ

തുരുത്തുകളിൽ തെളിയുന്നത്. അന്ന സന്തോഷ് പോളിന്റെ ജീവിതത്തിൽ നടക്കുന്ന അനുക്രമമായ ക്രിയകളുടെ പ്രതിപാദനം. വാർത്താമുറിയിൽ ഇരുപത്തിയാറുവർഷം തളയ്ക്കപ്പെട്ട അവൾ, ഭർത്താവിനാൽ തിരസ്കൃതയായി, ചങ്ങലയിറുകി ജീർണിച്ച നിലയിലേക്ക് മാറുന്നതിന്റെ ദൈന്യത വേദനയായി കഥാന്ത്യത്തിൽ പടർന്നിറങ്ങുന്നു. പ്രണയവും സന്തോഷവും ഇഴപിരിഞ്ഞ സന്തോഷിനോടൊപ്പമുള്ള അവളുടെ ആദ്യജീവിതമുഹൂർത്തങ്ങൾ. മകനായ സണ്ണിയുടെ സാന്നിധ്യം അവരുടെ നിമിഷങ്ങളെ കുറേക്കൂടി മധുരതരമാക്കി. പത്ര ആപ്പീസിലെ ജോലി യാന്ത്രികമാകുമ്പോഴും അതിനെ മറികടക്കുന്നതായിരുന്നു അവരുടെ ജീവിതനിമിഷങ്ങൾ. ഇതിനിടയിൽ പത്രത്തിലെ ചരമപ്പേജ് തയ്യാറാക്കുന്നതിന്റെ മരവിപ്പിനിടയിൽ മരിച്ചവരുടെ ഗന്ധം അവളെ തേടിയെത്തുന്നുണ്ട്.

ചേറ്റുകുഴിയിൽ രാഘവന്റെ മരണവാർത്ത കൈയിലെടുത്ത ദിവസം ഒരു സ്പിരിറ്റിന്റെ മണമെന്ന് അന്ന നെറ്റിചുളിച്ചു. സ്ഥലത്തെ പ്രധാനവാറ്റുകാരനായിരുന്നു രാഘവൻ ചേട്ടൻ. ഏലക്കാട്ടിൽ ഏലിയാമ്മയുടെ മരണം വായിച്ചപ്പോൾ മധുരച്ചുരുട്ടിന്റെ മണം ലഭിച്ചു. പരേതയ്ക്ക് ചുരുട്ടു കച്ചവടമാണെന്ന് ഏജന്റ് സ്ഥിരീകരിച്ചു. ഓരോരുത്തരുടെയും സാമീപ്യവും ആഗമനവും എല്ലാം അവൾ അറിഞ്ഞിരുന്നത് ഗന്ധങ്ങളിലൂടെയായിരുന്നു. ഭർത്താവായ സന്തോഷിന്റെ സാമീപ്യവും അവൾ അങ്ങനെ തിരിച്ചറിഞ്ഞു.

വാർത്താമുറിയിലെ പതിവുപോലെ ഡെഡ്‌ലൈനിട്ട ജീവിതമായിരുന്നു അവരുടേത്. ഒരു എഡിറ്ററെ സംബന്ധിച്ചിടത്തോളം ഡെഡ്‌ലൈൻ വിട്ടൊരു കളിയും ജീവിതത്തിലില്ല. ഒരു ഡെഡ്‌ലൈൻ തരൂ.....മുമ്പൊക്കെ മാർക്കറ്റിൽ പോകാൻ പറയുമ്പോഴും സന്തോഷ് ചോദിക്കും. എനിക്ക് എത്രവരെ ലേറ്റാകാം. ഡെഡ്‌ലൈനില്ലാതെ ഏതു ജീവിതമാണ്, ഏതു പ്രവൃത്തിയാണ് അർത്ഥവത്താവുക. പിന്നീട് സണ്ണിയുണ്ടായ ശേഷം കുളിയ്ക്കാനോ, ഭക്ഷണം കഴിക്കാനോ ശാസിക്കുമ്പോൾ അവനും ചോദിച്ചിരുന്നു. ഓകെ. വാട്സ് മൈ ഡെഡ് ലൈൻ എന്ന്. എന്നാൽ ആ ജീവിതത്തിലെ സന്തോഷങ്ങൾ എത്ര വേഗമാണ് തകിടം മറിയുന്നത്. സന്തോഷിന് അവിചാരിതമായി ഡൽഹിയിലേക്ക് വന്ന സ്ഥലംമാറ്റം അവരുടെ കുടുംബജീവിതത്തിൽ വിള്ളൽവീഴ്ത്തുന്നു. ഭർത്താവിന്റെ അവഗണന അന്നയെ ഏറെ തളർത്തുന്നു. സണ്ണി അപ്പയെക്കാണാൻ വഴക്കുകൂടിയപ്പോൾ ഡൽഹിയിൽ അവനെ ചേർക്കുന്ന സ്ക്കൂളിനെക്കുറിച്ച് വർണിച്ചും ഫ്ളാറ്റിനെക്കുറിച്ച് പറഞ്ഞും

അന്ന അവനെ ആശ്വസിപ്പിച്ചു. എന്നാൽ ആ കാത്തിരിപ്പ് നീളുകയാണ്. ഓ ചരമപ്പേജ് എഡിറ്റർക്കെന്തു നോസ് ഫോർ ന്യൂസ്. പെട്ടെന്ന് അന്നയ്ക്ക് സന്തോഷിന്റെ സ്വരം കേൾക്കും പോലെ തോന്നി. ശവപ്പെട്ടിയുടെ മുടിയിലെ ലൂസായ ആടിത്തുടങ്ങിയ ആണിപോലെ അന്നയുടെ മനസ്സിൽ അത് കിടു കിടു ശബ്ദമുണ്ടാക്കി. ഡൽഹിയിൽ അഞ്ചുവർഷത്തിനുശേഷം സന്തോഷ് മറ്റൊരു പത്രത്തിലേക്ക് മാറുന്നു എന്ന വാർത്ത കേട്ടപ്പോഴായിരുന്നു അത്. ഫോൺ കോളുകളും കത്തുകളും സണ്ണിയ്ക്കുള്ള സമ്മാനങ്ങളും സന്ദർശനങ്ങളും അപൂർവ്വമായിത്തുടങ്ങിയ കാലം. ഞാനുംകൂടി വന്നാലോ? എന്ന് സഹികെട്ട് അന്ന സന്തോഷിനോട് ചോദിച്ചു. ഓ. വന്നിട്ടെന്താ? സന്തോഷിന്റെ ശബ്ദത്തിലെ അകല്ച്ച അന്ന മണത്തറിഞ്ഞു. ഒരാളുടെ ശമ്പളംകൊണ്ടെന്നും ഇവിടെ ജീവിക്കാനാവില്ല. എനിക്കെന്താ ഇവിടെ ജോലി കിട്ടില്ലെ എന്ന് അന്ന ചോദിച്ചപ്പോൾ, എന്താ നിന്റെ എക്സ്പീരിയെൻസ്, എട്ടുപത്തുകൊല്ലം ചരമക്കോളം ചെയ്തതോ? എന്ന് സന്തോഷ് പരിഹസിച്ചു. അതിനു മറുപടി പറയാൻ അന്നയ്ക്കു സാധിച്ചില്ല. പിന്നെ ആ സത്യവുമായി പൊരുത്തപ്പെട്ടവൾ ജീവിച്ചു.

സാവധാനം ചരമക്കോളം തയ്യാറാക്കി ആ യാന്ത്രികതയിലും മരവിപ്പിലും ജീവച്ഛവമായി അവൾ മാറി. അതിനിടയിലും വഞ്ചനയുടെ ആ മുഖത്തെ, കാപട്യത്തെ അവൾ സ്മരിക്കുന്നുണ്ട്. ഭാര്യയെ ഉപേക്ഷിച്ച് മറ്റൊരുത്തിയെ വിവാഹം കഴിക്കുന്നവൻ അവൾക്ക് വിരോധമായി വ്യഭിചാരം ചെയ്യുന്നു, എന്ന ബൈബിൾ വചനം കർമ്മഫലമായും, പ്രതികാരമായും അവൾ മനസിൽ സൂക്ഷിക്കുന്നു. പക്ഷേ, പഴയ പ്രസരിപ്പിലേക്കോ സന്തോഷത്തിലേക്കോ തിരിച്ചെത്താൻ അവൾക്ക് കഴിയുന്നില്ല. ഇരയാക്കപ്പെട്ട, വഞ്ചിക്കപ്പെട്ട അനേകം സ്ത്രീകൾക്കൊപ്പം അവളും അവസാനം ചേർക്കപ്പെടുകയാണ്.

മറ്റു വാർത്തകളുമായി തട്ടിച്ചുനോക്കുമ്പോൾ ചരമവാർത്തകളെ എത്രമാത്രം അപ്രധാനമായാണ് മനുഷ്യർ കരുതുന്നത് എന്ന അതേ ലാഘവബുദ്ധിയോടെയാണ് സന്തോഷ് അന്നയെ പരിഗണിക്കുന്നത്. പുരുഷകേന്ദ്രീകൃതസമൂഹത്തിൽ സ്ത്രീ എത്രമാത്രം നിസാരവത്ക്കരിക്കപ്പെടുന്നു എന്ന സത്യവും ഈ കഥ വെളിപ്പെടുത്തുന്നു. പൊതുസമൂഹത്തിലും, വ്യവഹാരയിടങ്ങളിലും സ്ത്രീ പുരുഷനേക്കാൾ ഒരു പടി പിന്നിലാണ് എന്ന സാമാന്യബോധത്തെ തിരുത്താനും കഥാകാരി ഉദ്യമിക്കുന്നു. അന്ന ജീവിതപ്രാരാ

ബ്ബങ്ങളാലും, അവഗണനകളാലും തളർന്നു പോകുന്നുണ്ടെങ്കിലും അവളുടെ ഗാഥ വരുന്ന സ്ത്രീജനതകൾക്ക് പ്രതിരോധത്തിന്റെ നിലപാടുകൾ രൂപപ്പെടുത്താൻ പര്യാപ്തമാണ്. അവളുടെ വാർത്ത ഗന്ധമായി അലിഞ്ഞു പ്രസരിക്കുമ്പോൾ അവ നിലവിലുള്ള വ്യവസ്ഥയുടെ പുനഃസ്ഥാപനത്തിനുള്ള മാർഗരേഖയാകും എന്നതിൽ സംശയമില്ല. ആ ലക്ഷ്യമാണ് കെ. ആർ മീര ഈ കഥയിലൂടെ സാധ്യമാക്കുന്നതും.

ഡോ. പ്രിൻസ് മോൻ ജോസ്

കോട്ടയം ജില്ലയിലെ കാഞ്ഞിരമറ്റത്ത് ജനനം. പാലാ സെന്റ് തോമസ് കോളേജ് അസി.പ്രൊഫസർ. മലയാളത്തിലെ സാഹിത്യ ചരിത്രങ്ങളുടെ ചരിത്രം, മലയാളസാഹിത്യചരിത്രം വിദ്യാർത്ഥികൾക്ക്, സാഹിത്യരൂപങ്ങൾ, സൈബർ ആകാശം സാഹിത്യം സംസ്കാരവും, ദൃശ്യപാഠവും സാഹിത്യ പാഠവും (എഡിറ്റർ) വിനിമയത്തിന്റെ സൂക്ഷ്മ രാഷ്ട്രീയം (എഡിറ്റർ) തുടങ്ങിയവ പ്രധാനകൃതികൾ. ഡോ. തോമസ് സ്കറിയായുടെ മേൽനോട്ടത്തിൽ എം.ജി യൂണിവേഴ്സിറ്റിയിൽ ഗവേഷണം പൂർത്തിയാക്കി. ഇപ്പോൾ ഗവേഷണമാർഗദർശി.

ഇ മെയിൽ:
princemonjose@gmail.com

കമിങ്ഔട്ട്: ആണുടലിന്റെ ആഖ്യാനം

ഡോ. പ്രദീപ്കുമാർ ഇ.വി.

ലൈംഗികവ്യവഹാരത്തിലെ വ്യവസ്ഥാപിതമായ, സാധാരണീകരിക്കപ്പെട്ട ഏതൊന്നിനോടുമുള്ള എല്ലാത്തരം വിമതശബ്ദങ്ങളെയും ഉൾകൊള്ളുന്ന ചിന്താപദ്ധതിയെ കുറിക്കാനാണ് ക്വിയർ (Queer) എന്ന വാക്ക് ആദ്യം ഉപയോഗിച്ചത്. സാമൂഹികസാംസ്കാരികസദാചാരമൂല്യങ്ങൾ, ലിംഗഭേദത്തിലൂന്നിയ സ്വത്വനിർമ്മിതി, കുടുംബം എന്നിങ്ങനെ വ്യവസ്ഥാപിതമായതിനെ ചോദ്യംചെയ്യുകയോ വിമർശനവിധേയമാക്കുകയോ ആണ് ക്വിയർ സിദ്ധാന്തം. ലൈംഗികത എന്നത് പ്രകൃത്യായുള്ളതും മാറ്റമില്ലാത്തതുമായ ഒന്നല്ല, മറിച്ച് അതൊരു നിർമ്മിതിയും മാറ്റത്തിനുവിധേയമായതുമാണ്. ലൈംഗികതയിൽ ഭിന്നലൈംഗികതയെ ചോദ്യം ചെയ്തുകൊണ്ട് സ്വയംനിർണ്ണയാവകാശത്തിനായി ക്വിയർ സിദ്ധാന്തം വാദിക്കുന്നു. ലിംഗം, ലിംഗഭേദം ലൈംഗികത എന്നിവയെ പുനർവിശകലനത്തിനും പുതിയ ചിന്തകൾക്കും വിധേയമാക്കുകയാണ് ക്വിയർ സിദ്ധാന്തം. കൃത്യമായി നിർവ്വഹിച്ച ഒരു ചട്ടകൂട്ടിൽ ഒതുക്കിനിർത്താവുന്ന ഒന്നല്ല ക്വിയർ സിദ്ധാന്തം.

പുരുഷലിംഗാവസ്ഥയെയും ലൈംഗികതയെയും ആവിഷ്കരിക്കുന്നതോടൊപ്പം ലിംഗാതീതമായവസ്ഥയെ ആവിഷ്കരിക്കുന്ന കഥയാണ് കെ.ആർ.മീരയുടെ കമിങ്ഔട്ട്. ഈ കഥ ലിംഗരാഷ്ട്രീയത്തിന്റെ പൊളിച്ചെഴുത്തായി മാറുന്നു.

കമിങ്ഔട്ട് കഥാപ്രമേയം

ലണ്ടനിലെ നേഴ്സായ സേബയുടെ കാഴ്ചപ്പാടുകളിലൂടെ ജോൺ ഡേവിഡ് ഗേ ബന്ധത്തെ അനാവരണം ചെയ്യുകയാണ് കമിങ്ഔട്ടിൽ കെ.ആർ മീര. ജോണിന്റെ മരണത്തിലൂടെയാണ് കഥാരംഭം. 'ആണും പെണ്ണുമല്ലാത്ത മരണം' എന്നാണ് കഥാകാരി ജോണിന്റെ

മരണത്തെ വിശേഷിപ്പിക്കുന്നത്. ലണ്ടനിലെ പുതുവർഷരാത്രിയിൽ ആണ് സേബ, ഡേവിഡ്, ജോൺ സ്വവർഗ്ഗാനുരാഗികളായ ദമ്പതിമാരെ പരിചയപ്പെടുന്നത്. പാർലമെന്റ് സ്ട്രീറ്റിൽ നദിക്കക്കരെ 'ലണ്ടൻഐ' കാണാനുള്ള ഇണകളുടെയും സംഘങ്ങളുടെയും തിക്കിനും തിരക്കിനിടയിൽ സേബയെ ജോൺ തട്ടിവിളിക്കുന്നത്. സിസ്റ്റർ വിൽ യൂ പ്ലീസ് ഡൂ മീ എ ഫേ വർ? പന്ത്രണ്ടാകുമ്പോൾ ബിഗ് ബെന്നിന്റെ മണിമുഴങ്ങും അപ്പോൾ ഒരു സ്നാപ്പ്. ഇതാണ് അയാളാവശ്യപ്പെട്ട ഫേവർ. ഏയ്ഡ്സ് ബാധിതനായ അയാൾ അരമണിക്കൂർ മാത്രമേ ജീവിക്കുകയുള്ളൂ. പന്ത്രണ്ടു മണിയായപ്പോൾ ജോണും, ഡേവിഡും പരസ്പരം ചുംബിച്ചു, ദീർഘമായി ആലിംഗനം ചെയ്തു. ആ രംഗം സേബ ക്ലിക്ക് ചെയ്തു. ജോണും ഡേവിഡും വേർപെട്ടു. സേബയോട് അവർ നന്ദി അറിയിച്ച് ഇങ്ങനെ പറഞ്ഞു. നന്ദി ഡിയർ, ദിസ് കുഡ് ബീ മൈ ലാസ്റ്റ് ന്യൂയർ. എനിക്ക് ഏയ്ഡ്സാണ്. ഒരു പുതുവർഷം കൂടി ഞങ്ങൾ ഒരുമിച്ചുണ്ടാകുമെന്ന് ഉറപ്പില്ല. ജോൺ കുഴഞ്ഞുവീണപ്പോൾ സേബ താൻ ജോലിചെയ്യുന്ന ആശുപത്രിയിലെ ആംബുലൻസ് വിളിച്ച് ആശുപത്രിയിലെത്തിച്ചെങ്കിലും അയാൾ മരിച്ചു.

ഏയ്ഡ്സ് ബാധിതനായ ജോൺ മരിക്കുന്നതു മുതൽ അയാളുടെ ശവസംസ്ക്കാരം കഴിയുന്നതുവരെ സേബ ഡേവിഡിന്റെ കൂടെത്തന്നെ നിൽക്കുന്നു. ജോൺ - ഡേവിഡ് ബന്ധത്തിന്റെ തീവ്രത അവൾ മനസ്സിലാക്കുന്നു. അവർ അനുഭവിക്കുന്ന പ്രതിസന്ധികളെയും അവരുടെ സ്വത്വങ്ങൾ വെളിപ്പെടുത്തലുകളെയും തിരിച്ചറിയുന്നു. അതോടൊപ്പം തന്നെ തന്റെ ജീവിതത്തെക്കുറിച്ച് പുനർചിന്തനം നടത്തുന്നു. തന്റെ ഭർത്താവ് ലാസർ പുരുഷസ്വവർഗ്ഗാനുരാഗിയാണെന്നും അയാളാണ് തന്റെ ജീവിതം തകർത്തതെന്നും അവൾ ഓർത്തെടുക്കുന്നു. ജോണിന്റെയും ഡേവിഡിന്റെയും അനുരാഗം കണ്ടതോടെ തന്റെ ഭർത്താവിന്റെ സങ്കീർണ്ണത നിറഞ്ഞ ജീവിതത്തെ തിരിച്ചറിയാൻ കഴിയാത്തതിലെ കുറ്റബോധത്തോടെ അയാളുടെ ശവക്കല്ലറയ്ക്ക് മുന്നിൽ അവൾ നിലവിളിക്കുന്നു.

സ്വവർഗ്ഗാനുരാഗികൾ അനുഭവിക്കുന്ന പ്രതിസന്ധികളും സ്വത്വസംഘർഷങ്ങളുടെ ഉള്ളറകളെയും അനാവരണം ചെയ്യാനും സമൂഹം ഭേബന്ധങ്ങളെ എങ്ങനെ നോക്കി കാണുന്നുവെന്ന് സേബയിലൂടെ ശക്തമായി അവതരിപ്പിക്കാനും കമിങ്ഔട്ടിൽ കെ.ആർ മീരയ്ക്ക് സാധിച്ചു.

ഗേരാഷ്ട്രീയം കമിങ്ഔട്ടിൽ

ഒരു പുരുഷന് മറ്റൊരു പുരുഷനോട് തോന്നുന്ന ലൈംഗികവും വൈകാരികവും ശാരീരികവുമായ ആകർഷണത്തെയാണ് പുരുഷസ്വവർഗ്ഗാനുരാഗം (Gayism) എന്നു വിളിക്കുന്നത്. പുരുഷസ്വവർഗ്ഗാനു രാഗിയെ (Gay)ഗേ എന്ന പദം കൊണ്ടാണ് വിവക്ഷിക്കുന്നത്. കുടുംബം, സദാചാരം എന്നീ ഘടനയ്ക്ക് പുറത്തുനിൽക്കുന്നതാണ് ഗേ/ലെസ്ബിയൻ ബന്ധങ്ങൾ. ശരീരത്തിന് ആവശ്യമായ ലൈംഗികത നടത്തിയെടുക്കുക എന്നത് സ്വവർഗ്ഗരതിയുടെ രാഷ്ട്രീയം കൂടിയാണ്. എന്നാൽ സമൂഹം അതിന് അനുവദിക്കാതിരിക്കുന്ന ഘട്ടത്തിൽ അവർ പുറത്തുവരാതിരിക്കുകയും രഹസ്യ ഇടങ്ങൾ തേടുകയും ചെയ്യുന്നു. സമൂഹം ഗേബന്ധങ്ങളെ അപഭ്യംശമായും പ്രകൃതിവിരുദ്ധമായുമാണ് കണക്കാക്കുന്നത്. 'ആൺകോയ്മയിലധിഷ്ഠിതമായ ഇന്ത്യൻസമൂഹം പുരുഷാനുരാഗത്തിൽ പുരുഷൻ തന്റെ സ്വവർഗ്ഗലൈംഗികത തിരിച്ചറിഞ്ഞ് സ്വയം അംഗീകരിച്ചാൽ പോലും പുരുഷനെ പ്രണയിക്കുന്നു എന്ന് സമൂഹം അറിഞ്ഞാൽ അയാളെ സ്ത്രീക്ക് തുല്യമായി വീക്ഷിക്കപ്പെടുന്നു എന്ന് ഭയപ്പെടുന്നു. സ്ത്രീയുടേതാണെങ്കിൽ പുരുഷനെ പ്രണയിക്കുന്നില്ല എന്ന് പറഞ്ഞ് പുരുഷനോടുള്ള ധിക്കാരമായി കാണുന്നു.' ഇന്ത്യൻ സമൂഹത്തെ അപേക്ഷിച്ച് പാശ്ചാത്യസമൂഹം സ്വവർഗ്ഗലൈംഗികതയെ സ്ത്രീപുരുഷ ലൈംഗികതയെപോലെ സ്വാഭാവികമായിട്ടാണ് വീക്ഷിക്കുന്നത്. സമൂഹത്തിലെ യാഥാസ്ഥിതികവ്യവസ്ഥിതിയുടെയും മതവിശ്വാസങ്ങളെയും പിൻപറ്റിക്കൊണ്ട് സ്വവർഗ്ഗ ലൈംഗികതയെ പ്രകൃതി വിരുദ്ധമായി കണക്കാക്കുന്നു.

പാശ്ചാത്യവും കേരളീയവുമായ പശ്ചാത്തലങ്ങളിൽ സ്വവർഗ്ഗാനുരാഗത്തെയും ലൈംഗികതയെയും അതിന്റെ സാംസ്കാരിക രാഷ്ട്രീയാവസ്ഥകളെയും ചർച്ചചെയ്യുന്ന കഥയാണ് കെ.ആർ മീരയുടെ കമിങ്ഔട്ട്. വ്യത്യസ്തസമൂഹങ്ങൾ സ്വവർഗ്ഗരതിയോട് പുലർത്തുന്ന സമീപനങ്ങളെയും സ്വത്വസംഘർഷങ്ങളുടെ ഉള്ളറകളെയും കമിങ്ഔട്ട് അനാവരണം ചെയ്യുന്നു. ലണ്ടനിൽ ഗേ ലെസ്ബിയൻ വിവാഹങ്ങളെ നിയമാനുസൃതമാക്കിയപ്പോൾ ജോൺ, ഡേവിഡ് വിവാഹിതനാകുന്നു. അവർ ജീവിതം ആഘോഷിക്കുമ്പോഴാണ് എയ്ഡ്സ് ബാധിതനായി ജോൺ മരിക്കുന്നത്. പൊതുസമൂഹം വെച്ചുപുലർത്തുന്നതുപോലെ ഗേ ബന്ധങ്ങളോട് പൊരുത്തപ്പെടാൻ സേബയ്ക്കും അതുവരെ സാധിച്ചിരുന്നില്ല.

'വെള്ളത്തിൽ നിന്നും പുറത്തുവന്ന മീനിനെപ്പോലെ സേബയ്ക്ക് ശ്വാസംമുട്ടി. ആരാണ് ഡേവിഡ്, ആരാണ് ജോൺ? രണ്ട് ആണുങ്ങൾ'2 പുതുവത്സര രാത്രിയിൽ ലണ്ടൻ ഐ കാണാൻ പോകുന്നവരുടെ തിരക്കിനിടയിലാണ് ജോണിനെ സേബ പരിചയപ്പെടുന്നത്.

'സിസ്റ്റർ വിൽ യൂ പ്ലീസ് ഡു മീ എ ഫേവർ' എന്ന അയാളുടെ ചോദ്യം യഥാർത്ഥത്തിൽ അവളെ ഭയപ്പെടുത്തി.

പന്ത്രണ്ടുമണിയാകുമ്പോൾ ജോൺ ഡേവിഡ്മാരുടെ ഒരു സ്നാപ്പാണ് അയാളുടെ ഫേവർ. 'നൗ എന്നു പറഞ്ഞു കൊണ്ട് ജോൺ ഡേവിഡിന്റെ ചുണ്ടിലേക്കും ഡേവിഡ് ജോണിന്റെ ചുണ്ടിലേക്കും ചഷകങ്ങൾ നീട്ടി. സ്വയമറിയാതെ സേബ ക്ലിക്ക് ചെയ്തു. ചുവന്ന വീഞ്ഞൊഴുകുന്ന ചുണ്ടുകളോടെ ഡേവിഡ് ജോണിനെ ചുംബിച്ചു. ദീർഘമായി ആലിംഗനം ചെയ്തു. ജോൺ ഡേവിഡിന്റെ മാറിൽ മുഖംപൂഴ്ത്തി. ഡേവിഡ് വിലപ്പെട്ട രത്നം പോലെ ജോണിനെ നെഞ്ചിൽ ചേർത്തു.'3 ഗേബന്ധത്തിന്റെ വൈകാരിക തീവ്രതയെ മനോഹരമായി ഇവിടെ അടയാളപ്പെടുത്തുന്നു. ഇതിലൂടെ ലൈംഗികതയിലെ നിർമ്മിതകർതൃത്വങ്ങളെ ചോദ്യംചെയ്തുകൊണ്ട് സ്വവർഗ്ഗരതിയെ കേന്ദ്രസ്ഥാനത്ത് പ്രതിഷ്ഠിക്കുകയും ചെയ്യുന്നു.

ക്വിയർ ചിന്താപദ്ധതികൾ ലൈംഗിക വ്യവഹാരങ്ങളെ പ്രധാനമായും വിശകലനം ചെയ്യുന്നത് സ്വവർഗ്ഗാനുരാഗികളുടെ പരസ്പരബന്ധങ്ങളെയും അതിന്റെ അപ്രതീക്ഷിതമായ അനുമാനങ്ങൾക്കപ്പുറമുള്ള പ്രകടനങ്ങളെയുമാണ്. അത്തരമൊരു ആഖ്യാനതലം കൂടി 'കമിങ്ഔട്ട്' ചർച്ച ചെയ്യുന്നുണ്ട്. പൊതുസമൂഹത്തിലെ ഗേയുടെ അസ്വീകാര്യതയെ തള്ളിക്കളഞ്ഞുകൊണ്ട് പൊതുസമൂഹത്തിൽ സ്വീകാര്യമായ ഒരു അവസ്ഥ ഉണ്ടാവേണ്ടതിനെ ഈ കഥ ഉദ്ഘോഷിക്കുന്നു. ജോൺഡേ വിഡ് ഗേ ബന്ധത്തിന്റെ പ്രകടനപരതയിലൂടെ ഇതിനെ ഉറപ്പിക്കാൻ കഥാകൃത്തിനാവുന്നുണ്ട്. സ്വവർഗ്ഗരതി അംഗീകരണത്തിന്റെ രാഷ്ട്രീയമായി ഇവിടെ മാറുന്നു. ഇത്തരം ലൈംഗിക പ്രകടനങ്ങളെയോ ചായ്വുകളെയോ ആദ്യം ഉൾക്കൊള്ളാനാവാത്ത സേബ ഒരു പൊതുസമൂഹത്തിന്റെ പ്രതിനിധിയാണ്. 'ഇതൊന്നും യഥാർത്ഥമല്ല. ഇതു സാധ്യമല്ല. ഇതെനിക്കു പരിചയമില്ല. ഇങ്ങനെയല്ല ഈ ഭൂമി.'4 കേരളസമൂഹം ഇത്തരം ബന്ധങ്ങളോട് കാണിക്കുന്ന അസഹിഷ്ണുതയാണ് ഇവിടെയുള്ളത്. എന്നാൽ പാശ്ചാത്യസമൂഹം വളരെ മുമ്പുതന്നെ ഇതി

നെ സ്വാഭാവികമായി കൊണ്ടാടുന്നു. 'നമ്മുടെ നാട്ടിലുള്ള സ്വവർഗ്ഗരതി പാശ്ചാത്യനാടുകളിലേ തുപോലുള്ള ഒന്നല്ല. പുരുഷസ്വവർഗ്ഗരതിയിൽ കൂടുതലും സ്ത്രീയെ തേടുന്നതിന്റെ തലങ്ങളാണ് നമ്മുടെ നാട്ടിൽ കണ്ടുവരുന്നത്. കൗമാരക്കാരിയായ സ്ത്രീത്വത്തെയാണ് ഇവർ തേടുന്നത്. പാശ്ചാത്യ രാജ്യങ്ങളിലെ പുരുഷ സ്വവർഗ്ഗരതിക്കാർ സ്ത്രീകളോട് ഒരുതരത്തിലും അടുക്കുകയില്ല. പുരുഷന്മാർ മാത്രമായിരിക്കും ആകർഷണം.'5

ജോൺ ഡേവിഡിന്റെ ആഘോഷപൂർണ്ണമായ ബന്ധം ഏയ്ഡ്സ് ബാധിതനായ ജോണിന്റെ മരണത്തിൽ അവസാനിക്കുന്നു. പുരുഷസ്വവർഗ്ഗരതിയുടെ പ്രകടനപരതയെ വെളിപ്പെടുത്തുമ്പോഴും ഗേബന്ധങ്ങൾ പൊതുവെ ഏയ്ഡ്സ് ബാധിതരാണെന്ന പൊതുധാരണയെകൂടി ഊട്ടിയുറപ്പിക്കാനുള്ള ശ്രമവും കഥയിലുണ്ട്.

കുടുംബം ലൈംഗികത

സമൂഹത്തിന്റെ ചെറിയ യൂണിറ്റാണ് കുടുംബം. സ്ത്രീപുരുഷ ബന്ധത്തിലൂന്നിയ ലൈംഗികതയ്ക്കാണ് കുടുംബം പ്രാധാന്യം നല്കുന്നത്. ആൺകോയ്മസമൂഹം പ്രത്യുല്പാദനപരമല്ല എന്ന കാരണത്താൽ സ്വവർഗ്ഗരതിയെ അടിച്ചമർത്താനാണ് ശ്രമിച്ചത്. ആധുനികകാലത്ത് നിലനിൽക്കുന്ന മിക്ക സ്ഥാപനങ്ങളും (കുടുംബം, വൈദ്യശാസ്ത്രം, നിയമവ്യവസ്ഥ, ആശയവിനിമയ മാധ്യമങ്ങൾ, സ്കൂൾ, ഓഫീസ്, കോടതി, പട്ടാളക്യാമ്പ്, സാംസ്കാരിക സ്ഥാപനങ്ങൾ) ലൈംഗികതയെ വലിയ വിഷയമായി കണക്കാക്കുകയും അതിനെ അടിച്ചമർത്താൻ ശ്രമിക്കുകയും ചെയ്തുവെന്നാണ് ഫൂക്കോ അഭിപ്രായപ്പെട്ടിട്ടുള്ളത്. സ്വവർഗ്ഗരതി പ്രത്യുല്പാദനപരമല്ല എന്നതുകൊണ്ടും, യാഥാസ്ഥിതിക, മത ആശയങ്ങൾക്കും എതിരാണെന്ന സദാചാരബോധമാണ് കുടുംബത്തിൽ പ്രവർത്തിക്കുന്നത്. അത് സ്വവർഗ്ഗരതിയെ എതിർക്കാൻ കാരണമാകുകയും ചെയ്തു. ഗേ ബന്ധങ്ങളോടുള്ള അസഹിഷ്ണുത പുലർത്തിയ സേബ ഗേയായ തന്റെ ഭർത്താവ് ലാസറിനെ ഒഴിവാക്കുന്നു. ജോൺഡേവിഡിന്റെ ഗേബന്ധം സേബയെ തന്റെ ഭർത്താവായ ലാസറിനെ ഓർമ്മിപ്പിക്കുന്നു. ഇതെല്ലാം പരമ്പരാഗത കുടുംബമെന്ന സ്ഥാപനവത്കൃതസങ്കല്പത്തെ പൊളിച്ചെഴുതാനുള്ള ശ്രമമാണെന്ന് കാണാം.

സൗമ്യനും മാന്യനും സ്നേഹവാനുമായിരുന്ന ലാസറെ സേബ അത്രയധികം അഭിലഷിച്ചിരുന്നു. വിവാഹത്തിന് അവളാ

ണ് മുൻകൈ എടുത്തതെങ്കിലും വിവാഹം ശരിയാകുമോ എന്ന സന്ദേഹം അയാൾക്കുണ്ടായിരുന്നു. എന്നാൽ ലാസറെക്കാൾ കൊള്ളാവുന്ന ഒരാണിനെയും അവൾ കണ്ടിരുന്നില്ല. അവളുടെ ആദ്യ രാത്രി ഇങ്ങനെ ഓർക്കുന്നു. 'തണുത്ത കൈകൾകൊണ്ടുള്ള സ്പർശനം. നിനക്കു ക്ഷീണം കാണും. ഉറങ്ങിക്കോളൂ. എനിക്കു ക്ഷീണമില്ല. അവൾ ആർത്തിക്കാരിയായി. അയാൾ കോട്ടുവായിട്ടു. വയസ്സായി മോളെ, നീ വിവാഹം കഴിച്ചത് ആരോഗ്യമില്ലാത്ത ഒരുത്തനെയാണ്. പിന്നീട് അയാൾ പതിയെ കൈവലിച്ച് തിരിഞ്ഞ് കിടന്ന് ഉറങ്ങി. സേബ ഉറക്കം വരാതെ കിടന്നു. അവൾക്കു കരച്ചിൽ വന്നു. ഉറങ്ങുന്ന ലാസറിന്റെ തണുത്ത ചുമലിൽ അവൾ സ്പർശിച്ചു. എന്തൊരു മൃദുലത. മുട്ട വിരിഞ്ഞു പുറത്തിറങ്ങിയ പക്ഷി കുഞ്ഞിന്റേതു പോലെ. ദിവസങ്ങൾക്കു ശേഷം വളരെ പ്രയത്നിച്ചാണ് ലാസർ അവളെ പ്രാപിച്ചത്.'6 നിസ്സഹായനായിരുന്നു ലാസർ. 'നിനക്കെന്താ കാമഭ്രാന്തോ?' എന്ന് പറഞ്ഞ് അയാൾ ക്രുദ്ധനായി. പുരുഷ സ്വവർഗ്ഗരതിക്കാരനായ ലാസറിനെ സ്വന്തം ജീവിതത്തിലൂടെ തിരിച്ചറിയുകയായിരുന്നു സേബ.

പൂർണ്ണമായും സ്വവർഗ്ഗാനുരാഗിയായ പുരുഷന് ഒരു സ്ത്രീയുമായി ലൈംഗികവേഴ്ച അസാധ്യമാണ്. സ്ത്രീ സൗന്ദര്യം അയാളിൽ ഉത്തേജനം ഉണ്ടാക്കുന്നില്ല. സ്വവർഗ്ഗബന്ധത്തോടുള്ള എതിർപ്പ് നിലനിൽക്കുന്ന സമൂഹത്തിലും കുടുംബത്തിലും പല സ്വവർഗ്ഗ പ്രണയിയും തന്റെ ലൈംഗികതയെ സ്വയം അടിച്ചമർത്തുകയും നിഷേധിക്കുകയും ചെയ്തുകൊണ്ട് കുടുംബമെന്ന സങ്കല്പത്തിനനുസരിച്ച് തന്റെ ജീവിതത്തെ ക്രമപ്പെടുത്തുന്നു. താനൊരു ഗേയാണെന്നറിഞ്ഞിട്ടും ലാസർ വിവാഹം, കുടുംബം എന്നീ സ്ഥാപനങ്ങളോട് ചേർന്നുനിൽക്കാനായി സ്വന്തം ലൈംഗികത അടിച്ചമർത്തുകയാണ് ചെയ്തത്.

എതിർവർഗ്ഗത്തോട് താല്പര്യമില്ലാതിരുന്നിട്ടും തന്റെ ലൈംഗിക സ്വത്വത്തെ അംഗീകരിച്ചുകൊണ്ട് അതിനനുസരിച്ച് ജീവിക്കാൻ കഴിയാതെ വരുന്ന കേരളീയസമൂഹത്തിന്റെ പ്രതിനിധിയാണ് ലാസർ. വിവാഹത്തിന്റെ എട്ടാം മാസം ലീവെടുത്ത് വീട്ടിലെത്തിയപ്പോൾ രണ്ട് ആണുങ്ങൾ ഇണചേരുന്ന ദൃശ്യത്തിന്റെ ബീഭത്സത നേരിൽക്കണ്ട സേബ, ലാസർ ഗേയാണെന്ന് തിരിച്ചറിയുകയും അയാൾ ക്ഷമ ചോദിച്ചപ്പോൾ അവൾ ക്രൂരമായി അയാളുടെ സ്വത്വത്തെ മനസ്സിലാക്കാതെ പുറത്താക്കുകയും ചെയ്യുന്നു. 'കൊലക്കത്തി വീഴുമ്പോഴുള്ള മൃഗത്തിന്റെ ശബ്ദത്തിൽ അലറുന്ന

സേബ ഇനിമേൽ എന്റെ മുമ്പിൽ വരരുത്. വൃത്തികെട്ട മൃഗമേ.'.7 ലാസറിന്റെ ഗേസ്വഭാവം സ്ത്രീത്വത്തിനു നേരെയുള്ള വെല്ലുവിളിയും മതപരമായ വിശ്വാസത്തോടുള്ള വഞ്ചനയുമായാണ് സേബ കണ്ടത്. ഡേവിഡ് ജോൺ ബന്ധം ഉണ്ടാക്കിയ തിരിച്ചറിവുകളിലൂടെ ലാസറിന്റെ സ്വത്വത്തെ അവൾക്ക് ഉൾക്കൊള്ളാനാവുന്നതോടെയാണ് കഥ അവസാനിക്കുന്നത്.

മനഃശാസ്ത്രം? വൈദ്യശാസ്ത്രം

പ്രത്യുല്പാദനത്തിലധിഷ്ഠിതമായ ലൈംഗികതയെ അംഗീകരിക്കുകയും അതുവഴി മറ്റെല്ലാ ലൈംഗികവ്യതിയാനങ്ങളും രോഗമാണെന്നും അത് ചികിത്സിച്ച് ഭേദമാക്കേണ്ടതാണെന്നും വരുത്തിതീർക്കാൻ മനഃശാസ്ത്രവും വൈദ്യശാസ്ത്രവും പണ്ടുമുതലേ ശ്രമിച്ചിട്ടുള്ളതായി കാണാം. എല്ലാ ലൈംഗികസ്വഭാവങ്ങളെയും നിരീക്ഷണവിധേയമാക്കുകയും സ്വവർഗ്ഗലൈംഗികത പ്രകൃതിവിരുദ്ധമാണെന്ന ധാരണയെയും ഇത് ഊട്ടിഉറപ്പിക്കുന്നു. ഗേബന്ധം പാപവും പ്രകൃതിവിരുദ്ധവുമാണെന്ന ഈ ധാരണയെ പൊളിച്ചെഴുതുന്ന കഥയാണ് കമിങ്ഔട്ട്.

'ഗേ ബന്ധം പാപവും പ്രകൃതിവിരുദ്ധവുമല്ലേ' എന്ന സേബയുടെ ചോദ്യത്തിന് ഡേവിഡ് നല്കുന്ന ഉത്തരം 'പ്രകൃതിയല്ലേ ഞങ്ങളെ ഇങ്ങനെ സൃഷ്ടിച്ചത്' എന്നാണ്. 'ഹോർമോൺ പ്രവർത്തനങ്ങളും തലച്ചോറിന്റെ രൂപപ്പെടുത്തലും ന്യൂറോണുകളുടെ വിനിമയ വിന്യാസങ്ങളുമൊക്കെയാണ് ആൺപെൺ ലൈംഗികാഭിമുഖ്യങ്ങളെ പോലെ സ്വവർഗ്ഗാനുരാഗ സ്വഭാവത്തെയും നിയന്ത്രിക്കുന്നത്. മസ്തിഷ്കവും ഹോർമോണുകളും കൂടെ രൂപപ്പെടുത്തുന്ന ഈ ആഭിമുഖ്യങ്ങളെ അസുഖം (diosrder) പ്രവർത്തനക്കേട് (dyfunation) എന്നൊക്കെ പേരും ചൊല്ലിവിളിക്കുന്നത് ശാസ്ത്രാനുസാരിയായി ശരിയല്ല താനും. പ്രകൃതി എന്താണെന്ന് ഇക്കാര്യത്തിൽ പിടിപാടില്ലാത്തതുകൊണ്ടാണ് പ്രകൃതിവിരുദ്ധത എന്ന വാക്ക് ഇതോടനുബന്ധിച്ച് ഉരുത്തിരിഞ്ഞത്.'8 അതിനാൽ പ്രകൃതിവിരുദ്ധം എന്ന പ്രയോഗത്തിന്റെ സാധുതയെ പുനഃപരിശോധിക്കേണ്ടിവരുന്നു.

താൻ ഗേയാണെന്ന തിരിച്ചറിവ് ഡേവിഡിനുണ്ടാകുന്നത് ഹൈസ്കൂളിൽ ഫുട്ബോൾ കളിക്കുമ്പോൾ ഒരാൺകുട്ടിയുടെ മേൽ വീണ് ഉരുണ്ടപ്പോഴാണെന്ന് അയാൾ സാക്ഷ്യപ്പെടുന്നു. 'ഞാൻ വെറുമൊരു പുരുഷനല്ല. എനിക്കുവേണ്ടത് ആണത്തമുള്ള പെണ്ണിനെ

യാണ്. നിനക്ക് എന്നെയുണർത്താൻ കഴിയില്ല. അതിന് ഒരാണു തന്നെ വേണം. അത് കുറ്റമാണ്. എന്റേയോ? നിന്റേയോ? കർത്താവിന്റേയോ.'9

സ്വവർഗ്ഗലൈംഗികത എന്നത് സ്വയം വരുത്തിവയ്ക്കുന്ന ഒന്നല്ല എന്ന് കഥാപാത്രത്തിലൂടെ കഥാകാരി വ്യക്തമാക്കുന്നു. സ്വവർഗ്ഗസ്നേഹം സ്വാഭാവികമെന്നും രോഗമെന്ന നിലയിൽ മനഃശാസ്ത്രവിദഗ്ദ്ധനെ സമീപിച്ചുകൊണ്ട് തന്റെ ലൈംഗികതയുടെ വൈവിധ്യത്തെ മെരുക്കാൻ ഡേവിഡ് ശ്രമിക്കുന്നു. ഗേയാണെന്ന ബോധം അയാളിൽ കുറ്റബോധമുണ്ടാക്കി, ഓരോ രാജ്യത്തെയും നിരവധി ലൈംഗികസ്വത്വങ്ങൾ, ലജ്ജാഭാരം, അപമാനം, ഒറ്റപ്പെടൽ, കുറ്റബോധം, അപകർഷത എന്നിവയുംകൊണ്ട് ആത്മഹത്യ ചെയ്യുന്നു. പ്രാർത്ഥനകൾ, സൈക്യാട്രിസ്റ്റുകൾ, മരുന്നുകൾകൊണ്ട് ലൈംഗികവ്യതിയാനത്തെ അടിച്ചമർത്താൻ ശ്രമിക്കുന്നു. ഇങ്ങനെ അടിച്ചമർത്താനുള്ള ഡേവിഡിന്റെ ശ്രമം നിലവിലുള്ള മനഃശാസ്ത്രശരീരശാസ്ത്ര ബോധ്യങ്ങൾ കൊണ്ട് ഉണ്ടായതാണ്. എന്നാൽ ഇതിന്റെ കഴമ്പില്ലായ്മ ബോധ്യപ്പെട്ടുകൊണ്ട് ഇത്തരം ശ്രമങ്ങളിൽ നിന്ന് അയാൾ പുറത്തുവരികയും തന്റെ സ്വത്വത്തെ തിരിച്ചറിയുകയും ചെയ്യുന്നു. സ്വവർഗ്ഗാനുരാഗികളുടെ ഈ സ്വത്വസംഘർഷത്തിൽ നിന്നുള്ള പുറത്തുകടക്കലിനെ യാണ് 'കമിങ് ഔട്ട്' എന്ന പദംകൊണ്ട് കഥയും ശീർഷകവും വെളിപ്പെടുത്തുന്നത്.

മതം ലൈംഗികത കമിങ്ഔട്ടിൽ

പൗരോഹിത്യത്തിന്റെയും മതത്തിന്റെയും നിലപാടുകൾ സ്വാധീനിക്കുന്ന ജനാധിപത്യസമ്പ്രദായമാണ് നമ്മുടെ സമൂഹത്തിലുള്ളത്. ജാതിമത സ്ഥാപനങ്ങളുടെ ഈ അധീശത്വത്തിനകത്ത് ലൈംഗികതയെ അടിച്ചമർത്തുകയും സ്വവർഗ്ഗരതിക്ക് നീതിപൂർവ്വമായ പരിഗണന നിഷേധിക്കുകയും ചെയ്യുന്നുണ്ട്. ലൈംഗികത എങ്ങനെ നിയന്ത്രണവിധേയമാക്കുന്നു എന്ന അന്വേഷണത്തിൽ ക്രിസ്തുമതത്തിന്റെ വ്യാപനം വലിയ പങ്കുവഹിച്ചിട്ടുള്ളതായി ഫൂക്കോ അഭിപ്രായപ്പെട്ടിട്ടുണ്ട്. ലൈംഗികത പാപമാണ് എന്ന സങ്കല്പമാണ് ക്രിസ്ത്യൻ മതം മുന്നോട്ട് വയ്ക്കുന്നത്. 'ക്ലാസിക്കൽ ക്രിസ്തുമതത്തിന്റെ ലൈംഗിക സദാചാരബോധ്യങ്ങൾ, കോളനീകരണത്തോടുകൂടി നമ്മുടെ ലൈംഗിക സദാചാരസംബന്ധിയായ ഏകശിലാ ഘടനയുടെ രൂപപ്പെടൽ സംഭവിച്ചു. ലൈംഗികതയെ

യും അതിന്റെ വ്യവഹാര വഴികളെയും സംബന്ധിച്ചുള്ള ബഹുസ്വരതയുടെ സാധ്യതകൾ വക്രീകരിക്കപ്പെട്ടു.'10

കമിങ്ഔട്ടിൽ സേബ എന്ന കഥാപാത്രം ഭർത്താവായ ലാസറിന്റെ ഗേബന്ധം മതപരമായ വഞ്ചനയായിട്ടാണ് കണക്കാക്കപ്പെടുന്നത്. എന്നാൽ ജോണിന്റെ ശവസംസ്കാരചടങ്ങിനുശേഷം ലാസറിന്റെ വ്യക്തിത്വത്തെ തിരിച്ചറിയാതെ പോയതിൽ ദുഃഖിക്കുകയും തന്റെ തെറ്റ് അവൾ തിരിച്ചറിയുകയും ചെയ്യുന്നുണ്ട്. ഇവിടെയെല്ലാം കഥാകാരി നിരവധി ബൈബിൾ വചനങ്ങൾ ഉപയോഗിക്കുന്നത് മതപരമായ നിയന്ത്രണത്തെ ഉറപ്പിക്കാൻ പോന്നതാണ്.

'ദയാപരനായ ദൈവമേ, മരണത്തിന്റെ മുന്നിലാണ് ഇനിയുമെത്രയോ കാര്യങ്ങൾ ചെയ്തുതീർക്കാനുണ്ടെന്നും എത്രയോ കാര്യങ്ങൾ മറ്റൊരുവിധം ചെയ്യാമായിരുന്നുവെന്നും ഞങ്ങൾ തിരിച്ചറിയുന്നത്. ഞങ്ങളോട് പൊറുക്കണമേ'11 എന്ന ബൈബിൾ വചനം ജോണിന്റെ ശവസംസ്കാരവേളയിൽ ശുശ്രൂഷകൻ പ്രാർത്ഥിക്കുന്നതുപോലും സേബയുടെ തിരിച്ചറിവിന്റെ സാക്ഷ്യമാണ്. ജോണിന്റെ ശവസംസ്കാര ചടങ്ങിനു ശേഷം ഡേവിഡിന്റെ മന്ദഹാസം ലാസറിന്റെ താണെന്ന് സേബയ്ക്ക് തോന്നി. 'നിന്നെപോലെ എന്നെയാരും സ്നേഹിക്കുകയില്ല'എന്ന ലാസറിന്റെ ശബ്ദവും അയാൾ കേട്ടു. സേബ രണ്ടാമതും സെമിത്തേരിയിലേക്ക് നടന്നു. ലാസറിന്റെ കല്ലറയ്ക്കു മുമ്പിൽ മുട്ടുകുത്തി. ഹൃദയത്തിന്റെ കല്ലറയ്ക്കുള്ളിലുയിർത്ത ആണുംപെണ്ണുമല്ലാത്ത ആരോ നിലവിളിച്ചു. 'ലാസറേ പുറത്തുവരിക' സങ്കീർണ്ണമായ ജീവിതാവസ്ഥകളിലൂടെ കടന്നുപോയ ലാസറെ തിരിച്ചറിയാതെ അപമാനിച്ചതിലെ നിലവിളി സേബയിൽ നിന്നുയർന്നു.

ജോൺഡേവിഡ് ഗേബന്ധത്തിന്റെ ആഘോഷത്തിന്റെ അവസാനം എയ്ഡ്സ് ബാധിതനായ ജോണിന്റെ മരണമാണ് കഥയിൽ സംഭവിക്കുന്നത്. സ്വവർഗ്ഗലൈംഗികത പാപമാണെന്നും അതിന്റെ ശമ്പളം മരണമാണെന്നും കഥ ഉറപ്പിക്കുന്നതോടൊപ്പം, സേബലാസറിന്റെ സ്വത്വത്തെ തിരിച്ചറിയുമ്പോൾ മതബോധത്തിനപ്പുറം ലൈംഗികസ്വാതന്ത്ര്യത്തെ കൂടി കഥ അവതരിപ്പിക്കുന്നു. മതബോധത്തെ കൂട്ടുപിടിച്ച്, മതവചനങ്ങൾ ഉദ്ധരിച്ച്, മതബോധത്തിനപ്പുറത്തുള്ള ഒന്നിലേക്ക് എത്തിക്കാനും, കഥാപാത്രത്തിലൂടെ ഉറപ്പിക്കാനും അത്തരം കാഴ്ച വായനക്കാരിൽ എത്തിക്കാനും കെ.ആർ മീര കഥാഖ്യാനത്തിൽ ശ്രമിക്കുന്നു.

കമിങ്ഔട്ട് ശീർഷകം

ഒരു വ്യക്തി തന്റെ സ്വവർഗ്ഗലൈംഗികതയെ പറ്റി മറ്റുള്ളവരോട് സ്വയം വെളിപ്പെടുത്തുന്ന പ്രക്രിയയെയാണ് 'പുറത്തുവരൽ' (comingout) എന്ന് പറയുന്നത്. മനുഷ്യൻ അവന്റെ കൗമാരാവസ്ഥയിലാണ് ലൈംഗികാഭിലാഷത്തെപറ്റി ബോധവാന്മാരാകുന്നത്. വ്യക്തിത്വ രൂപീകരണത്തിന്റെയും സാമൂഹികബന്ധങ്ങൾ സ്ഥാപിക്കുന്നതിന്റെയും കാലമാണത്. തനിക്ക് സ്വവർഗത്തോടാണ് അനുരാഗമെന്ന് വ്യക്തി കൗമാരകാലത്ത് തിരിച്ചറിയുമ്പോൾ അയാൾക്ക് കഠിനമായ അന്യതാബോധമുണ്ടാകുന്നു. മാത്രമല്ല തങ്ങൾ എതിർലിംഗത്തിൽപെട്ടവരാണോ എന്ന സംശയം (Gender confusion) ഉടലെടുക്കുന്നു. അത്തരം ആശങ്ക സ്വവർഗ്ഗലൈംഗികത ചർച്ച നടക്കാത്ത സമൂഹത്തിലാണ് ഉടലെടുക്കുന്നത്. പാശ്ചാത്യസമൂഹങ്ങളിൽ പുറത്തുവരൽ പ്രക്രിയ വളരെ സ്വാഭാവികമായി നടക്കുന്ന പ്രക്രിയയാണ്. ഡേവിഡ്ജോൺ ബന്ധം അത്തരത്തിലുള്ളതായിരുന്നുവെന്ന് സേബ തിരിച്ചറിയുന്നുണ്ട്.

സേബയും ഡേവിഡുമായുള്ള ഇടപെടലുകൾ അവളെ പുതിയ തിരിച്ചറിവിലേക്ക് എത്തിക്കുന്നു. പത്ത് വർഷം മുമ്പാണ് ജോണിനെ ഡേവിഡ് കണ്ടുമുട്ടുന്നത്. 'ഐ ഹാഡ് ജസ്റ്റ് ഡിസൈഡഡ് റ്റു കം ഔട്ട്?' അയാൾ പറയുന്നു. ഗേ എന്ന് തുറന്നു സമ്മതിക്കുന്നതിന്നു കമിങ്ഔട്ട് എന്നു പറയുന്നത്: വൈ മീ? വൈ ആം ഐ ഗേ? എന്നതിന് ഡേവിഡിന് ഉത്തരമില്ല. ഡേവിഡിന് പെൺകുട്ടികളെ സ്നേഹിക്കാൻ കഴിഞ്ഞിട്ടില്ല.

ജോണുമായുള്ള ബന്ധത്തെ 'വീ വേർ മേഡ് ഫോർ ഈച്ച് അദർ?' എന്ന് ഡേവിഡ് വിശേഷിപ്പിച്ചത് ജോൺ വന്ന് എന്റെ ശരീരത്തിൽ തൊട്ടപ്പോൾ ഞാൻ മറ്റൊരാളായി എന്ന് ഡേവിഡ് സേബയോട് വെളിപ്പെടുത്തുന്നുമുണ്ട്. 'സേബ ടേക്ക് മൈ വേർഡ്, ആണാകട്ടെ പെണ്ണാകട്ടെ ശരീരമാണ് മനുഷ്യന്റെ സത്യം.' ശരീരത്തിന് ആവശ്യമായ ലൈംഗികത നേടിയെടുക്കുക എന്നതാണ് ഗേബന്ധത്തിന്റെ രാഷ്ട്രീയം എന്ന് കമിങ്ഔട്ട് കഥ പറഞ്ഞുതരുന്നു.

ഡേവിഡ് ജോണിന്റേത് വല്ലാത്ത സ്നേഹത്തിന്റെ കഥയാണെന്നും അവരുടെ പോരാട്ടം സ്നേഹത്തിനും ജീവിക്കാനുള്ള അവകാശത്തിനുവേണ്ടിയായിരുന്നുവെന്നും മരണാനന്തരചടങ്ങിന് കൂടിയവർ സാക്ഷ്യപ്പെടുത്തുന്നു. ജോൺ മറ്റൊരു സ്ത്രീയെ വിവാഹം ചെയ്തിട്ടും ഡേവിഡിന് ജീവിക്കാൻ ധൈര്യം നല്കിയ

ത് ജോണായിരുന്നു.

'ആണുങ്ങളെല്ലാവരും മരിക്കും ഡേവി. അവൻ പറഞ്ഞു. പക്ഷേ എല്ലാ ആണുങ്ങളും ജീവിക്കാറില്ല. നമ്മുടെ ജീവിതം ഡേവി നാം ജീവിക്കണം. ആരെതിർത്താലും ഈ ലോകം മുഴുവൻ എതിർത്താലും.'12

കമിങ്ഔട്ടിന്റെ ആദ്യപടി താൻ പൂർണ്ണമായും സ്വവർഗ്ഗപ്രേമി ആണെന്ന് സ്വയം മനസ്സിലാക്കുകയും തന്നോടുതന്നെ പുറത്തുവരൽ നടത്തുകയും ചെയ്യുക എന്നതാണ്. പുറത്തുവരൽ ആരോഗ്യപരമായി വ്യക്തിജീവിതത്തിൽ സ്ഥിരപങ്കാളിയെ കണ്ടെത്താൻ വഴിയൊരുക്കും എന്നത് ജോൺഡേവിഡ് ബന്ധം സാക്ഷ്യപ്പെടുത്തുന്നു.

വളരെ തീവ്രമായ സ്നേഹമായിരുന്നു ജോണും ഡേവിഡും തമ്മിൽ. അവർ സ്നേഹത്തോടെ കലഹിച്ചിരുന്നു, അസൂയപ്പെട്ടിരുന്നു. ക്ലബ്ബിൽ വെച്ച് മറ്റൊരു ചെറുപ്പക്കാരൻ ഡേവിഡിനോട് കുറച്ചൊന്ന് ഫ്രണ്ട്ലി ആയതിന് ജോ രണ്ടുദിവസം മുഖംവീർപ്പിച്ചു. 'ഹീ വാസ് സോ പൊസ്സസ്സീവ്' എന്നും അവരെപോലെ ആനന്ദത്തോടെയും തീവ്രമായും സ്നേഹിച്ച ആണും പെണ്ണുമില്ല എന്നും കഥാകൃത്ത് പറയുന്നു. 'പുരുഷനും സ്ത്രീയും തമ്മിലുള്ള ലൈംഗികതയുടെ കാരണങ്ങൾ അന്വേഷിക്കുന്നത് വിഫലമാണ്. അതിന്റെ കാരണങ്ങൾ തന്നെയാണ് പുരുഷനും പുരുഷനും തമ്മിലും സ്ത്രീയും സ്ത്രീയും തമ്മിലുള്ള ബന്ധത്തിലുള്ളത്. ഒരാളുടെ ലൈംഗികത അയാളുടെ ചോയ്സാണ്. അത് ജന്മനായുള്ളതാവാം. അതിനെ നിഷേധിക്കേണ്ടതില്ല.'13

ഗേ ബന്ധത്തിൽ പരിഗണനകൾ മുഴുവൻ ശരീരത്തിന്റെയും സന്തോഷത്തെയും അടിസ്ഥാനമാക്കിയുള്ളതാണ്. സാമൂഹ്യശാസ്ത്രവിജ്ഞാനീയമോ ആരോഗ്യശാസ്ത്രമോ ആണും പെണ്ണും തമ്മിൽമാത്രം ചെയ്യുന്നതാണ് രതിയെന്ന് നിർവ്വചിക്കുന്നില്ല. പരസ്പരം ഇഷ്ടപ്പെടുന്ന ആർക്കും അത് ചെയ്യാവുന്നതാണെന്ന് കമിങ് ഔട്ട് എന്ന കഥ വെളിപ്പെടുത്തുന്നു.

സമകാലവിഷയം കൈകാര്യം ചെയ്യുന്നു എന്നതു കൊണ്ടു തന്നെയാണ് ഈ കഥ പ്രസക്തമാകുന്നത്. കമിങ്ഔട്ടിൽ കഥാകാരിക്ക് പറയാനുള്ള ഗേ എന്ന ആശയത്തെ ഉറപ്പിക്കുന്നതിനായി യുക്തിയും മറുയുക്തികളെയും കണ്ടെത്തികൊണ്ട് സേബ, ഡേവിഡ് എന്ന കഥാപാത്രങ്ങളിലൂടെ ശ്രമിക്കുന്നു.

സ്ത്രീപുരുഷ ദ്വന്ദ്വത്തിലൂന്നിയുള്ള സ്വത്വനിർമ്മിതികളും യഥാർ

ത്ഥ ജീവിതങ്ങളും തമ്മിലുള്ള അന്തരമാണ് ക്വിയർ സിദ്ധാന്തങ്ങൾ വെളിവാക്കുന്നത്. സ്ത്രീപുരുഷദ്വന്ദ്വത്തിനപ്പുറത്തുള്ള ജൈവികമായ ലൈംഗികസ്വത്വങ്ങളിലാണ് ക്വിയർ ആശയങ്ങൾക്ക് പ്രാധാന്യം കൊടുക്കുന്നത്. അത്തരം ലൈംഗികസ്വത്വങ്ങളുടെ പുറത്തുവരലാണ് കമിങ്ഔട്ട് എന്ന കഥ വിളിച്ചുപറയുന്നത്. സാമൂഹികഘടനക്കുള്ളിൽ നിന്ന് വ്യക്തികൾക്ക് തങ്ങളുടെ സ്വത്വം പ്രകടിപ്പിക്കാനും അത് സമൂഹത്തെക്കൊണ്ട് അംഗീകരിപ്പിക്കാനും സാമൂഹികഘടനയെത്തന്നെ മാറ്റാനും വിമത സ്വത്വാഭിരുചികൾക്ക് സാമൂഹികഘടനയുമായി സംവദിക്കാനും കഴിയുമെന്ന് ഈ കഥ കാണിച്ചു തരുന്നു.

കുറിപ്പുകൾ

1. കിഷോർ കുമാർ, പ്രണയം ഒരു മനുഷ്യാവകാശ പ്രശ്നമാണ്, മാതൃഭൂമി ആഴ്ചപ്പതിപ്പ്, 2018, സെപ്തംബർ 23 29, പുറം. 18
2. കെ. ആർ. മീര, കമ്മിങ് ഔട്ട്കഥകൾ, 2015, പുറം. 188
3. അതേ പുസ്തകം, പുറം. 190
4. അതേ പുസ്തകം, പുറം. 190
5. കെ.പി. രാമനുണ്ണി, ഹോമോസെക്ഷ്വാലിറ്റിയെ തരംഗമാക്കുന്ന നിലപാടുകൾ അംഗീകരിക്കാനാവില്ല, വിമത ലൈംഗികത ചരിത്രം സിദ്ധാന്തം രാഷ്ട്രീയം, 2016, പുറം. 91
6. കെ. ആർ. മീര, കമിങ് ഔട്ട്, കഥകൾ, 2015, പുറം. 193
7. അതേ പുസ്തകം, പുറം. 196
8. എതിരവൻ കതിരവൻ, സ്വവർഗ്ഗാനുരാഗം,ഭ്രൂണത്തിന്റെ തീരുമാനമാണ്, മാതൃഭൂമി ആഴ്ചപ്പതിപ്പ്, 2018, സെപ്തംബർ 23 29, പുറം. 26
9. കെ.ആർ. മീര, കമിങ് ഔട്ട്, കഥകൾ, 2015, പുറം. 94
10. മ്യൂസ് മേരി ജോർജ്, രതി സാമ്രാജ്യം ലൈംഗിക ജ്ഞാന ചരിത്രത്തിലെ നാഴികകല്ല്, എഴുത്ത്, 2016, ജൂലൈ, പുറം. 54
11. കെ.ആർ. മീര, കമിങ് ഔട്ട്, കഥകൾ, 2015, പുറം. 195
12. അതേ പുസ്തകം, പുറം. 195
13. പ്രമോദ് രാമൻ, അധികാരഘടനകളെ ഗേ, ലെസ്ബിയൻ വ്യക്തിത്വങ്ങൾ ചോദ്യം ചെയ്യണം, വിമത ലൈംഗികത ചരിത്രം സിദ്ധാന്തം രാഷ്ട്രീയം, 2016, പുറം. 85

▶ മീരയുടെ കഥകൾ: രാഷ്ട്രീയവും സൗന്ദര്യവും

ഡോ. പ്രദീപ്കുമാർ ഇ.വി.

കണ്ണൂർ മുത്തേടത്ത് ഹൈസ്കൂളിൽ മലയാളം അധ്യാപകൻ. കണ്ണൂർ യൂണിവേഴ്സിറ്റിയിൽ നിന്ന് മലയാള സാഹിത്യത്തിൽ ഡോക്ടറേറ്റ് നേടി. ആനുകാലികങ്ങളിലും ജേർണലുകളിലും പ്രബന്ധങ്ങൾ എഴുതിയിട്ടുണ്ട്.

ОО

സത്യാനന്തരകാലത്തെ തൃഷ്ണ

ഡോ. ഡി.വി അനിൽകുമാർ

അറിവ് അധികാരത്തെയും അധികാരം അറിവിനെയും പോഷിപ്പിക്കുന്ന ലോകത്തെക്കുറിച്ച് ഫൂക്കോ വാചാലനാകുന്നുണ്ട്. സത്യാനന്തരകാലമെന്ന് വിളിച്ച്, സത്യത്തെ നിർമ്മിതമായ സത്യം കൊണ്ട് മറയ്ക്കുന്നതിനെക്കുറിച്ച് ഉത്തരാധുനിക കാലത്ത് നാം ചർച്ച ചെയ്തു കൊണ്ടേയിരിക്കുകയും ചെയ്യുന്നു. അങ്ങനെയൊരു കാലമില്ലെന്നും എന്നും സത്യം മറച്ചുവയ്ക്കുകയോ മറ്റേതെങ്കിലും സത്യത്തെ, കപടമായ അറിവിനെ സാക്ഷിനിർത്തി സ്ഥാപിക്കുകയോ ആണ് ചെയ്തിട്ടുള്ളത് എന്ന് ചരിത്രവും ഇതിഹാസവും വിളിച്ചുപറഞ്ഞുകൊണ്ടേയിരിക്കുന്നു. ഉത്തരം മുട്ടുമ്പോൾ 'ധർമ്മസ്യ തത്വം നിഹിതം ഗുഹായം' എന്ന് നിലവിളിക്കുന്ന ഭീഷ്മരെയാണ് മഹാഭാരതത്തിൽ കാണുന്നത്. സ്വർണപാത്രം കൊണ്ട് മൂടിയിരിക്കുന്ന സത്യത്തെക്കുറിച്ചാണ് ഉപനിഷത്തിനു പറയാനുള്ളത്. മറഞ്ഞിരിക്കുന്ന സത്യത്തെ കുറച്ചെങ്കിലും വെളിപ്പെടുത്താനുള്ള കലയുടെ പരിശ്രമത്തിന് ഉദാഹരിക്കാവുന്ന കഥയാണ് മീരയുടെ കൃഷ്ണഗാഥ.

മൂല്യങ്ങളില്ലാതായിത്തീർന്ന ലോകത്തെ പുറന്തള്ളി തന്നിലേക്ക് ഒതുങ്ങിയ ആധുനിക കലാകാരന്റെ അകർമണ്യം അല്ല ഇവിടെ കാണാനാകുന്നത്. തകർന്ന മൂല്യത്തെ താങ്ങിനിർത്തുന്ന മാധ്യമ ലോകത്തെയും മീര വെറുതെ വിടുന്നില്ല. ഭരണകൂടവും മറ്റ് എല്ലാ തൂണുകളും പരാജയപ്പെടുന്നിടത്തെ കലയുടെ കലാപമാണ് ഈ കഥ. വിദ്യ, അധ്യാപകൻ, ഗുരു, മനുഷ്യൻ, ലൈംഗികത തുടങ്ങിയ നിരവധി സങ്കൽപ്പനകളെ പ്രശ്നവൽക്കരിക്കുന്ന കഥയാണ് കൃഷ്ണഗാഥ.

മാതാപിതാക്കളുടെ കണ്ണെത്താത്തിടങ്ങളിൽ പതിയിരിക്കുന്ന

അപകടങ്ങൾ, ഗുരു രക്ഷിതാവിൽ നിന്നും ശിക്ഷകനായി പരിണമിക്കുന്നത്, ലൈംഗികമായ ചൂഷണം തിരിച്ചറിയാതെ പോകുന്നത്, മനുഷ്യാവസ്ഥകൾ തുടങ്ങി വീണ്ടുംവീണ്ടും തെളിഞ്ഞുവരുന്ന പ്രശ്നലോകമാണ് 'കൃഷ്ണഗാഥ'. പുരാണപ്രസിദ്ധമായ കൃഷ്ണയുടെയും കൃഷ്ണന്റെയും കഥയുമായുള്ള ആനുഷംഗിക ബന്ധം മാത്രമേ ഈ കഥയ്ക്കുള്ളൂ. ഉത്തരാധുനിക ലോകത്തെ നീറുന്ന യാഥാർത്ഥ്യങ്ങളെ മിതത്വത്തോടെ ആവിഷ്കരിക്കുന്നതാണ് 'കൃഷ്ണഗാഥ'.

സി.ജെ തോമസിന്റെ വളരെ പ്രസിദ്ധമായ ഒരു ലേഖനമാണ് 'ശൃംഗാരസരസ്വതി' പാശ്ചാത്യ മാർഗത്തിലുള്ള 'പ്ലേറ്റോണിക് ലവ് പോയട്രി' മലയാളത്തിൽ ഇല്ല എന്ന് സ്ഥാപിക്കുന്ന ലേഖനമാണ് ഇത്. നമ്മുടെ കവിതയിൽ ശൃംഗാരവും കാമവും ഉള്ളൂ എന്നാണ് അദ്ദേഹം പറയുന്നത്. അതു നമ്മുടെ കുറ്റമല്ല എന്നും കാലാവസ്ഥയുടെ പ്രശ്നമാണെന്നും അദ്ദേഹം പറഞ്ഞു വയ്ക്കുന്നുണ്ട്. കാളിദാസൻ മുതലുള്ള കവികളിലും ചെറുശ്ശേരി മുതലായ മലയാള കവികളിലും ഈ പാരമ്പര്യമാണ് ഉള്ളത്. നമ്മുടെ ശില്പചിത്രകലയിലും ഇതു തന്നെയാണ് കാണാൻ കഴിയുക. നമുക്ക് കാമശാസ്ത്രം രചിച്ചു നൽകിയതും ഒരു സന്യാസിയാണ്. ഭക്തിരസം പോലും ഈശ്വരനിഷ്ഠമായ രതിയുടെ വകഭേദമായാണ് നാം പരിഗണിക്കുന്നത്. ഗൃഹസ്ഥാശ്രമത്തിനു ശേഷമേ നമുക്ക് സന്യാസം വരികയുള്ളൂ. ലൈംഗികതയെ സംബന്ധിച്ച ആവിഷ്കരണമാണ് 'കൃഷ്ണഗാഥ' എന്ന് പൂർണമായി പറയാൻ കഴിയില്ല. ഈ കഥയിൽ സാന്ദർഭികമായി ലൈംഗികതയെ സംബന്ധിച്ച ചില വാക്യങ്ങൾ കടന്നുവരുന്നുണ്ട് എങ്കിലും അതിനല്ല ഏറ്റവും വലിയ പ്രാധാന്യം നൽകേണ്ടത്.

അപ്പോൾ കഥയുടെ പ്രധാന വിഷയം വേറൊന്നാണ്. അത് തട്ടിക്കൊണ്ടുപോകലിന്റെയോ ബലാത്സംഗത്തിന്റെയോ കഥയല്ല. അത്തരം കഥകൾ നാം പണ്ടേ കണ്ടു പരിചയിച്ചവയാണ്. രാമായണ മഹാഭാരതാദികളിലും അത്തരം കഥകൾ ധാരാളമുണ്ട്. ഉപഭോഗത്തിന്റെ മായക്കാഴ്ചകളിലൂടെ അനന്തമായ തിരഞ്ഞെടുപ്പുകളുടെ മായിക ലോകത്ത് അഭിരമിച്ച 'മായാമയ'നെ നാം എൻ പ്രഭാകരന്റെ കഥയിൽ കണ്ടിട്ടുണ്ട്. അവിടെ അമ്മയായ യശോദ, മായാമയനായി മാറിപ്പോയവനിൽ കാണുന്നത് ഉപഭോഗതൃഷ്ണയുടെ ഈരേഴുപതിനാലു ലോകങ്ങളെയാണ്. 'കൃഷ്ണഗാഥ'യിൽ കഥാകാരി മലയാളിയുടെ മനസ്സിന് നേരെ ഉന്നയിക്കുന്ന ചോദ്യം

നിങ്ങൾക്ക് എന്തിനെയെല്ലാം ഉപഭോഗിക്കണം

എന്നതാണ്. മണ്ണിനെ അമിതമായി ഉപഭോഗം ചെയ്യുന്ന മനുഷ്യന്റെ കഥകൾ ഉത്തരാധുനിക കഥാകാരന്മാർ എഴുതിയിട്ടുണ്ട്. പരിസ്ഥിതിബോധവും അവയിൽ ഉണ്ടെന്ന് പറയാം. മലയാളിയെ നടുക്കിയ, ഹൃദയത്തെ വേദനിപ്പിച്ച സൂര്യനെല്ലി ഉൾപ്പെടെയുള്ള സംഭവങ്ങളും അവയിലാകെ നിറഞ്ഞു നിന്നാടിയ വൃദ്ധന്മാർ ഉൾപ്പെടെ ഉള്ളവരെയും നാം കണ്ടതാണ്. ഉപഭോഗത്തിന് അതിരുകളില്ല എന്നു വിശദമാക്കുന്ന കഥയാണല്ലോ 'ബിരിയാണി'. വില്പനയ്ക്ക് വച്ചിരിക്കുന്ന ഒരായിരം സാധനങ്ങളിൽ ഒന്നു മാത്രമായി സ്ത്രീകൾ മാറുന്നത് നാം കണ്ടിട്ടുണ്ട്. പഴയ വേശ്യാവൃത്തിയുടെ കഥയല്ല നാം പറയുന്നത്. അത് അന്നത്തെ, ഇന്നത്തെയും ഉപജീവനത്തിനുള്ള ഒരു മാർഗമെന്ന് നാം കണ്ടിരിക്കുന്നു. മറ്റൊരാൾ വില്പനയ്ക്ക് വയ്ക്കുന്ന സ്ത്രീകൾ ചൂഷണം ചെയ്യപ്പെടുകയാണ്. സ്വന്തം ആവശ്യത്തിനാകുമ്പോൾ അതിൽ ചൂഷണത്തിന്റെ അംശം കുറയുന്നു എന്നേയുള്ളൂ. എന്നാൽ തട്ടിക്കൊണ്ടു പോവുകയും പീഡിപ്പിക്കുകയും തുടർന്ന് തങ്ങളുടെ കാര്യസാധ്യത്തിനായി അവളുടെ ചിത്രങ്ങൾ പോലും ഉപയോഗിക്കുകയും ചെയ്യുന്ന തലത്തിലേക്ക് നാം മാറിയിരിക്കുന്നു. ഒരു കൊച്ചു പെൺകുട്ടിയുടെ കഥ കൂടി കടന്നു വരികയാണ്. ബുദ്ധിസ്ഥിരത കൂടി ഇല്ലാത്ത ഒരു പെൺകുട്ടി ആകുമ്പോൾ അതിന്റെ ഘനം വർദ്ധിക്കുന്നു. കഥാകാരി തന്റെ വേദനയെ വൈകാരികമായി അല്ല ആവിഷ്കരിക്കുന്നത്. തൃഷ്ണ ഏതെല്ലാം സീമകളെ അതിലംഘിക്കുന്നു എന്ന് ഈ കഥ; അല്ല, യാഥാർത്ഥ്യം നമ്മെ ഓർമിപ്പിക്കുന്നു. ഇതിൽ ഭാവനയുടെ ആവശ്യമൊന്നും കഥാകാരിക്ക് വേണ്ടിവരുന്നില്ല. നമ്മുടെ ലോകത്ത് സംഭവിച്ചുകൊണ്ടിരിക്കുന്ന ഭീതിദമായ കാര്യങ്ങളുടെ മിതത്വമുള്ള ആവിഷ്കാരം മാത്രമാണ് ഈ കഥ.

ഉപഭോഗസംസ്കാരത്തിന്റെ നൈരന്തര്യം എന്തെന്നാൽ സ്വയം നശിച്ചുകൊണ്ടേയിരിക്കുക എന്നതാണ്. എത്രവലിയ ആഘാതം ആയാലും അതിനെ തിരിച്ചറിയാതിരിക്കുക എന്നത് അതിന്റെ സ്വഭാവമാണ്. 'രമിക്കുക വീണ്ടും വീണ്ടും രമിക്കുക' എന്നതാണ് അതിന്റെ ആപ്തവാക്യം. സ്വയം മരിക്കുക എന്നും പറയാം. അവിടെയാണ് ആത്മഹത്യ നിർവേദമായി മാറുക. നാരായണൻകുട്ടി ഇത് പറയുന്നുണ്ട്, 'ഏട്ടാ ഒന്ന് ചിന്തിച്ചുനോക്ക്, വസ്തവത്തിൽ ഒരുതരം നിർവാണത്തിന് വേണ്ടിയുള്ള ആസക്തി അല്ലേ ആത്മഹത്യ? കാമത്തിന്റെ പാരമ്യത്തിൽ രതിമൂർച്ഛയിൽ സംഭവിക്കുന്ന

തും അത് തന്നെയല്ലേ? അതാണ് ഞാൻ പറഞ്ഞത് ആത്മഹത്യ ഒരുതരം സെക്സാണ്. അല്ലെങ്കിൽ സെക്സ് ഒരുതരം ആത്മഹത്യയാണ്.'

ലൈംഗികതയെ പോലും എങ്ങനെ ധൂർത്തടിക്കാം എന്നാണ് നാരായണൻകുട്ടി പറയുന്നത്. ഇങ്ങനെ ധൂർത്തപുത്രന്മാരായി തീർന്ന ഉത്തരാധുനിക മനുഷ്യന്റെ പ്രതിനിധി തന്നെയാണ് നാരായണൻകുട്ടി. മറ്റൊരാളെ ചൂഷണം ചെയ്തും ആ അവസ്ഥയിലേക്ക് എത്തിച്ചേരുന്നതാണ്. പുരുഷ പക്ഷത്തു നിന്നാണ് അയാൾ ഇത് പുലമ്പുന്നത് എന്നുകൂടി ഓർക്കണം. കൃഷ്ണയെ പലർക്ക് കാഴ്ച വയ്ക്കാൻ ഒരു മടിയും കാണിക്കാത്ത അയാൾ ഉത്തരാധുനിക ക്രൗര്യത്തിന്റെ പാരമ്യമാണ്. ഉപഭോഗ തൃഷ്ണയുടെയും സാമ്പത്തിക ചിന്തയുടെയും മൂർത്തിയാണ് നാരായണൻകുട്ടി. സമൂഹത്തിന് അയാളെപ്പോലെയുള്ളവരെയാണ് വേണ്ടത്. കൃഷ്ണയും മാതാപിതാക്കളുമെല്ലാം ആ സമൂഹത്തിന് വളം മാത്രമാണ്. ശരീരവും വികാരങ്ങളും വില്പനയ്ക്ക് മാത്രമായി തീരുന്ന സമൂഹമാണ് ഇവിടെ വിമർശന വിധേയമാകുന്നത്.

നിങ്ങളെ ഈ കുരുക്കുകളുടെ മായിക ലോകത്തിൽ നിന്ന് സ്വതന്ത്രരാക്കേണ്ടത് ആരാണ്? എന്ത് തത്വചിന്തയാണ് അതിന് ഉപയുക്തമാവുക? നിങ്ങൾ ജീവിക്കുന്ന ലോകം മാധ്യമങ്ങളുടേതാണ്. നിങ്ങൾ കൂടുതൽ സമയവും ചെലവഴിക്കുന്നത് എവിടെയാണ്? അത് സൈബർ സ്പേസുമായി എപ്പോഴും ബന്ധപ്പെട്ടിരിക്കുന്നു. അപ്പോൾ അങ്ങനെയുള്ള മായിക ലോകത്തിന് നിങ്ങളിലേക്ക് പെട്ടെന്ന് സന്ദേശങ്ങൾ എത്തിക്കാൻ കഴിയും. പുതിയ ഒരു മൂല്യവ്യവസ്ഥയെ അതിന് സൃഷ്ടിക്കാൻ കഴിയും. അല്ലെങ്കിൽ, അത് സൃഷ്ടിക്കുന്നതാണ് ആധുനിക ലോകത്തെ മൂല്യവ്യവസ്ഥ എന്നും പറയാം. വിദ്യാഭ്യാസത്തിന് ഉണ്ടായിരുന്ന സ്ഥാനം ഇന്ന് മാധ്യമലോകം കയ്യടക്കിയിരിക്കുന്നു. പക്ഷേ, ആ ലോകം തന്നെ പണാധിഷ്ഠിതമായിത്തീരുമ്പോൾ ശിക്ഷകരായി മാറുന്നതും മാധ്യമങ്ങളാണ്. ഗുരുകുല വിദ്യാഭ്യാസത്തിൽ നിന്നും കച്ചവട വിദ്യാഭ്യാസത്തിലേക്കാണു നാം വളർന്നത്. ഇന്ന് കച്ചവടം മാധ്യമലോകത്തിന്റെ പ്രാണനാണ്. കരകയറാൻ കഴിയാത്ത വലിയ കുഴിയിലേക്ക് നാം പതിച്ചിരിക്കുന്നു. ത്രാണനത്തിന്റെ പ്രാഥമിക പാഠങ്ങൾ പോലും പാലിക്കാത്ത, മനുഷ്യത്വം നഷ്ടപ്പെട്ട അന്ധകാരനഴിയിൽ നിന്നും മാധ്യമലോകത്തിന് നമ്മെ രക്ഷിക്കാൻ കഴിയാതായിരിക്കുന്നു. കോടതികളാലും ഭരണകൂടത്താലും പീഡിതയാ

യ പെൺകുട്ടിയെ മാധ്യമങ്ങൾ പിന്നെയും വിചാരണ ചെയ്യുകയാണ്. അവൾക്ക് സാന്ത്വനം നൽകുന്നതിനു പകരം വിചാരണകൾ നീണ്ടുപോകുന്നു. ബുദ്ധിയുംയുക്തിയും അവൾക്കില്ല. അത് അവളെ രക്ഷിക്കുന്നില്ല. സ്വന്തം മാതാപിതാക്കളുടെയും സമൂഹത്തിന്റെയും മുന്നിൽ വെച്ച് അതുകൊണ്ടുതന്നെ അവൾ കൂടുതൽ അവഹേളിതയാകുന്നു. കൃഷ്ണയുടെ രക്ഷയ്ക്ക് ഒരു കൃഷ്ണനും എത്തുകയില്ല. അരോചകമായ രംഗസ്ഥലങ്ങൾ സൃഷ്ടിച്ചുകൊണ്ട് ദുരന്തത്തെ ആഘോഷമാക്കി ഓരോ മാധ്യമവും കാഴ്ചക്കാരനെയും കേൾവിക്കാരനെയും വായനക്കാരനെയും ഇക്കിളിപ്പെടുത്തിക്കൊണ്ട് കൂടുതൽ വരിക്കാരെ നേടുന്നു.

നിങ്ങൾ എന്തിനെയാണ് വിശ്വസിക്കേണ്ടത്? കാഴ്ചയെ ഇനി നിങ്ങൾക്ക് വിശ്വസിക്കാനാവുമോ? ഇത് ഇന്നുയർന്നുവരുന്ന ഏറ്റവും വലിയ ചോദ്യമാണ്. വെർച്വൽ റിയാലിറ്റിയുടെ കാലത്ത് ഈ ചോദ്യം എപ്പോഴും പ്രസക്തമാകുന്നു. കൃഷ്ണയുടെ അച്ഛന് വെർച്വൽ റിയാലിറ്റിയെ മാത്രമല്ല നാരായണൻകുട്ടി എന്ന 'യാഥാർത്ഥ്യത്തെ' പോലും മനസ്സിലായില്ല. അത്രയ്ക്ക് കാപട്യം ആയിരുന്നു ആ യാഥാർത്ഥ്യം. നാരായണൻകുട്ടി എല്ലാം മറച്ചുവെച്ചു.

ഒരു കൈയിലെ വിരലില്ലായ്മയെ മറച്ചു. അയാളുടെ ഉള്ളിലെ ക്രൂരതയെ മറച്ചു. വാക്കുകളും പെരുമാറ്റവും കപടമാക്കി. അയാൾ തന്നെ ഒരു മറയായിരുന്നു. 'നോട്ടവും കാഴ്ചയും തമ്മിൽ പൊരുത്തപ്പെടുന്നില്ല' എന്ന് അവസാനമാണ് അയാൾക്ക് തിരിച്ചറിയാനായത്. ഇത് ഈ ലോകത്തിന്റെ സ്വഭാവമാണ്. സ്വന്തം മകളെ ഊട്ടിയിൽ വിട്ട് പഠിപ്പിക്കാൻ പണമുണ്ടാക്കാൻ ഇറങ്ങിയിരിക്കുന്ന നാരായണൻകുട്ടിക്ക് മറ്റൊരാളുടെ മകളെ നശിപ്പിക്കാനും വിൽക്കാനും മടിയില്ല. ഒന്നിനും മടിയില്ലാത്ത അവസ്ഥയാണ് ഇന്നിന്റെ പ്രത്യേകത. എന്തിനേയും മറയ്ക്കുക, എന്തിനെയും മറക്കുക, കാര്യം നേടാൻ ഏതു മാർഗ്ഗവും സ്വീകരിക്കുക, പഴയ വേഷപ്രച്ഛന്നതയുടെ കഥകൾ ഇവിടെ ഓർക്കാം. അവിടെ വേഷമേ മാറിയിരുന്നുള്ളൂ. ഇവിടെ സ്വത്വം തന്നെ മറയ്ക്കുകയാണ്. ലക്ഷ്യവും വഴിപിഴച്ചതാണ്. ഉത്തരാധുനികന്റെ ജീവിതശൈലി രോഗമാണ് ഈ പിഴച്ച ലക്ഷ്യവും മാർഗവും. നാരായണൻകുട്ടിയുടെ മുദ്രകൾ പല സ്ഥലത്തും നിങ്ങൾക്ക് കാണാം. നാരായണൻ നാടുവാഴുന്ന കാലമാണ് ഇത്.

ആരെയാണ് ഈ നവലോകം ചൂഷണം ചെയ്യുക? ഒന്നുമറിയാതെ ഒന്നും മറച്ചുവയ്ക്കാതെ മറച്ചുവെക്കാൻ ഇല്ലാത്തവരുടെ ശ്മ

ശാനമാണ് പുതു ലോകം.'ഒന്നും മറച്ചുവയ്ക്കാൻ ഇല്ലാത്തതുപോലെ അടിവസ്ത്രങ്ങൾ പോലും അലക്ഷ്യമായിട്ടിരുന്ന വിഴുപ്പ് കൂനയിലേക്ക് അയാളുടെ നോട്ടം പിന്നെയും വീണു'. സ്വന്തം വളർച്ചയെക്കുറിച്ചു പോലും തിരിച്ചറിയാനാകാത്ത, ലൈംഗികതയെ കുറിച്ച് ഒരു വ്യാകുലതയും ഇല്ലാതിരുന്ന പെൺകുട്ടിയുടെ അജ്ഞതയെയാണ് ഇവിടെ ചൂഷണം ചെയ്യുന്നത്. നാടും

നാട്ടാരും നൂറുവട്ടം ഉരുവിടുന്ന ലൈംഗികവിദ്യാഭ്യാസവും സദാചാരവും പ്രവേശിക്കാത്ത തലച്ചോറുമായി കൃഷ്ണയുടെ ജന്മം പിന്നെയും ബാക്കിയാവുകയാണ്. കാലുകൾക്കിടയിലെ വേദന മാത്രം അറിവായി അറിയുന്നവളാണ് കഥയിലെ കൃഷ്ണ. താൻ നേരിട്ട ആക്രമണത്തെ ആ കുട്ടി തിരിച്ചറിയുന്നില്ല. അങ്ങനെ തിരിച്ചറിയാൻ കഴിയുന്നവൾ ആയിരുന്നെങ്കിൽ, ആനന്ദത്തിൽ പങ്കാളിയായി എന്ന് നീതിന്യായ വ്യവസ്ഥ അവളെ അവഹേളിച്ചേനേ. കൃഷ്ണഗാഥയിലെ രാധയെ പോലെ അവളെ വിചാരണ ചെയ്തേനെ. ഗീതഗോവിന്ദത്തിലെ രാധയെ പോലെ അവളെ കുറ്റപ്പെടുത്തിയേനെ. എട്ട് വയസ്സുള്ള കൃഷ്ണയെ, കൃഷ്ണനെ രതിസുഖത്തിനായി വശീകരിച്ച രാധയായി ചിത്രീകരിച്ചേനെ. അങ്ങനെ കൃഷ്ണ രാധയായി മാറിപ്പോയേനേ. രാധയ്ക്കും ബുദ്ധിഭ്രംശം ഉണ്ടായിരുന്നു എന്ന് സമൂഹം എഴുതുന്നതുപോലെ ബുദ്ധിഭ്രംശത്താൽ എല്ലാം ചെയ്തത് കൃഷ്ണ എന്നു പറഞ്ഞേനെ. നാരായണൻകുട്ടി എന്നും കൃഷ്ണപക്ഷത്തായിരുന്നു. പുരുഷൻ ഈശ്വരനായി മാറുകയും സ്ത്രീ അടിമയായി പതിക്കുകയും ചെയ്യണം. നമ്മൾ ഒന്നിൽ നിന്ന് മറ്റൊന്നിലേക്ക് പാറിപ്പാറി പോകുമ്പോൾ അത് ഈശ്വരത്വമായി വാഴ്ത്തപ്പെടും. നാരായണൻകുട്ടി അത്തരത്തിൽ പതിച്ച ജീവാത്മാക്കളുടെ മഹത്വം കൂടി പരമാത്മാവിനു കൽപ്പിച്ചു നൽകുന്നു. ഏതെങ്കിലും ഒരു വിഭാഗത്തെ അടിമകളാക്കിയാലേ നാരായണൻകുട്ടിമാർക്ക് കൊഴുത്തു തടിച്ച ഈശ്വരത്വം നേടാൻ കഴിയൂ. അച്ഛനു മുന്നിൽ കുഞ്ഞുവാവയായിരുന്ന മകൾക്ക് മറ്റനേകം പേർക്കു മുന്നിൽ സ്വന്തം സ്വത്വം നഷ്ടമാകുന്നു. ഇന്നത്തെ കപടസമൂഹം ഒരു കുഞ്ഞുവാവയേയും പരിഗണിക്കില്ല. അവിടെ ഒരു കാഴ്ചയേ ഉള്ളൂ.

ജീവിതത്തിന്റെ കാലിഡോസ്കോപ്പ് നഷ്ടമായിരിക്കുന്നു. കാണുന്നതെല്ലാം പണം ഉണ്ടാക്കുന്നതിനുള്ള ചരക്കുകൾ മാത്രം. മനുഷ്യൻ മറ്റെന്തിനെയും വിൽക്കുന്നതുപോലെ തന്നെ തന്റെ ശരീര അവയവങ്ങളെയും വിൽക്കുന്നു. എല്ലാം വിപണിക്ക് വേണ്ടിയാ

ണെന്ന് അവൻ മനസ്സിലാക്കുന്നു. അല്ലെങ്കിൽ എല്ലാറ്റിനെയും വിപണിക്ക് വേണ്ടി രൂപപ്പെടുത്തുന്നു. നാരായണൻകുട്ടിക്ക് കൃഷ്ണ, പ്രതികരിക്കാത്ത ഒരു ശരീരം മാത്രമായിരുന്നു. വിപണി ആവശ്യപ്പെടുന്നത് അത്തരം അനുസരിക്കുന്ന ശരീരങ്ങളെയാണ്. ഉത്തരാധുനിക ലോകത്ത് കൃഷ്ണഗാഥകൾ തുടർന്നുകൊണ്ടേയിരിക്കും. അതാണ് ഇന്നത്തെ മനുഷ്യഗാഥ.

ഡോ. ഡി.വി. അനിൽകുമാർ
അസി.പ്രൊഫസർ, മലയാളവിഭാഗം
ഗവ. കോളേജ് കട്ടപ്പന.

ആൺപ്രേതം: ഭയവും രതിയും

ഡോ. ശ്രീകല എൽ.ആർ.

പുരുഷകേന്ദ്രീതമായ ഒരു സമൂഹത്തിൽ സ്ത്രീകൾക്ക് നേരെയുള്ള അപമാനങ്ങളും അവഗണനകളും വ്യത്യസ്തമായ കാഴ്ചപ്പാടോടെ അവതരിപ്പിച്ച എഴുത്തുകാരിയാണ് കെ.ആർ മീര. സ്ത്രീയെ ലൈംഗികഉപകരണമായി കാണുന്ന പുരുഷസമൂഹത്തിന്റെ താൽപര്യങ്ങൾക്കും സമൂഹത്തിന്റെ ഉപഭോഗപരതയിലേക്ക് സ്ത്രീശരീരങ്ങളെ കാണുന്നവരോടും ശക്തമായി എതിർക്കുന്നു മീരയുടെ കഥകൾ. അസമത്വങ്ങൾക്കും അപമാനങ്ങൾക്കും എതിരെയുള്ള വിരൽ ചൂണ്ടലിനൊപ്പം സ്ത്രീപക്ഷ രചനയുടെ സൗന്ദര്യശാസ്ത്രത്തെ പൊളിച്ചെഴുതുന്നു എഴുത്തുകാരി. ദാമ്പത്യം എന്നത് പുരുഷന്റെ ഇംഗിതത്തിനനുസരിച്ച് കെട്ടിപ്പൊക്കുന്ന ഒന്നാണെന്നും അതിന്റെ പൊരുത്തക്കേടുകളും ആ കെട്ടുപാടിൽ പെട്ടുപോയ ജീവിതങ്ങളെയും മീരയുടെ കഥകൾ തുറന്നുകാട്ടുന്നു. പുരുഷ താൽപര്യങ്ങളുടെ അസ്ഥിവാരത്തിൽ സമൂഹം ലോകാവസാനം വരെ നിലനിൽക്കണമെന്ന വ്യവസ്ഥാപിത ബോധത്തെ വിമർശനാത്മകമായി അവതരിപ്പിക്കുന്നു മീരയുടെ പല കഥകളും. സമകാലിക അവസ്ഥകളെ പിടിച്ചുലക്കുന്ന തോടൊപ്പം തീവ്രവും വൈകാരികവുമായ ആഖ്യാനമാണ് മീരയുടെ കഥാലോകത്തെ വ്യത്യസ്തമാക്കുന്നത്. കരുത്തുറ്റഭാഷയും അധികാരത്തോടുള്ള പോരാട്ടവും ആ കഥകളിൽ കാണാം. ആൺ പ്രേതം എന്ന കഥ വായിക്കുമ്പോൾ വായനക്കാരന് അനുഭവപ്പെടുന്നതും ഇതു തന്നെയാണ്. അന്ധവിശ്വാസങ്ങളും പ്രേതത്തോടുള്ള വെല്ലുവിളിയും സഹതാപവും നിറഞ്ഞു നിൽക്കുന്നതോടൊപ്പം രതിയും ഭയവും ഒന്നുപോലെ ആയിത്തീരുന്നതും ഈ കഥയിലൂടെ ദർശിക്കാം. സാധാരണ പ്രേതകഥയിലും സിനിമകളിലും കാണുന്നതുപോലെ പ്രേതത്തിന്റെ വരവ് അറിയിച്ചുകൊണ്ടുള്ള നായയുടെ ഓരിയിട

ലും പേടിപ്പെടുത്തുന്ന നിശബ്ദതയും ഇടയ്ക്കിടയ്ക്ക് ഉള്ള നില വിളിയും ഭയം ജനിപ്പിക്കുന്നു എങ്കിലും മനോഹരമായ ഒരു പ്രേമ കഥ പറയുന്നതോടൊപ്പം ഒരു പ്രതികാരത്തിന്റെ അഗ്നിജ്വാലയാ യി ഈ കഥ മാറുന്നത് നമ്മൾക്ക് കാണാം.

പഴയ കാമുകൻ കൊല്ലപ്പെട്ട മാളികയിലേക്ക് ഒറ്റയ്ക്ക് പുറപ്പെടു ന്ന നായിക. ആ മാളികയിൽ വെച്ച് കൊല്ലപ്പെട്ട തന്റെ കാമുകന്റെ പ്രേതത്തെ സങ്കൽപ്പിച്ച് വരുത്തുകയും അയാളോട് പ്രതികാരം ചെയ്യുകയും എന്നതായിരുന്നു അവളുടെ ലക്ഷ്യം. അതിനുവേണ്ടി യാണ് അവർ എപ്പോഴും സമാഗമിക്കാറുള്ള മാളിക തിരഞ്ഞെടു ക്കുന്നത് തന്നെ. അവരുടെ മാളികയിലേക്കുള്ള യാത്ര പേടിപ്പെടു ത്തുന്നതായിരുന്നു. ചിതൽപ്പുറ്റുകൾ പൊന്തിനിൽക്കുന്ന എസ്റ്റേറ്റു കൾ, രാവണൻ കോട്ടയുടെ ഇടനാഴി പോലെ വളഞ്ഞുപുളഞ്ഞ് നിൽക്കുന്ന വഴി, മഞ്ഞക്കണ്ണുള്ള ഹിംസമൃഗത്തെ പോലെ ഇരു ട്ടിൽ പതുങ്ങുന്ന മാളിക, മരങ്ങളും പൊന്തപ്പടർപ്പുകളും ഒപ്പം, വലിയതലയുള്ള പക്ഷിയുടെ പറക്കൽ, നായയുടെ കുര ഇതെ ല്ലാം പേടിപ്പെടുത്തുന്നതായിരുന്നു എങ്കിലും അവൾക്കൊട്ടും ഭയ മില്ലായിരുന്നു. കൊലപാതകം നടന്ന വീടാണെന്നും ആരും അവി ടെ തനിച്ചു ഉറങ്ങിയിട്ടില്ല എന്നും അന്തിയുറങ്ങിയാൽ മരിച്ചുപോ കും എന്നും പറഞ്ഞ് ആ വീടിന്റെ കാവൽക്കാർ അവളെ വിരട്ടി റഞ്ഞയക്കാൻ നോക്കി. പക്ഷേ, അവൾ അത് കാര്യമാക്കാതെ എന്തോ ഉറപ്പിച്ച മട്ടിൽ അത്ര കരുത്തോടെയാണ് ആ മാളികയി ലേക്ക് അസമയത്ത് ചെന്നുകയറിയത്. ആ മാളികയിൽ അവൾ ക്കൊരു ലക്ഷ്യം ഉണ്ടായിരുന്നു. കൊല്ലപ്പെട്ട കാമുകന്റെ പ്രേതത്തെ സാങ്കല്പികമായി വിളിച്ചുവരുത്തുക അയാളോട് പ്രതികാരം ചെയ്യുക. അവളുടെ ഉള്ളിൽ പ്രതികാരം ആളിക്കത്തി. ആ വീട്ടിൽ വെച്ച് അവൾക്കൊന്നും സംഭവിക്കാതിരിക്കാൻ കാവൽക്കാരന്റെ ഭാര്യ മാരിയമ്മൻ കോവിലിൽ ജപിച്ച ചരട് കയ്യിൽ കെട്ടിക്കൊടു ക്കുകയും കുങ്കുമം നെറ്റിയിൽമേൽ ചാർത്തുകയും ചെയ്തപ്പോൾ അവൾ ഒന്നു പിടഞ്ഞു. ആദ്യ സമാഗമത്തിന് മുമ്പ് കാമുകൻ അവ ളുടെ നെറ്റിയിൽ കുങ്കുമം ചാർത്തിയത് അവൾ ഓർത്തു. എന്നാൽ മാളികയിൽ അവൾ തനിച്ചായപ്പോൾ കയ്യിലെ ചരട് വലിച്ചെറിയു കയും കുങ്കുമം മായ്ച്ചുകളയുകയും ചെയ്തു. കാരണം അതിന്റെ ഒന്നും സഹായം അവൾക്ക് ആവശ്യമില്ലായിരുന്നു. അതിലൊന്നും അവൾ വിശ്വസിച്ചിരുന്നില്ല. തനിച്ചായ അവൾ കാമുകന്റെ പ്രേത ത്തെ സങ്കൽപ്പിച്ചു ഉണർത്താൻ ശ്രമിച്ചു. അവളെ സംബന്ധിച്ച്

രതിയും ഭയവും ഒരുപോലെയായിരുന്നു. സാധാരണ നമ്മൾ കേട്ടിരുന്ന കഥകളിൽ നിന്നും വ്യത്യസ്തമായിരുന്നു ഇതിലെ പ്രേതം. പുരുഷപ്രേതങ്ങൾക്ക് അത്രവലിയസ്ഥാനം കൊടുത്തിരുന്നില്ല സാഹിത്യത്തിലും സിനിമയിലും. എന്നാൽ കെ.ആർ മീര എന്ന എഴുത്തുകാരി പരമ്പരാഗത പ്രേതസങ്കല്പത്തെ മാറ്റിമറിക്കുന്നു. അവൾ സങ്കൽപ്പിച്ച് ഉണർത്തിയ പ്രേതത്തെ കണ്ടപ്പോൾ അവൾക്ക് അത്ഭുതം തോന്നുന്നു. മജ്ജയും മാംസവും ഇല്ലാത്ത തലമുടിയില്ലാത്ത ദംഷ്ട്രകൾ ഇല്ലാത്ത രക്തം ഈറ്റുവീഴുന്ന നാവുകൾ ഇല്ലാത്ത ആൺപ്രേതത്തെയാണ് അവൾ അവിടെ കണ്ടത്. പ്രേതത്തിന്റെ മുഖത്തെ നിർദയത്വംആയിരുന്നു ഭയാനകമായത്. അതിലെ പൊള്ളത്തരം മരണശേഷവും മായ്ക്കാൻ അസാധ്യമായ അപകർഷതയായിരുന്നു. പ്രേതമായാലും പുരുഷൻ പുരുഷൻ തന്നെയാണെന്ന് മീര ആവർത്തിക്കുന്നുണ്ട് കഥയിൽ. പുരുഷന്റെ ആഗ്രഹങ്ങൾക്കൊത്ത് രൂപപ്പെടുന്ന ഒരു പരമ്പരാഗത സ്ത്രീസങ്കല്പത്തെ പ്രതിരോധിക്കുന്നു ഇവിടെ എഴുത്തുകാരി. ഉള്ളിലേറെ കേമത്തം നടിച്ചുകൊണ്ട് അവളുടെ മുന്നിൽ പൊങ്ങച്ചം കാട്ടാൻ വേണ്ടി പ്രേതം രണ്ടു നിലയോളം ഉയരാൻ ശ്രമിച്ചു. അറ്റു വീഴുമെന്ന് തോന്നിയ തല അയാൾ പണിപ്പെട്ടു ഉയർത്തി നിർത്തി. ഒരു സ്ത്രീയുടെ മുന്നിൽ തലകുനിക്കാൻ അയാൾ തയ്യാറല്ലായിരുന്നു. ഈ അവസ്ഥയിലും നിന്നെക്കാൾ ശക്തനായി എന്നെ അംഗീകരിക്കുക എന്ന നിശബ്ദമായ യാചന എല്ലായിടത്തും മുഴങ്ങി. പുരുഷന്റെ മേൽക്കോയ്മയെ തട്ടിത്തെറിപ്പിക്കാൻ പ്രേതം തയ്യാറാല്ലായിരുന്നു. താനൊരു പുരുഷനാണെന്നുള്ള അധികാരം അയാൾ ഇടയ്ക്കിടെ കാട്ടിക്കൊണ്ടിരുന്നു. പലപ്പോഴും സ്ത്രീ പുരുഷന്റെ തിരസ്കാരത്തിനും തമസ്കരണത്തിനും വിധേയയാണ്. പുരുഷന്റെ ആഗ്രഹങ്ങൾക്കൊത്തു നീങ്ങുന്ന സ്ത്രീ അവന്റെ അധികാരത്തിൽ ജീവിക്കുന്ന സ്ത്രീയാണ്. പരമ്പരാഗതസാഹിത്യത്തിലെ സ്ത്രീസങ്കല്പം അങ്ങനെയാണ്. ഇതിനെതിരെയുള്ള ഒരു പ്രതിരോധമാണ് ആൺപ്രേതം എന്ന കഥ.

പ്രവർത്തിയുടെ പേരിൽ പുരുഷൻ സ്ത്രീയുടെ മേൽ അധികാരം കാട്ടുന്നുണ്ട്. തന്റെ സംരക്ഷണയിലാണ് സ്ത്രീ എന്ന ചിന്ത ഒരു പുരുഷനെ സംബന്ധിച്ചിടത്തോളം അവകാശവും അഭിമാനവും ആണ്. ആ ഒരു അധികാരം ഇവിടെയും കാണാൻ സാധിക്കും. അവൾ പ്രേതത്തെ പരിഹസിക്കുമ്പോൾ അവളോടുള്ള ദേഷ്യത്തിന് അയാൾ സീലിംഗ് ഫാൻ അടർത്തിയിട്ടു. എന്നിട്ട്

അത് അവളുടെ തലയിൽ പതിക്കാതിരിക്കാൻ അയാൾ അത് തട്ടി ത്തെറിപ്പിക്കുകയും ചെയ്തു. താൻ ജീവിതകാലത്ത് ചെയ്ത കുറ്റ കൃത്യങ്ങളൊക്കെ മറന്നു എന്നും നന്ദിയുള്ളവൻ ആയിരിക്കേണ്ട ത് അല്ലേ എന്ന് നിശബ്ദമായി പറഞ്ഞുകൊണ്ടിരുന്നു. ജീവിച്ചിരു ന്ന കാലത്ത് അവൾ അയാളെ എത്ര സ്നേഹിച്ചിരുന്നു. അയാൾ ക്കുവേണ്ടി മരിക്കുവാനും തയ്യാറായിരുന്നു തനിക്ക് വേണ്ടി എന്ത് ത്യാഗവും ചെയ്യാൻ അയാൾ സന്നദ്ധനാണെന്ന് അവൾ തെറ്റിദ്ധ രിച്ചു പോയി. മരിച്ചുകഴിഞ്ഞ് തന്റെ കാമുകന് വേണ്ടി അവൾ മര ണംവരിക്കുന്നതും സങ്കൽപ്പിച്ചു. എന്നാൽ അതൊരു കാവ്യാത്മക മരണമായി അവൾ അതിനെ കണ്ടു. അവൾ വിളിച്ചു വരുത്തിയ പ്രേതം പെട്ടെന്ന് മറഞ്ഞുകൊണ്ട് അവളെ വീണ്ടും ഭയപ്പെടുത്താൻ ശ്രമിച്ചു. പ്രേതമായാലും പുരുഷൻ പുരുഷൻ തന്നെ എന്ന് ആവർ ത്തിക്കുമ്പോഴും സ്നേഹിക്കാനാകാത്ത പ്രേതത്തെ അവൾ പുച്ഛി ച്ചു. പിന്നിൽനിന്നും ഭയപ്പെടുത്താതെ ധൈര്യത്തോടെ നേർക്ക് വന്ന് നേരുംനെറിയും കാണിക്കൂ എന്ന് അവൾ ഇടയ്ക്ക് ആക്രോ ശിച്ചു. പരാജയം നേരിട്ടാലും വിജയിച്ചതുപോലെ അഹങ്കരിക്കു ന്നവനാണ് പുരുഷൻ. അവളുടെ ആക്രോശ്യത്തിൽമറഞ്ഞ പ്രേതം അവൾക്ക് മുന്നിൽ വീണ്ടും തെളിഞ്ഞപ്പോൾ അവൾക്ക് അയാളോ ട് സഹതാപം തോന്നി. അയാളുടെ പ്രേതത്തെ അവൾ പ്രതീക്ഷി ച്ചത് ഇങ്ങനെയായിരുന്നില്ല. 'ഒരു ആൺ പ്രേതം ഇത്ര നിസ്സാര നോ?' അവൾ ചിരിയടക്കി കൊണ്ട് ചോദിച്ചപ്പോൾ അത് അയാൾ ക്ക് സഹിച്ചില്ല. അതയാളെ കൂടുതൽ പ്രകോപിപ്പിക്കുകയും ജ്വലി പ്പിക്കുകയും ചെയ്തു. ഒരുവളെ രണ്ടു തവണ കൊലപ്പെടുത്താൻ ഒരുവന് സാധ്യമല്ല എന്ന് അവൾ പറഞ്ഞു. സ്വന്തം ഉൾക്കിടിലം മറയ്ക്കാൻ മറ്റുള്ളവരെ ഭയപ്പെടുത്തുന്ന ഭീരുവായി അവൾ പ്രേത ത്തെക്കണ്ടു. അവളെ സംബന്ധിച്ച് ശരീരം കൊല്ലപ്പെടുന്നതിന് വളരെ മുൻപേ അയാളുടെ ആത്മാവ് ആത്മഹത്യ ചെയ്തിരുന്നു. അതിനുമുമ്പേ അയാൾ അവളുടെ ആത്മാവിനെയും കൊലപ്പെടു ത്തി. കഷ്ണങ്ങളായി ചിതറിത്തെറിച്ച ആ കഠിനവേദനയ്ക്ക് ശേഷം അറപ്പാണ് അവൾക്ക് അനുഭവപ്പെട്ട ഏക വികാരമെന്ന് മീര ചൂണ്ടിക്കാട്ടുന്നു. അവൾക്ക് അവളോട് മാത്രമല്ല മറ്റുള്ളവരോ ടും അറപ്പായിരുന്നു.

അവളുടെ ഓർമ്മയിൽ എന്നും കാമുകൻ നഗ്നനായിരുന്നു. എന്നാൽ അയാളുടെ പ്രേതം നഗ്നനാണോ എന്ന് അവൾക്ക് വ്യക്തമായിരുന്നില്ല. ആൺ പ്രേതങ്ങൾക്ക് മറ്റുള്ളവരെ ദ്രോഹിക്കാൻ

ലിംഗത്തിന്റെ ആവശ്യമില്ലല്ലോ എന്ന് ചിന്തിക്കുകയും ചെയ്യുന്നു. അവളുടെ ചിന്തകൾ വായിച്ച പ്രേതം അസ്വസ്ഥനാകുന്നു. അടുത്ത ആക്രമണത്തിന് പ്രേതം കോപ്പുകൂട്ടുന്നത് അവൾ തിരിച്ചറിഞ്ഞു. പ്രേതങ്ങൾക്ക് ഭൂതകാലം മാത്രമേയുള്ളൂവെന്നും പ്രേതങ്ങൾ അല്ലാത്തവർക്ക് വർത്തമാനകാലത്തിന്റെ സാധ്യതകൾ ഉണ്ട് എന്നും ഈ കഥ നമ്മെ ഓർമിപ്പിക്കുന്നു. ഭാവിയുടെ പ്രതീക്ഷകൾ ഉണ്ടെന്നും ഭൂതത്തിൽ നിന്ന് രക്ഷപ്പെടാനുള്ള വ്യഗ്രത ആണെന്നും അവൾ തിരിച്ചറിയുന്നു. കലിയിളകി അവൾ പ്രേതത്തോടു ചോദിക്കുന്നു. 'മൃതദേഹം തിരിച്ചറിയാൻ നിങ്ങളുടെ ഭാര്യ വന്നത് ഓർമ്മയുണ്ടോ? 'ഭർത്താവ് മരിച്ചതിൽ അവർക്ക് യാതൊരു ദുഃഖവും ഇല്ലെന്നും മൂന്നു മാസം തികയുന്നതിന് മുന്നേ വിവാഹം കഴിച്ചതും ഓർമ്മയുണ്ടോ എന്ന് അവൾ ചോദിച്ചപ്പോൾ അത് അയാൾക്ക് സഹിക്കാവുന്നതിലും അപ്പുറം ആയിരുന്നു.

പ്രേതമായാലും പുരുഷൻ പുരുഷൻ തന്നെയാണ് താരതമ്യം സഹിക്കില്ല. അയാൾ തരംതാഴ്ത്തൽ ക്ഷമിക്കുകയില്ല. 'നിങ്ങളുടെ ഭാര്യയുടെ ഓർമ്മകളിൽ പോലും നിങ്ങളില്ല, നിങ്ങൾ ഇപ്പോൾ എന്നെപ്പോലെ നിങ്ങൾ കൊലപ്പെടുത്തിയ വരുടെ ഓർമ്മകളിൽ മാത്രമേയുള്ളൂ. എന്തൊരു തമാശയല്ലേ' എന്ന് അവൾ പറയുമ്പോൾ പ്രേതത്തിനു പിന്നെ അവിടെ നിൽക്കാൻ കഴിഞ്ഞില്ല. അവളുടെ പരുഷമായ വാക്കുകൾ അയാളിൽ വേദനയുണ്ടാക്കുന്നു. പക്ഷേ, ആ വാക്കുകൾ ഒരു സ്ത്രീയെന്ന നിലയിൽ അവളെ സന്തോഷിപ്പിക്കുന്നു. ആ വാക്കുകളിൽക്കൂടി ആ മാളികയിലേക്ക് ഒറ്റയ്ക്കുള്ള അവളുടെ യാത്രയ്ക്ക് അർത്ഥമുണ്ടായത് പോലെ അവൾ ചിരിച്ചു. പ്രതികാരം ചെയ്യാൻ കഴിഞ്ഞതിന്റെ ഒരു സംതൃപ്തി അവളുടെ മുഖത്ത് പ്രകടമാകുന്നു. ആ മാളികയിൽ സ്ഥിരമായി താമസിച്ചാലോ എന്ന് അവളുടെ പുതിയ കാമുകൻ ചോദിക്കുമ്പോൾ നിങ്ങൾക്ക് പ്രേതത്തെ ഭയമില്ലേ എന്നാണ് അവൾ അയാളോട് ചോദിക്കുന്നത്. 'ആണുങ്ങളെല്ലാം എന്നേ മണ്ണടിഞ്ഞ ഒരേ പൗരുഷത്തിന്റെ പ്രേതങ്ങളല്ലേ' എന്നയാൾ മറുപടി പറയുന്നതോടൊപ്പം ഒന്നുകൂടി കൂട്ടിച്ചേർക്കുന്നു. 'പഴയ കാമുകൻ കൊല്ലപ്പെട്ട മാളികയിൽ പുതിയ കാമുകനോടൊപ്പം ഉറങ്ങാൻ മാത്രം ക്രൂരയായ സ്ത്രീയെ ഏതെങ്കിലും പുരുഷൻ സ്നേഹിക്കുമോ?' സ്നേഹിക്കുമ്പോൾ സ്ത്രീയും പുരുഷനും അല്ല അവിടെ മനുഷ്യൻ മാത്രമേയുള്ളൂ അങ്ങനെ പുതിയ കാമുകനോടൊപ്പം അവൾ സ്വതന്ത്രയാകുന്നു. പഴയ മാളികയിൽ നിന്നും യാത്ര തിരിക്കാൻ അവൾക്കൊപ്പം

മറ്റൊരാൾ കൂടി എത്തിച്ചേർന്നു. എല്ലാ യാത്രകളും ഒറ്റയ്ക്ക് പോകേണ്ടതല്ല എന്ന് കഥാകൃത്ത് ഓർമിപ്പിക്കുന്നു. ആരും എഴുതപ്പെടാത്ത കഥകൾ എഴുതുന്നതിനുള്ള എഴുത്തുകാരിയുടെ ഒരു നിർബന്ധബുദ്ധി ഈ കഥയിൽ കാണാം. സമൂഹത്തിൽ ഒരു വ്യക്തിക്ക് ലഭിക്കുന്ന സ്വാതന്ത്ര്യവും അവകാശവും കുടുംബത്തിൽ ലഭിക്കണമെന്നില്ല. ചൂഷണം ചെയ്തുകൊണ്ടും അടിച്ചമർത്തപ്പെട്ടു കൊണ്ടും സ്ത്രീ ജീവിതം മുന്നോട്ടു പോകുമ്പോൾ അടിച്ചമർത്തലുകൾ ഏറ്റെടുക്കപ്പെട്ട സ്ത്രീ ക്ലാസ്, ജാതി, സമ്പത്ത് എന്നിവയ്ക്ക് ഇടയിൽനിന്നുകൊണ്ട് പോരാടുന്നതും ഇവിടെ കാണാം.

സ്ത്രീ എഴുതുമ്പോൾ പുരുഷൻ പരിഭ്രാന്തനാകുന്നു. എന്നാൽ സ്ത്രീയുടെ പുരുഷനിഷേധം അവന്റെ അധികാരചിന്തയിൽ ഉറച്ച സ്വത്വത്തിന് എതിരെയുള്ള ഒരു പ്രഹ രമാണ്. അതുകൊണ്ടാണ് പുരുഷൻ ഇത്രമേൽ അസ്വസ്ഥനാകുന്നതും.

നമ്മുടെ വ്യവഹാരഭാഷ പുരുഷമേധാവിത്വത്തിന്റെ ആ സംസ്കാരത്തിന്റെ സൃഷ്ടിയാണ്. കന്യക, പതിവ്രത തുടങ്ങിയവയ്ക്ക് പുല്ലിംഗപദങ്ങൾ ഇല്ല എന്നുതന്നെ പറയാം. പ്രേതം എന്നത് സ്ത്രീലിംഗപദത്തിലാണ് നമ്മൾ കാണുന്നത്. എന്നാൽ ഇവിടെ പുല്ലിംഗം എന്ന ആൾ രൂപത്തിലേക്ക് പ്രേതത്തെ മാറ്റുകയാണ് ആൺപ്രേതം എന്ന കഥയിലൂടെ കെ.ആർ മീര. പുല്ലിംഗമില്ലാത്ത ഭാഷയ്ക്ക് ഒരു എതിർഭാഷ ചമയ്ക്കുകയാണ് ഈ എഴുത്തുകാരി. ഭാഷയിലൂടെ സ്ത്രീ സ്വന്തം ലോകം സൃഷ്ടിക്കുന്നു. അതിലൂടെ അവൾ ലോകത്തെ നേരിടുന്നു. അവിടെ ഭാഷ, ലക്ഷ്യവും മാർഗ്ഗവുമായി തീരുന്നു എഴുത്തുകാരികൾക്ക്. അങ്ങനെ വൈരുദ്ധ്യങ്ങളുടെയും വിസ്മയങ്ങളുടെയും ഒരു ലോകം തന്നെ സൃഷ്ടിക്കാൻ കഴിയുന്നു അവർക്ക്.

ഡോ. ശ്രീകല എൽ.ആർ.

മഹാത്മാഗാന്ധി യൂണിവേഴ്സിറ്റിയിൽ നിന്നും ഡോ. തോമസ് സ്കറിയയുടെ മേൽനോട്ടത്തിൽ പിഎച്ച്.ഡി. ലഭിച്ചു. ഇപ്പോൾ അടൂർ മാർ ക്രിസോസ്റ്റം കോളേജിൽ മലയാളവിഭാഗം അധ്യാപികയാണ്.

○○

സ്വച്ഛഭാരതി

തെരേസ് സെബാസ്റ്റ്യൻ

ആഖ്യാനത്തിൽ മൗലികമായ സ്വാതന്ത്ര്യബോധവും തന്റേടവും പ്രകടിപ്പിച്ചുകൊണ്ട് തന്റേതായ എഴുത്തിടം സാഹിത്യലോകത്ത് കാത്തുസൂക്ഷിക്കുന്ന കഥാകാരിയാണ് കെ.ആർ മീര. ലോകത്തോടും കാലത്തോടും കലഹിച്ചുകൊണ്ട്, പാരമ്പര്യത്തോടും അധികാരത്തോടും പോരാടിക്കൊണ്ട്, വർത്തമാനകാല ജീവിതയാഥാർത്ഥ്യങ്ങളെയും സംഘർഷങ്ങളെയും സമർത്ഥമായി എഴുത്തിൽ പ്രതിഫലിപ്പിക്കുന്ന കെ.ആർ മീരയുടെ ശ്രദ്ധേയമായ കഥയാണ് സ്വച്ഛഭാരതി. കറുത്തഹാസ്യത്തിന്റെ നൂലിഴകൾ കോർത്തിണക്കി നമ്മുടെ ജീവിത പരിസരങ്ങളിൽ നിന്നുമുള്ള കഥാപാത്രങ്ങളിലൂടെ സമകാലീന ജീവിത യാഥാർത്ഥ്യങ്ങളെ അവതരിപ്പിക്കുകയാണ് 'സ്വച്ഛഭാരതി' എന്ന കഥയിൽ. ഈ കഥയിലെ 'ഭാരതിയമ്മ' എന്ന കഥാപാത്രം നമ്മുടെ മാതൃഭൂമിയായ ഭാരതം അല്ലാതെ മാറ്റാരുമല്ല. ഭാരതത്തെ ഭാരതി എന്ന കഥാപാത്രത്തിലേക്ക് അധ്യാരോപം ചെയ്തുകൊണ്ട് രചിച്ചിരിക്കുന്ന കഥയാണിത്. സമകാലികരാഷ്ട്രീയസാഹചര്യത്തിൽ ഭാരതം നേരിടുന്ന വെല്ലുവിളികളെ കഥാകാരി കൃത്യമായി പ്രശ്നവത്കരിക്കുന്നുണ്ട്. സംഘപരിവാര രാഷ്ട്രീയമുണർത്തുന്നതിന്റെയും പൊള്ളയായ വാഗ്ദാനങ്ങളുടെയും വ്യർത്ഥത ഈ കഥയുടെ കേന്ദ്രമായിത്തീരുന്നു.

കേന്ദ്രസർക്കാർ ഔദ്യോഗികമായി നടത്തിവരുന്ന ഒരു പരസ്യപ്രക്ഷേപണത്തിലെ ഏറെ പ്രചാരം നേടിയ ഒരു ജനപ്രിയമന്ത്രമാണ് ഈ കഥയുടെ ശീർഷകമായി നൽകിയിരിക്കുന്നത്. രാവിലെ എഴുന്നേൽക്കുമ്പോഴും രാത്രി ഉറങ്ങാൻ പോകുമ്പോഴും ജയ് ശ്രീറാം മന്ത്രം ഉരുവിടുന്ന ഇന്ത്യൻ മധ്യവർഗത്തിന്റെ മുഖത്തിനു നേരെ ഉയർത്തിപ്പിടിച്ച ഒരു കണ്ണാടിയായി ഈ കഥ ഇന്നും നില

കൊള്ളുന്നു. ഈ കഥയിലെ ഓരോ കഥാപാത്രവും ഓരോ പ്രതിനിധാനങ്ങളാണ്.

ഭാരതിയമ്മ: ഈ കഥയിലെ അമ്മക്കഥാപാത്രം. നമ്മുടെ രാജ്യമായ ഭാരതത്തെ കുറിക്കുന്നു. ഭാരതിയുടെ വിവിധഭർത്താക്കന്മാരെക്കുറിച്ച് കഥയുടെ തുടക്കത്തിൽ തന്നെ സൂചിപ്പിക്കുന്നുണ്ട്. 'ആദ്യം ഒരു ഘട്ടത്തിൽ മുഗളന്മാർ. പിന്നീട് ബ്രിട്ടീഷുകാർ പിന്നീട് രാജ്യസ്നേഹികൾ എന്ന് സ്വയം വിളിച്ച് രാജ്യഭരണം കൈക്കലാക്കിയ ഒരു കുടുംബം. അവരും കയ്യൊഴിഞ്ഞപ്പോൾ കൈത്തണ്ടയിൽ ചരട് കെട്ടിയവരും നെറ്റിയിൽ ചിത്രപ്പണി ചെയ്തവരും.' ഇങ്ങനെ വിവിധകാലഘട്ടങ്ങളിൽ ഭാരതത്തെ അടക്കിഭരിച്ചവരെയും ഭാരതത്തിലെ വിവിധ മതവിശ്വാസങ്ങളെയും കഥാകാരി തന്മയത്വത്തോടെ അവതരിപ്പിക്കുന്നു.

കഥയിലെ സന്യാസിയച്ഛൻ പൂർവാശ്രമത്തിൽ നാട്ടുമ്പുറത്തെ അയ്യരുടെ ചായക്കടയിലെ നല്ല ചായ അടിക്കാരൻ ആയിരുന്നു. ഭാരതിയമ്മയും ആള് ചില്ലറക്കാരിയല്ല. അവർക്കും ഓർമ്മയിൽ സൂക്ഷിക്കത്തതായി ഒരു ഭൂതകാലം ഉണ്ട്. ലൈല ചേച്ചി എന്ന അർദ്ധ സഹോദരിയുടെ വാപ്പച്ചി ആയിരുന്നു ഒരിക്കൽ ഭാരതിയമ്മയുടെ രാത്രിക്കൂട്ട്. അയാളിപ്പോൾ വേറെ പെണ്ണ് കെട്ടി പേർഷ്യയിൽ പോയി എന്നാണ് കേട്ടുകേൾവി. ഭാരതിയമ്മയുടെ അടുത്ത സത്കാരം ഏറ്റുവാങ്ങിയത് നാട്ടിൽ പാലംപണിക്ക് വന്ന ഒരു വിദ്വാനാണ്. അവരിൽ നിന്നാണത്രേ കഥയിലെ മുഖ്യ കഥാപാത്രമായ പതിനേഴു ജന്മം എടുത്തത്. അയാൾ കല്യാണം കഴിക്കാം എന്നൊക്കെ വാക്കു നൽകിയെങ്കിലും കൂടുതൽ വേഗത്തിൽ ഓടുന്ന മറ്റൊരു വണ്ടിയിൽ കയറി നാടുവിട്ടു. ഇത്തരം ഒരു നിസ്സഹായാവസ്ഥയിൽ ആണും തൂണും ഇല്ലാതിരുന്ന കാലത്ത് നേർച്ചയും കാഴ്ചയും വെച്ച് കിട്ടിയ ആൺപിറന്നു വരുന്ന നിലയിലായിരുന്നു സന്യാസി അച്ഛൻ ഭാരതീയമ്മയുടെ ജീവിതത്തിലേക്ക് കടന്നുവന്നത്.

മിത്രമല്ല ശത്രുവാണ് അതിജീവനത്തിന് അനിവാര്യം എന്നായിരുന്നു എക്കാലത്തെയും സന്യാസി അച്ഛൻമാരുടെ കണ്ടെത്തൽ. പുരാണേതിഹാസങ്ങളിൽ ഒക്കെ നമ്മൾ ഇത്തരം സന്യാസിയച്ഛൻമാരെ കണ്ടു പരിചയിച്ചിട്ടുണ്ട്. ഇല്ലാത്ത ശത്രുവിനെ സങ്കൽപ്പിച്ചുണ്ടാക്കി അയൽക്കാരന്റെ സാന്നിധ്യമാണ് തന്റെ വളർച്ചയ്ക്ക് തടസ്സമായി വർത്തിക്കുന്നതെന്ന ജനപ്രിയ മന്ത്രം ജനമനസ്സുകളിൽ ഉറപ്പിച്ച്, താനും മുടിഞ്ഞ് അയലും മുടിച്ചു എന്ന അവസ്ഥയിലെ

ക്ക് കാര്യങ്ങളെ എത്തിക്കുന്നതിനുള്ള സന്യാസിമാരുടെ കൗശലം നമ്മൾ തിരിച്ചറിയേണ്ടിരിക്കുന്നു.

പാവം ഭാരതിയമ്മ! നീട്ടി വളർത്തിയ താടിയും മൂർധാവിൽ കെട്ടിവച്ച കുടുമ്മയും കൈയിൽ കമണ്ഡലവും ഒക്കെയായി അൽപവസ്ത്രധാരികളായി, ഉണ്ണണം, ഉറങ്ങണം, ഉണ്ണിയെ ഉണ്ടാക്കണം എന്ന മൂന്നേ മൂന്നു ലക്ഷ്യങ്ങളിൽ ജീവിതത്തെ തളച്ചിട്ട സന്യാസിപ്രവരന്മാരെ കാമദേവനായി മനസ്സിൽ പ്രതിഷ്ഠിച്ച ഭാരതസ്ത്രീയുടെ ഭാവശുദ്ധി പര്യായപദങ്ങളിലൊന്ന്. ഇരിക്കുന്ന കൊമ്പുമുറിക്കുന്ന കോടാലിയും വസിക്കുന്ന ചേരിക്കു തീ കൊളുത്താനുള്ള പന്തവും ആയിട്ടാണ് ഈ കഷായധാരികളുടെ രംഗപ്രവേശം.

വെറുപ്പും വിദ്വേഷവും ഉള്ളിൽ സൂക്ഷിക്കുകയും പുറമേ സാത്വികപരിവേഷമണിയുകയും ചെയ്യുന്ന സന്യാസിയച്ഛൻ എന്ന ഈ കഥാപാത്രം ഇന്നത്തെ അധികാരവർഗ്ഗത്തെ ഓർമ്മിപ്പിക്കുന്നുണ്ട്. യാതൊരു ദുശീലവുമില്ലാത്ത ആളായി കഥയിൽ പ്രത്യക്ഷപ്പെടുന്നുണ്ടെങ്കിലും ഭാരതിയുടെയും മക്കളുടെയും ജീവിതം താറുമാറാക്കിയത് അയാളുടെ തെറ്റായ തീരുമാനങ്ങളാണ്. അതിനുവേണ്ടി അയൽവാസികളായ ആളുകളെക്കുറിച്ച് തെറ്റായധാരണകൾ ഉണ്ടാക്കുകയും അവരിൽ നിന്ന് തങ്ങളെ രക്ഷിക്കും എന്നു വാഗ്ദാനം നൽകി ഭാരതിയുടെ ജീവിതം ദുരിതപൂർണ്ണമാക്കുകയും ചെയ്യുന്നു.

അംബിക, അംബാലിക: ഭാരതത്തിന്റെ അയൽ രാജ്യങ്ങൾക്കും അപരസ്വത്വങ്ങൾക്കും തുല്യമായ കഥാപാത്രങ്ങളാണ് ഇവർ. മറ്റു രാജ്യങ്ങളോടും അപരമതങ്ങളോടും അകാരണമായി വിദ്വേഷം ജനങ്ങളിൽ നിറച്ചുകൊണ്ട് ഭരണസാരഥ്യം ഏറ്റെടുക്കുന്ന ഭരണവർഗ്ഗം യഥാർത്ഥത്തിൽ രാഷ്ട്രത്തെ മലീമസമാക്കുന്നു. തീപിടുത്തത്തിന് ശേഷം ആശുപത്രിയിൽ കിടക്കുന്ന ഭാരതിയെ കാണാൻ ചെല്ലുന്ന അംബികയും അംബാലികയും പരസ്പരം നോക്കിച്ചിരിക്കുന്ന രംഗമുണ്ട്. ശത്രുവിനെ നിഗ്രഹിക്കാനുള്ള ശ്രമത്തിൽ സ്വയം നശിച്ചുപോയതിലെ പരിഹാസച്ചിരി ഏറെ പ്രസക്തമാണ്.

രാമൻകുട്ടി,കൃഷ്ണൻകുട്ടി: ഇന്ത്യയുടെ ഇന്നത്തെ സാഹചര്യത്തിൽ ഏറ്റവും കൂടുതൽ രാഷ്ട്രീയനേട്ടത്തിന് ഉപയോഗിക്കുന്ന രണ്ട് പേരുകളാണ് രാമൻ, കൃഷ്ണൻ എന്നിവ. 'അയോധ്യ തോ ബസ് ജാൻ കി ഹേ, കാശി മധുരാ ബാക്കി ഹേ' എന്ന മുദ്രാവാക്യം ഇന്ന് ഇന്ത്യയുടെ രാഷ്ട്രീയത്തെ കലുഷിതമാക്കുന്നുണ്ട്.

സന്യാസി അച്ഛന്റെ ഏറാൻ മൂളികളായ ഈ കഥാപാത്രങ്ങളെ സന്നിവേശിപ്പിക്കുന്നതിലൂടെ കൃത്യമായ രാഷ്ട്രീയവിമർശനം എഴുത്തുകാരി സാധ്യമാക്കുന്നു.

ഭാരതിയമ്മയുടെ മൂന്നാമത്തെ മകളുടെ കാഴ്ചപ്പാടിലൂടെയാണ് ഈ കഥ വികസിക്കുന്നത്. എതിർപ്പിന്റെ ശബ്ദം ഉയർത്തുന്ന ജനതയുടെ പ്രതിനിധിയാണ് അവൾ.

'ഭാരതീയമ്മേ, കുഞ്ഞുങ്ങളെ, ഞാനീ പറയുന്നത് നമ്മുടെ വീടിന്റെയും നാടിന്റെയും അഭ്യുദയത്തിനു വേണ്ടിയാണെന്ന് മനസ്സിലാക്കണം. ഇന്ന് ഈ നാടിന്റെയും നമ്മുടെ കുടുംബത്തിന്റെയും ചരിത്രത്തിലെ ഒരു നാഴികക്കല്ലാണ്. ഇത് നമ്മുടെ രണ്ടാം സ്വാതന്ത്ര്യ സമരമാണ്. ഞാനിന്ന് നിങ്ങളോട് ഒരു വലിയ ത്യാഗം ചെയ്യാൻ ആവശ്യപ്പെടുകയാണ്. നിങ്ങൾ സഹകരിക്കുകയും ബുദ്ധിമുട്ടുകൾ സഹിക്കുകയും ചെയ്താൽ നിങ്ങൾക്ക് കിട്ടാൻ പോകുന്നത് വലിയ സൗഭാഗ്യങ്ങളാണ്.' സന്യാസിയച്ഛന്റെ ഈ വാക്കുകൾ കേട്ട് എന്തോ വലിയ മാരണമാണ് ഇങ്ങേരുടെ മനസ്സിൽ എന്ന് അവൾ തിരിച്ചറിയുന്നു. ഈ ത്യാഗം ത്യാഗം എന്നു പറഞ്ഞതിന്റെ അർത്ഥം ഒന്നു മനസ്സിലായില്ലെങ്കിലും നമ്മുടെ കയ്യിൽ നിന്ന് ഏതാണ്ട് അടിച്ചു മാറ്റുകയാണ് മൂപ്പിലാന്റെ മനസ്സ് എന്ന് ഉറപ്പായിരുന്നു അവൾക്ക്. 'ഇവിടെ നിങ്ങൾ ഇന്ന് അനുഭവിക്കുന്ന ബുദ്ധിമുട്ടുകൾക്ക് ആരാണ് ഉത്തരവാദി? നിങ്ങൾക്ക് മൂന്നു നേരം ഭക്ഷണം കഴിക്കാൻ ഇല്ല, അടുപ്പ് കത്തിക്കാൻ വിറകില്ല, നല്ല വസ്ത്രങ്ങൾ ഇല്ല, സ്കൂളിൽ പോയി വിദ്യാഭ്യാസ നടത്താൻ സാധിക്കുന്നില്ല, ആരാണതിന് ഉത്തരവാദി?' എന്ന വാക്കുകൾ കേൾക്കുമ്പോൾ 'താൻ തന്നെ' എന്ന് പറയാൻ അവളുടെ നാക്ക് തരിച്ചു. എതിർക്കുമ്പോൾ സന്യാസിയച്ഛൻ പ്രകടിപ്പിക്കുന്ന ദേഷ്യം ശ്രദ്ധേയമാണ്.

അതുപോലെ കഥയുടെ അന്ത്യത്തിൽ നാം കാണുന്നത് 'ചേരിയിരുന്നിടത്ത് വലിയൊരു സൂപ്പർ മാർക്കറ്റ്. അതിനടുത്ത് സന്യാസിയച്ഛന്റെ ആശ്രമം. ഞങ്ങളുടെ വീട് പോയി, കൂടും പോയി. സ്വച്ഛ് രാഷ്ട്ര പദ്ധതി വന്നപ്പോൾ അവസാനത്തെ ഓലക്കൂരയും പോയി. ശാന്തി ചേച്ചി കണ്ണുപൊട്ടിയായി. വഴിയിൽ പിച്ചതെണ്ടലായി. ഇപ്പോൾ എവിടെയാണെന്ന് ആർക്കറിയാം? ഞാൻ പിന്നെ ഇങ്ങനെയൊക്കെയായി. ആണ്ടോടാണ്ട് പ്രസവിക്കും. പിള്ളാരെ ഇടാൻ ആശ്രമത്തിൽ അമ്മത്തൊട്ടിൽ ഉള്ളത് ഒരു വലിയ സഹായമാണ് കേട്ടോ.' ഇങ്ങനെ സ്വയം പരിതപിക്കുന്ന പെൺകുട്ടിയു

ടെ വാക്കുകളിലൂടെ, അമ്മക്കഥാപാത്രമായ ഭാരതിയിലൂടെ എഴു ത്തുകാരി ഭാരതത്തിന്റെ അവസ്ഥയെ അവതരിപ്പിക്കുന്നു.

ഒടുവിൽ എന്താണ് സംഭവിച്ചത്, 'നിങ്ങൾ എന്തിനാണ് മനുഷ്യ എന്റെ ജീവിതം നശിപ്പിച്ചത്?' എന്ന് കാറിക്കരഞ്ഞ്, കാറിൽ വന്നി റങ്ങിയ സന്യാസിയച്ഛന്റെ അടുത്തുചെന്ന് കരഞ്ഞു നിലവിളിച്ച ഭാരതീയമ്മയെ ആശ്വസിപ്പിക്കുവാൻ മതിയായ സമാശ്വാസ വാക്കുകൾ ആ കള്ള സന്യാസിയുടെ പക്കൽ ഉണ്ടായിരുന്നു. 'ഭാരതീയമ്മേ, നാം ഒരു സാധു. ഒരു കിഴവൻ സന്യാസി, വീടില്ല. ബന്ധങ്ങളില്ല. കർമ്മഭാണ്ഡങ്ങൾ ഇല്ല. ഈ ഭാണ്ഡം. ഭഗവതി പോ കാൻ പറഞ്ഞാൽ എനിക്കെന്തിനമാന്തം ഈ ഭാണ്ഡം തോളിലിട ണം ഇറങ്ങി നടക്കണം അത്രതന്നെ.' ഭാരതത്തെ ഭരിക്കുന്ന രാഷ്ട്രീയത്തലവന്മാർക്കും അനുചരന്മാർക്കും ഇപ്രകാരം പറഞ്ഞു ഏതു നിമിഷവും പടിയിറങ്ങാം. ഏത് രാഷ്ട്രീയമാണെങ്കിലും ഒരു നഷ്ടവും സംഭവിക്കാനില്ല. നഷ്ടം ഭാരതീയമ്മയ്ക്കും അവരുടെ അനാഥയാക്കപ്പെട്ട സന്താനങ്ങൾക്കും മാത്രം.

ബഹുത്വമുള്ള ഇന്ത്യൻ സംസ്കാരത്തെ ഏക ശിലാത്മകമാക്കി തീർക്കാനുള്ള ശ്രമങ്ങളാണ് ഇന്ന് ഭരണസിരാകേന്ദ്രങ്ങളിലൂടെ നടന്നുകൊണ്ടിരിക്കുന്നത്. അതിനെ കഥ വിമർശന വിധേയമാക്കു ന്നുണ്ട്. ഇന്ത്യയുടെ പേര് 'ഭാരതം' എന്നാക്കി നിജപ്പെടുത്താനും രാജ്യത്തെ തിരഞ്ഞെടുപ്പ് സംവിധാനം ഒറ്റത്തവണ തീർപ്പാക്കൽ പദ്ധതിയായി പുനർനിർവചിക്കാനുമുള്ള ശ്രമങ്ങൾ ഈ കഥയുടെ സമകാലികപ്രസക്തിയുടെ ആക്കം കൂട്ടുന്നു.

തെരേസ് സെബാസ്റ്റ്യൻ

ചങ്ങനാശ്ശേരി അസംപ്ഷൻ കോളേജിൽ മലയാളവിഭാഗം അസിസ്റ്റന്റ് പ്രൊഫസർ. സംവൃതോകാരചിന്തയും ചില സാഹി ത്യചരിത്രചിന്തകളും എന്ന പുസ്തകം പ്രസിദ്ധീകരിച്ചിട്ടുണ്ട്.

○○

സ്ത്രീയും പുരുഷനും: ചില സാമൂഹ്യചിന്തകൾ

ഡോ. സിമി പി. സുകുമാർ

സമകാലജീവിതത്തിന്റെ നാനാമുഖങ്ങളെയും സാഹിത്യത്തിന് വിഷയമാക്കുന്ന എഴുത്തുകാരിയാണ് കെ.ആർ മീര. സ്നേഹം പ്രണയം ലൈംഗികത തുടങ്ങി മനുഷ്യനിലെ സമസ്തവികാരവിചാരങ്ങളും മീരയുടെ കഥകളിലുണ്ട്. സ്ത്രൈണാനുഭവങ്ങളും സ്നേഹനിരാസവും അന്തഃസംഘർഷങ്ങളും ആർജ്ജവത്തോടെ സാഹിത്യത്തിൽ അവതരിപ്പിക്കുന്ന മീരയുടെ വ്യത്യസ്ത ആഖ്യാന പരിസരമുള്ള കഥയാണ് 'വ്യക്തിപരമായ ഒരു പൂച്ച'. ഒരു സാഹിത്യകൃതി മനുഷ്യജീവിതത്തിന്റെ മൗലികാനുഭവമായി മാറുമ്പോഴാണ് അതിന് ജീവൻ ഉണ്ടാകുന്നത് ഈ കഥയുടെ സവിശേഷതയും അതാണ്.

സ്ത്രീയുടെ സ്നേഹവും പുരുഷന്റെ സ്നേഹവും വിഭിന്നതലങ്ങളിലാണ്. സ്നേഹത്തിൽ അധിഷ്ഠിതമായ സ്ത്രീമനസ്സ് പലപ്പോഴും ശാരീരികവും വൈകാരികവുമായി ചൂഷണം ചെയ്യപ്പെടുകയും ഒടുവിൽ പുറന്തള്ളലിന് ഇരയാക്കപ്പെടുകയും ചെയ്യുന്ന സാമൂഹ്യ യാഥാർത്ഥ്യമാണ് ഈ കഥയുടെ പ്രമേയപരിസരം. സ്വാർത്ഥലാഭത്തിനുവേണ്ടിയും സ്വന്തം ജീവിതം ഭദ്രമാക്കുന്നതിന് വേണ്ടിയും പുരുഷൻ നടത്തുന്ന ശ്രമങ്ങൾ സ്ത്രീജീവിതത്തെ പലപ്പോഴും നിസ്സഹായമാക്കുന്നുണ്ട്. എന്നാൽ പ്രതിസന്ധികളും പ്രതിബന്ധങ്ങളും പുതിയകാല പെൺജീവിതങ്ങളെ അടിമുടി തകർക്കുന്നില്ലെന്നും അന്തസ്സോടെ, ഉറച്ച ചുവടുകളോടെ മുന്നോട്ടുപോകാൻ ദുരനുഭവങ്ങൾ അവളെ പ്രാപ്തയാക്കുകയാണ് ചെയ്യുന്നതെന്നും വ്യക്തിപരമായ ഒരു പൂച്ച എന്ന കഥയിലൂടെ മീര സമർത്ഥിക്കുന്നു. സ്നേഹനിരാസം ജീവിതത്തിന്റെ അവസാനമല്ലെന്ന തിരിച്ചറിവിലേക്ക് വളർന്ന സ്ത്രീ സമൂഹത്തെയാണ് ഈ കഥയിലൂടെ എഴുത്തുകാരി ചിത്രീകരിക്കുന്നത്.

ഒരേ ഓഫീസിൽ ജോലി ചെയ്യുന്ന രണ്ടുപേർ പ്രണയബദ്ധരാകുന്നതും അതിന്റെ തിക്തഫലം സ്ത്രീ മാത്രം അനുഭവിക്കുന്നതുമാണ് വ്യക്തിപരമായ ഒരു പൂച്ച എന്ന കഥയുടെ ഇതിവൃത്തം. സാമ്പത്തികപരാധീനതകൾക്കിടയിൽ നട്ടംതിരിയുന്ന അവിവാഹിതയായ പെൺകുട്ടിയാണ് സുചിത്ര. ജീവിതം ഒരു പ്രതിസന്ധിയാണവൾക്ക്. കിടപ്പുരോഗിയായ അച്ഛനും വീട്ടമ്മയും ദാരിദ്ര്യത്തിന്റെ പ്രതിരൂപവുമായ അമ്മയും വൃക്കരോഗിയായ സഹോദരിയും അടങ്ങുന്ന കുടുംബം ദുരിതത്തിന്റെ ദൈന്യത പേറുന്നതാണ്. സാമ്പത്തികഭദ്രതയും കുടുംബ മഹിമയുമുള്ള ഗൃഹസ്ഥനായ പുരുഷനാണ് ഈ കഥയിലെ നായകനായ രാമദാസ്. ദാരിദ്ര്യവും അനാരോഗവും സൃഷ്ടിച്ച ബുദ്ധിമുട്ടുകളിലൂടെ കടന്നുപോകുന്ന സുചിത്രയുടെ കുടുംബസ്ഥിതി അയാളിൽ സഹതാപം ഉണ്ടാക്കുന്നു. തന്നോട് അനുഭാവവും അനുതാപവും പ്രകടിപ്പിച്ച രാമദാസിലേക്ക് സുചിത്ര മനസ്സ് ചേർത്തു. അവൾക്ക് സ്നേഹം നൽകി, അവളുടെ വിഷമങ്ങൾ പങ്കിട്ട്, ശാരീരികമായും മാനസികമായും അവളെ രാമദാസ് സ്വന്തമാക്കി. എങ്കിലും അയാളുടെ ഉള്ളിലെ സ്വാർത്ഥനായ പുരുഷനെ തിരിച്ചറിയാൻ സുചിത്രയ്ക്കായില്ല. പ്രണയത്തിലായ ഇരുവരും ഔദ്യോഗിക കൃത്യനിർവഹണത്തിൽ വീഴ്ചവരുത്തുകയും ജോലിസംബന്ധമായ യാത്ര വഴിതിരിച്ചുവിട്ട് ഒടുവിൽ ലോഡ്ജിലെ റെയ്ഡിൽ പിടിക്കപ്പെടുകയുമുണ്ടായി. എന്നാൽ രാമദാസിന്റെ പേര് മാത്രം റെയ്ഡിൽ ഒഴിവാക്കപ്പെട്ടു. ഇരുവരും സ്ഥാപനത്തിന്റെ സത്പേരിന് കളങ്കമുണ്ടാക്കി എന്ന ആരോപണം ഉയർന്നതിനെ തുടർന്ന് സുചിത്രയെ അനുനയിപ്പിച്ച് രാജിക്ക ത്തെഴുതിക്കാൻ രാമദാസിന് കഴിഞ്ഞു. ഒടുവിൽ അയാളുടെയും മേലധികാരികളുടെയും ഇടപെടലുകൾ മൂലം സുചിത്ര തൊഴിലിടത്തിൽ നിന്ന് പുറത്താക്കപ്പെട്ടു. ഇതാണ് വ്യക്തിപരമായ ഒരു പൂച്ച എന്ന കഥയുടെ പ്രമേയം.

സമൂഹത്തിൽ കാലദേശഭേദമില്ലാതെ സ്ത്രീകൾ നേരിടുന്ന ചൂഷണങ്ങളും അന്യവൽക്കരണവും നിരവധി സംവാദങ്ങൾക്കും കലാസാഹിത്യമാധ്യമങ്ങൾക്കും നിരന്തരം വിഷയമാകുന്നുണ്ട്. എന്നിരുന്നാലും പുരുഷമേധാവിത്വത്തിന്റെ പിടിയിൽ നിന്നും ഇക്കാലത്തും മുക്തമാകാത്ത പൊതുബോധത്തെ പ്രതിരോധിക്കാൻ വിദ്യാഭ്യാസവും ലോകപരിചയവുമാർജ്ജിച്ച സ്ത്രീസമൂഹത്തിന് ഇനിയും കഴിഞ്ഞിട്ടില്ല എന്നതാണ് യാഥാർത്ഥ്യം. പുരുഷനിർമ്മിത സാമൂഹ്യഘടനയിൽ നിന്ന് സ്ത്രീയും സ്ത്രൈണകാമനകളും

പുറന്തള്ളപ്പെടുന്നു എന്നതാണ് ഇവിടെ വ്യക്തമാകുന്നത്. സ്ത്രീകളുടെ സാമൂഹ്യപദവിയിൽ മാറ്റം വരുമ്പോഴും സമൂഹമനസ്സിന്റെ അടിത്തട്ടിൽ ഉറഞ്ഞുകിടക്കുന്ന പുരുഷാധീശത്വത്തിന് മാറ്റം സംഭവിക്കുന്നില്ല. സമൂഹത്തെ പുരുഷരാഷ്ട്രീയാധികാരത്തിന്റെ പിടിയിൽ നിന്നും മോചിപ്പിക്കാനുള്ള ചിന്തയാണ് ഈ കഥ മുന്നോട്ടു വയ്ക്കുന്നത്. സ്നേഹം ഒരാണധികാരവ്യവസ്ഥയായി സ്ഥാപിക്കപ്പെട്ട സമൂഹത്തിൽ സ്നേഹത്തകർച്ച സംഭവിച്ചാൽ ഉയർത്തെഴുന്നേല്പ് സ്ത്രീക്ക് ആവശ്യമാണെന്നും അതിനുള്ള ആന്തരികമായ കരുത്ത് സംഭരിക്കേണ്ടത് അത്യാവശ്യമാണെന്നും ഈ കഥയിലൂടെ മീര ഓർമ്മപ്പെടുത്തുന്നു. ആൺകോയ്മ അധികാരസൂചകമാകുമ്പോഴും മാനുഷികത നഷ്ടപ്പെടുമ്പോഴും സ്ത്രീ ഉയർത്തെഴുന്നേറ്റേ മതിയാകൂ. സദാചാരസങ്കല്പങ്ങളിൽ സമൂഹം വിലയിരുത്തുന്നതും വിമർശിക്കുന്നതും സ്ത്രീയെയാണ്. അതിനാൽത്തന്നെ പുരുഷന്റെ അപഥസഞ്ചാരം സമൂഹത്തിന് ഒരു അതിശയമല്ല. സമൂഹം അതിനെ ഗൗരവമായി കണക്കാക്കുന്നുമില്ല. മാത്രവുമല്ല അവനെ ഏതുവിധേനയും സംരക്ഷിക്കേണ്ടത് ഒരു ഉത്തരവാദിത്വം പോലെയും ബാധ്യത പോലെയും സമൂഹം ഏറ്റെടുക്കുകയും ചെയ്യുന്നുണ്ട്. എന്നാൽ അത്തരം പരിഗണനകളൊന്നും സ്ത്രീക്ക് നൽകാൻ സമൂഹം തയ്യാറാകുന്നില്ല.

പെണ്ണിന്റെ മനസ്സിനെയും ജീവിതത്തെയും നിർണയിക്കുന്ന ആൺകോയ്മ തുറന്നു കാട്ടുന്നതിലൂടെയും അവമൂലമുണ്ടാകുന്ന പ്രശ്നങ്ങളെ നേരിടാൻ സ്ത്രീ അവലംബിക്കുന്ന രീതികൾ ചിത്രീകരിക്കുന്നതിലൂടെയും പെൺലോകത്തിനുണ്ടായ പുരോഗമനത്തെ/ഉണ്ടാകേണ്ട മാറ്റത്തെ കഥാകാരി ചൂണ്ടിക്കാണിക്കുന്നു.

ലിംഗസമത്വവുമായി ബന്ധപ്പെട്ട ചിന്താധാരകൾ സാമ്പ്രദായികപരിപ്രേക്ഷ്യത്തിന് കീഴ്പ്പെട്ടാണ് സമൂഹത്തിൽ നിലനിന്നു വരുന്നത്. മനസ്സ് വളരാത്ത ഒരു സമൂഹത്തിന്റെ ജീർണമുഖമാണ് വ്യക്തിപരമായ ഒരു പൂച്ച എന്ന കഥ അടയാളപ്പെടുത്തുന്നത്. തൊഴിൽ-കുടുംബ-സാമ്പത്തികസ്ഥിതികൾ തികച്ചും വ്യത്യസ്തമായ നായികാനായകന്മാർക്കിടയിൽ പെട്ടെന്നുണ്ടാകുന്ന പ്രണയവും പ്രതിസന്ധിയും സമൂഹം പുരുഷനുമാത്രം നൽകിയ സംരക്ഷണവും സ്ത്രീക്ക് നൽകിയ തിരസ്കരണവും പൊതുബോധത്തോടുള്ള ചോദ്യങ്ങളാണ്. സ്ത്രീപുരുഷന്മാർ പരസ്പര പൂരകമാണെന്ന ജൈവയാഥാർത്ഥ്യത്തിനു പുറത്ത്, സമൂഹത്തിന്റെ നോട്ടത്തിൽ വൈരുദ്ധ്യാത്മദ്വന്ദങ്ങളാകുന്നു. ഇവിടെയാണ് സ്ത്രീയോടും

പുരുഷനോടുമുള്ള പൊതുബോധ കാഴ്ചപ്പാടിലെ വിടവ് വ്യക്തമാകുന്നത്. പെണ്ണിന്റെ മനസ്സും വൈകാരിക പരിസരങ്ങളും തികച്ചും അപ്രസക്തമാകുകയും അതിനു മുകളിൽ പുരുഷമേൽക്കോയ്മയുടെ നിലനിൽക്കുകയും ചെയ്യുന്ന ഒരു സമൂഹത്തിലാണ് ഈ കഥ പ്രസക്തമാകുന്നത്. സാധാരണ ജീവിതാവസ്ഥകളിലും അസാധാരണ വ്യക്തിത്വം പ്രകടിപ്പിക്കുന്ന സ്ത്രീ കഥാപാത്രങ്ങളാണ് മീരയുടെ കഥകളുടെ അനിതരസാധാരണത്വം. ഈ കഥയും അത്തരത്തിലൊന്നാണ്. ശാരീരികമായി പുരുഷനോട് തുലനം ചെയ്യാൻ കഴിയില്ലെങ്കിലും മനോനിലയിൽ പുരുഷനു മുകളിലേയ്ക്ക് വളരുന്ന സ്ത്രീ കഥാപാത്രളെ മീരയുടെ എഴുത്തുകളിൽ കാണാം. വ്യക്തിപരമായ ഒരു പൂച്ചയിലെ സുചിത്രയും അത്തരത്തിൽ കരുത്തുറ്റ കഥാപാത്രമാണ്. എതിർപ്പുകളെ നേരിടാനുള്ള ആർജ്ജവവും നിസ്സഹായതയോടെ പിന്തിരിയേണ്ടി വരുമ്പൊഴും സ്ത്രീ പുലർത്തുന്ന സ്നേഹസ്പന്ദനവും മീരയുടെ ഈ കഥയിലുമുണ്ട്.

ശബ്ദരഹിതരായിരുന്ന സ്ത്രീമാതൃകകളിൽ നിന്നും ഏറെമുന്നേറിയ പുതിയകാല സ്ത്രീത്വത്തെയാണ് 'വ്യക്തിപരമായ ഒരു പൂച്ചയിൽ' കഥാകാരി അവതരിപ്പിക്കുന്നത്. ആണിന്റെ മനക്കരുത്തോളമോ സമൂഹം അവന് നൽകുന്ന പിൻബലത്തോളമോ എത്താനായില്ലെങ്കിലും പാതിവഴിയിൽ അകപ്പെട്ടുപോകുന്നു എങ്കിലും കരുത്തു പ്രകടിപ്പിക്കുന്നവയാണ് പുതിയകാല പെൺജീവിതം എന്ന യാഥാർത്ഥ്യത്തെയും ഈ കഥയിൽ മീര അവതരിപ്പിക്കുന്നു. ചരിത്രഗതി വിലയിരുത്തുമ്പോൾ ഗതകാലപുരുഷാധിപത്യ വ്യവസ്ഥയ്ക്ക് കുറവ് സംഭവിച്ചിട്ടുണ്ട്. മാത്രമവുമല്ല, സ്ത്രീ മുന്നേറ്റത്തിന് ആക്കം കൂടിയിട്ടുമുണ്ട്. എന്നാൽ പൊതുബോധത്തിൽ ഇന്നും നിലനിൽക്കുന്ന തുല്യത എന്ന അപ്രാപ്യമായ വാസ്തവത്തെ മീര ഈ കഥയിലെ സന്ദർഭങ്ങളിലൂടെയും കഥാപാത്രങ്ങളിലൂടെയും ചോദ്യംചെയ്യാൻ ശ്രമിക്കുന്നുണ്ട്.

ദാരിദ്ര്യം അനുഭവിക്കുന്ന ഒരു സ്ത്രീ പുരുഷനെ സ്നേഹിക്കുന്നത് പണത്തിനു വേണ്ടി മാത്രമാണെന്ന വികലമായധാരണ സമൂഹത്തിൽ ശക്തമാണ്. രാമദാസിനോട് അയാളുടെ സഹപ്രവർത്തകർ പറയുന്നത് ഉദാഹരണം. 'അവൾ ട്രാപ്പ് ചെയ്യുകയാണ്. ജീവിക്കാൻ മാർഗമില്ലാത്തവൾ. മേലുദ്യോഗസ്ഥനെ വശീകരിച്ച്...'[1]

പെണ്ണിന്റെ ആത്മാർത്ഥ സ്നേഹത്തെ ഇത്തരത്തിൽ വിലയിരുത്തുന്ന സമീപനം പുരുഷന് വേണ്ടി ശരീരവും മനസ്സും സമർപ്പിച്ച,

സ്നേഹത്തിന്റെ ഉദാത്തതലത്തോടുള്ള ചോദ്യം ചെയ്യലാണ്.

ജീവിതം ഏല്പിച്ച കനത്ത പ്രഹരങ്ങൾക്കിടയിൽ അവൾ കണ്ടെത്തിയ ആശ്വാസമായിരുന്നു ദാസിനോടുള്ള സ്നേഹം. ഒരിക്കൽപോലും അവൾ അയാളോട് പണം ആവശ്യപ്പെടുന്നില്ല. പക്ഷേ, സഹപ്രവർത്തകരുടെ വാക്കുകൾക്കു മുമ്പിൽ ഇക്കാര്യത്തിലുള്ള അയാളുടെ നേരനുഭവം വെളിപ്പെടുത്തുകയോ സുചിത്രയെ പിന്താങ്ങുകയോ ഉണ്ടായില്ല. ഭാര്യ, മക്കൾ, സഹപ്രവർത്തകർ, സമൂഹം തുടങ്ങിയ ഘടകങ്ങൾ അയാളെ സ്വാർത്ഥനാകുന്നു. ഒടുവിൽ ഏതുവിധേനയും തന്റെ ജീവിതത്തിൽ നിന്ന് സുചിത്രയെ ഒഴിവാക്കണമെന്നും അയാൾ തീരുമാനിക്കുന്നു.

ഒടുവിൽ തൊഴിലിടത്തിലെ പുരുഷവിചാരണകൾക്കിടയിൽ യാചനയോടെ സുചിത്ര എല്ലാവരെയും പ്രത്യേകിച്ച്, രാമദാസിനെ നോക്കിയെങ്കിലും യാതൊരു പ്രയോജനവുമുണ്ടാകുന്നില്ല. മുൻകൂട്ടി തയ്യാറാക്കിയ പദ്ധതിപ്രകാരം അയാൾ സ്നേഹം നടിച്ച് എഴുതിച്ച രാജിക്കത്തിന്റെ പിൻബലത്തിൽ വിചാരണകൾക്കൊടുവിൽ അവൾ ജോലിയിൽ നിന്നും പുറത്താക്കപ്പെട്ടു. തുടർന്നുള്ള അവളുടെ ജീവിതത്തെക്കുറിച്ചോ അവളുടെ കുടുംബ പ്രാരാബ്ധങ്ങളെക്കുറിച്ചോ അയാൾ ചിന്തിക്കുന്നതേയില്ല. മനഃസാക്ഷി നഷ്ടപ്പെട്ട പുരുഷസമൂഹത്തിന്റെ പ്രതിനിധിയായാണ് കഥാന്ത്യത്തിൽ കാണുന്ന ദാസിനെ വിലയിരുത്താൻ കഴിയുന്നത്. നിലനിൽപ്പിനുവേണ്ടി സ്നേഹത്തെയും കാമുകിയെയും തള്ളിപ്പറയുന്ന അധമനായ ഒരു പുരുഷനെ ഈ കഥാപാത്രത്തിൽ കാണാം

സമൂഹത്തോട് എഴുത്തുകാരി നടത്തുന്ന കലാപമാണ് ഈ കഥാപാത്രസൃഷ്ടികളിലൂടെ കാണാൻ കഴിയുന്നത്. അനുവാചകഹൃദയത്തിലുണ്ടാകുന്ന വായനാനന്തരതലവും ഇതുതന്നെയാണ്. ജീവിതത്തിലെ ദുരന്തങ്ങളെ നേരിടാനും വൈകാരിക സന്തുലനം പാലിക്കാനും കഥാന്ത്യത്തിൽ സുചിത്രയ്ക്ക് കഴിയുന്നുണ്ട് എന്ന് കാണാം. എന്നാൽ ചഞ്ചലചിത്തനും സ്വാർത്ഥനുമായ രാമദാസിന് അത് സാധിക്കുന്നില്ല. അയാൾ സ്വന്തമാക്കിയിരുന്ന, ഒരു പൂച്ചയെപ്പോലെ ജീവിതത്തോട് ചേർത്തു നിർത്തിയിരുന്ന സുചിത്രയെ ചവിട്ടി അരയ്ക്കുന്നതായി സങ്കല്പിച്ചുകൊണ്ട് തറയിൽ അമർത്തുന്ന ഒരു രംഗം കഥയിലുണ്ട്.

'അയാൾക്ക് കാൽക്കൽ ഒരു നനഞ്ഞ പഞ്ഞിക്കട്ട് കിടപ്പുണ്ടെന്ന് തോന്നി. പൂച്ചകൾ ചാകാറില്ലേ? അയാൾ സംശയിച്ചു. അഥവാ ചത്താലും ഉയിർക്കാൻ എല്ലാ പൂച്ചകൾക്കുമുണ്ടാകുമോ ആറേഴു

ജന്മങ്ങൾ?' 2

'കൂട്ടച്ചിരിക്കിടെ അയാൾ ഷൂസിന്റെ സോൾ വെറുതെ നിലത്തമർത്തുന്നതും എന്തിനെയോ ചവിട്ടി ഞെരിക്കുന്നതും ഒരുപക്ഷേ മേലുദ്യോഗസ്ഥർ ശ്രദ്ധിച്ചുകാണും. പക്ഷേ, അതെന്താണെന്നും എന്തുകൊണ്ടാണെന്നും അവർ ചോദിച്ചില്ല.'3

ഒരേ തെറ്റ് ചെയ്ത രണ്ടുപേരിൽ ഒരാൾ മാത്രം ശിക്ഷിക്കപ്പെടുന്ന അന്യായമാണ് സമൂഹം സ്ത്രീപുരുഷന്മാർക്ക് കല്പിക്കുന്ന നിലവാരത്തിലെ അന്തരം. പുരുഷാധിപത്യത്തിന്റെ വികൃതമുഖമായി രാമദാസിനെ ഈ കഥയിൽ എഴുത്തുകാരി അടയാളപ്പെടുത്തിയിരിക്കുന്നു. വ്യവസ്ഥിതികളോട് കലഹിക്കുമ്പോഴും ആത്യന്തികമായി അതിനോട് കീഴ്പെടേണ്ടിവരുന്ന പെൺമനസ്സാണ് വ്യക്തിപരമായ ഒരു പൂച്ച എന്ന കഥയിലെ സ്ത്രൈണയാഥാർത്ഥ്യം. പെൺകരുത്ത് ഏറിവരുന്ന ഈ കാലത്ത് ആണധികാരസാഹിത്യ വ്യവഹാരങ്ങളോടുള്ള വെല്ലുവിളി കൂടിയായി ഈ കഥയെ വിലയിരുത്തേണ്ടതുണ്ട്.

തലകുനിക്കാൻ തയ്യാറല്ലാത്ത സ്ത്രീ പ്രതിനിധാനത്തിന്റെയും പ്രതിരോധ രൂപങ്ങളുടെയും അടയാളങ്ങളിൽ ഒന്നായി ഈ കഥ വായിക്കപ്പെടേണ്ടതുണ്ട്. പരിമിതികളെയും അരികുവത്കരണങ്ങളെയും മറികടന്നുകൊണ്ട് സാഹിത്യത്തിൽ ഒപ്പത്തിനൊപ്പം മുന്നേറാൻ ശ്രമിക്കുന്ന പെണ്ണെഴുത്തുകാരികളെ ചവിട്ടിത്താഴ്ത്താനുള്ള പുരുഷവാസനയെ ഈ കഥയുടെ പരോക്ഷതലത്തിൽ കാണാൻ കഴിയും. സുചിത്രയ്ക്ക് സംഭവിച്ച മാറ്റിനിറുത്തലിനോട് സർഗാത്മകസാഹിത്യത്തെയും കൂട്ടിവായിക്കാം. സർഗാത്മകരചനങ്ങളിൽ പുരുഷനൊപ്പം ഏർപ്പെടുന്ന സ്ത്രീകളനുഭവിക്കുന്ന എക്കാലത്തെയും വലിയ ഒരു പ്രശ്നത്തെ ഈ കഥയുടെ വരികൾക്കിടയിലൂടെയുള്ള വായന വ്യക്തമാക്കുന്നുണ്ട്.

കുടുംബത്തിൽ നിന്നും തൊഴിലിടത്തിലേക്കും വ്യക്തിയിൽ നിന്നും സമൂഹത്തിലേക്കും കടക്കുന്ന സ്ത്രീകൾ നേരിടുന്ന വൈകാരികാനി ശ്ചിതത്വവും ദുഃഖാവസ്ഥകളിൽ അഭയം നൽകുന്ന സ്നേഹബന്ധങ്ങൾ പിന്നീട് ചൂഷണത്തിന്റെ വഴികളിലേയ്ക്ക് നയിക്കപ്പെടുന്നതും തുടർന്ന് സ്ത്രീ മാത്രം ശിക്ഷ ഏറ്റുവാങ്ങേണ്ട സാഹചര്യം ഉണ്ടാകുന്നതുമാണ് ഈ കഥയുടെ സാമൂഹ്യയാഥാർത്ഥ്യം. സ്വപ്നങ്ങളുടെയും ആഗ്രഹങ്ങളുടെയും ലോകത്തിലൂടെയുള്ള സ്ത്രീകളുടെ സഞ്ചാരം താല്കാലികമാണെന്നും ആത്യന്തികമായി പുരുഷതാല്പര്യങ്ങൾ മാത്രമാണ് സംരക്ഷിക്ക

പ്പെടുന്നതെന്നും അടിവരയിടുന്ന ഒരു കഥയാണിത്.

സ്ത്രീയും സ്ത്രീശരീരവും പൂച്ച എന്ന ബിംബകല്പനയിലൂടെയാണ് മീര അവതരിപ്പിക്കുന്നത്. ഉപഭോഗവത്കരിക്കപ്പെടുകയും പ്രതീകവൽക്കരിക്കപ്പെടുകയും ചെയ്യുന്നുന്ന പൂച്ച ഇവിടെ സ്നേഹത്തിന്റെയും വാത്സല്യത്തിന്റെയും വിധേയത്വത്തിന്റെയും ഏറ്റവും ഒടുവിൽ തിരസ്കരണത്തിന്റെയും ബിംബമായി മാറുന്നു. രാമദാസ് സുചിത്രയെ ഒരു പൂച്ചയായി കരുതി ആദ്യം സ്നേഹിച്ചെങ്കിലും പിന്നീട് നിലനില്പിനു വേണ്ടി, ഒഴിഞ്ഞുപോകാത്ത ഒരു ശല്യമെന്നോണം അവളെ കാണുന്നു. തുടർന്ന് തന്ത്രപരമായി അയാൾ ആഗ്രഹം സാധിച്ചെടുക്കുകയും ചെയ്യുന്നു. എന്നാൽ ഒരു സ്ത്രീയുടെ അസ്ഥിത്വം പുരുഷന് കീഴ്പ്പെട്ടു മാത്രമല്ല നിൽക്കുന്നതെന്ന് പൂച്ച എന്ന പ്രതീകവൽക്കരണത്തിലൂടെ സമൂഹത്തോട് പറയാൻ കെ.ആർ മീര ആർജ്ജവം പ്രകടിപ്പിക്കുന്നുണ്ട്.

തികച്ചും സാധാരണമായ ഒരു കഥാതന്തുവിനെ അതീവശ്രദ്ധയോടെ ഒരു മികച്ച സാഹിത്യസൃഷ്ടിയാക്കി മാറ്റാൻ 'വ്യക്തിപരമായ ഒരു പൂച്ച്' എന്ന കഥയിലൂടെ കെ.ആർ മീരയ്ക്ക് കഴിഞ്ഞിട്ടുണ്ട്. സ്ത്രീ സമൂഹത്തിനൊന്നടങ്കമുള്ള ഉദ്ബോധനമായി ഈ കഥയെ അടയാളപ്പെടുത്താം. സമൂഹത്തിനുമുമ്പിൽ ഒരേ സമയം ഇന്നലെയുടെയും ഇന്നിന്റെയും നാളെയുടെയും കഥയാണിത്. സ്ത്രീജീവിതത്തെ സംബന്ധിച്ച് കാലങ്ങളായി സമൂഹത്തിൽ വേരോടിയിട്ടുള്ള വികലമായ ചിന്തകളോട് എഴുത്തിലൂടെയുള്ള കെ.ആർ മീരയുടെ പ്രതികരണവും ഉദ്ബോധനവുമാണ് 'വ്യക്തിപരമായ ഒരു പൂച്ച്' എന്ന് നിസ്സംശയം പറയാം

കുറിപ്പുകൾ

1. മീര, കെ.ആർ. കഥകൾ ഡി.സി ബുക്സ്, കോട്ടയം, 2016, പുറം 77, 79

സഹായക ഗ്രന്ഥങ്ങൾ

1. കഥകൾ, കെ ആർ മീര, ഡി സി ബുക്സ്, കോട്ടയം, 2016.
2. ഉത്തരസ്ത്രീവാദ സിദ്ധാന്തങ്ങൾ, ഡോ. മിനി ആലീസ്, ഡോ. ഷിമി പോൾ ബേബി (എഡി.), ഡി.സി ബുക്സ്, കോട്ടയം, 2022.
3. നിരന്തര പ്രതിപക്ഷം, ജെ.ദേവിക, ഡി.സി ബുക്സ്, കോട്ടയം, 2021.

▶ മീരയുടെ കഥകൾ: രാഷ്ട്രീയവും സൗന്ദര്യവും

ഡോ. സിമി പി. സുകുമാർ
കുമരകം ശ്രീനാരായണ ആർട്സ് ആൻഡ് സയൻസ് കോളേജിലെ മലയാളവിഭാഗത്തിൽ അസിസ്റ്റന്റ് പ്രൊഫസർ.

OO

അതിജീവനത്തിന്റെ അ'മൃത'കല്യാണങ്ങൾ

രേഷ്മ വി. ബി.

അനുദിനം വിവാഹസങ്കല്പങ്ങൾ വ്യതിചലിച്ചുക്കൊണ്ടിരിക്കുന്നു. വിവാഹം ആവശ്യമായി കണ്ടിരുന്ന പഴയ കാലഘട്ടത്തിൽ നിന്നും വൈവാഹിക ജീവിതത്തിനപ്പുറത്തുള്ള സ്വാതന്ത്ര്യപ്രഖ്യാപനങ്ങളിലേക്ക് സമൂഹം വളർന്നിരിക്കുന്നു. അടിച്ചേല്പിക്കലുകൾക്കപ്പുറത്ത് വ്യക്തിസ്വാതന്ത്ര്യം നിലയുറപ്പിക്കുന്നു. സാംസ്കാരിക വ്യതിയാനങ്ങൾ ഇത്തരം സങ്കല്പങ്ങൾക്കു നിറച്ചാർത്തേകുന്നു. അപ്രകാരം സാംസ്കാരിക പരിവർത്തനം എല്ലാ സമൂഹത്തിലും സംഭവിച്ചിട്ടുണ്ടോയെന്നത് ശ്രദ്ധിക്കപ്പെടേണ്ടതാണ്. ഓരോ സമൂഹത്തിലേയും ആചാരാനുഷ്ഠാനങ്ങൾ വ്യതിരിക്തമായതിനാൽ ആ സമൂഹത്തിന്റെ പുരോഗതി അവയിലധിഷ്ഠിതമാണ്. വൈവിധ്യങ്ങളായ വിവാഹ- മരണാചാരങ്ങൾ നില്ക്കുന്നുണ്ട്. കർണ്ണാടകയുടെയും കാസർകോഡിലെ ചില ഭാഗങ്ങളിലും വിവാഹം കഴിക്കാതെ മരിച്ചവർക്കായി വിവാഹം നടത്തുന്ന ചടങ്ങ് നിലനിൽക്കുന്നുണ്ട്. മരിച്ചവരുടെ ആത്മാക്കൾക്കായാണ് ചടങ്ങ് നടത്തുന്നത്. അവിവാഹിതനായ ആത്മാവ് മോക്ഷം കൂടാതെ അലഞ്ഞുതിരിയുമെന്നും ഇങ്ങനെ മോക്ഷം ലഭിക്കാത്തത് കുടുംബാംഗങ്ങൾക്ക് ദൗർഭാഗ്യകരമാണെന്ന് കരുതപ്പെടുന്നുണ്ട്.

പ്രേതകല്യാണം ആരംഭിക്കുന്നത് അന്തരിച്ച വ്യക്തിക്ക് വധുവിനെയോ വരനെയോ കണ്ടെത്താനായി ജ്യോത്സ്യന്റെ സഹായം തേടുന്നതിലൂടെയാണ്. ജ്യോത്സ്യൻ ജാതക പൊരുത്തം നോക്കി ഉറപ്പിക്കുന്നു. മരിച്ചവരുടെ ആത്മാക്കളെ പ്രതിനിധീകരിക്കുന്ന പ്രതിമയേയോ ചിതാഭസ്മമോ അവരുടെ ഇരിപ്പിടത്തിൽ വയ്ക്കുന്നു. പ്രതിമയാണെങ്കിൽ പരമ്പരാഗത വസ്ത്രങ്ങൾ ധരിപ്പിക്കുകയും അവയുപയോഗിച്ച് വിവാഹചടങ്ങുകൾ നടത്തപ്പെടുകയും

വാഴയിലയിൽ സദ്യവിളമ്പുകയും ചെയ്യുന്നു. ചടങ്ങുകൾ പൂർത്തിയായാൽ പ്രതിമകളെ ദഹിപ്പിക്കുന്നു. പ്രേത കല്യാണത്തെക്കുറിച്ച് ഒരുപാട് ലേഖനങ്ങൾ പ്രത്യക്ഷപ്പെട്ടിട്ടുണ്ട്. അതിന്റെ സ്വാധീനം പ്രകടമാക്കുന്ന കഥയുമാണ് കെ.ആർ.മീരയുടെ മരിച്ചവളുടെ കല്യാണം. പെണ്ണനുഭവങ്ങളുടെ വൈജാത്യങ്ങൾ തന്റെ രചനകളിലൂടെ അടയാളപ്പെടുത്തുന്നു കെ.ആർ മീര. 'കഥയിൽ നിന്ന് കഥയിലേക്ക് തന്നെത്തന്നെ പൊളിച്ചെടുക്കുന്ന എഴുത്തുകാരിയാണ് മീര'(1) എന്നും മീരയുടെ കഥകൾ തെളിയിക്കുന്നു. സ്ത്രൈണതയുടെ വിഭിന്നതലങ്ങളിലൂടെ നയിക്കുന്ന കെ.ആർ മീരയുടെ 'മരണശേഷമുള്ള സ്ത്രീ' ചിത്രണം പ്രകടമാക്കുന്ന കഥയാണിത്. മരണശേഷം അവളുടെ ഇഷ്ടങ്ങളെ, കുടുംബത്തെ, വിവാഹത്തെ അവളെങ്ങനെയാകും നോക്കിക്കാണുക എന്ന ചിന്തയുടെ ഉത്തരമാണീ കഥ. ഒരു സമുദായത്തിന്റെ ആചാരങ്ങളിലുടെയും പ്രകൃതിയും പ്രണയം സ്വാംശീകരിക്കപ്പെട്ട രീതിയിൽ സ്ത്രീ മനസ്സിലൂടെ നടത്തുന്ന യാത്രയാണ് കെ.ആർ മീര സംഭവ്യമാക്കുന്നത്. ആരംഭത്തിൽ മരിച്ചവളായ സ്ത്രീ ആഖ്യാതാവായി മാറുന്നു. കാസർക്കോഡിലെ ഗോത്ര സമുദായത്തിലെ ചില ശൈലികളും പ്രത്യക്ഷപ്പെടുന്നുണ്ട്.

പ്രകൃതിയും നിരർത്ഥകമായ പ്രണയവും മരണവും ബിംബങ്ങളാകുന്ന കഥയിൽ വൈകാരികതയുടെ സ്വാഭാവികമായ മരണവും ജനനവും വ്യത്യസ്ത രീതിയിൽ ആവർത്തിക്കപ്പെടുന്നു. ധ്വനിസാന്ദ്രമായ പ്രകൃതിബിംബങ്ങളാൽ സമ്പന്നമാണ് മീരയുടെ കഥകൾ. കഥയുടെ ആരംഭത്തിൽ എൻമകജെയിലെ അവളുടെ വർഗ്ഗക്കാർക്കിടയിലൂടെ നയിക്കുന്നതോടൊപ്പം അവളുടെ കല്യാണമായിരുന്നു എന്നറിയിക്കുന്നു. കല്യാണത്തിനായി ക്ഷണിച്ചവരിൽ അവൾക്ക് പ്രിയമുള്ളൊരാൾ കടന്നു വരുന്നു. അയാളെ നോക്കിയിരിക്കുമ്പോഴെല്ലാം അവളുടെ ഉള്ളിൽ ശവം തീനി ഉറുമ്പുകൾ കരളുന്നതു പോലെയാണവൾക്കനുഭവപ്പെടുന്നത്. അവളിൽ അത്രയും വേദന ജനിപ്പിക്കാനയാൾക്ക് സാധിക്കുന്നുണ്ട്. തലസ്ഥാനത്ത് പഠിക്കാനായി പോയപ്പോൾ 'കാതലു'ള്ള വൃക്ഷം തേടി അവളലഞ്ഞതായും അവൾ അവിടെ കണ്ടതെല്ലാം ഉള്ളു പൊള്ളയായ ജീവനില്ലാത്ത അലങ്കരവൃക്ഷങ്ങളായിരുന്നുവെന്നും അവളോർക്കുന്നു. ആത്മാർത്ഥ പ്രണയത്തിനായുള്ള അവളുടെ അന്വേഷണം അനാവരണം ചെയ്യപ്പെടുന്നു. ഉള്ളിൽ പ്രണയമുള്ളതിനെ അന്വേഷിച്ചലഞ്ഞ അവൾക്ക് പുറമേക്ക് ഭംഗിയുള്ള ആന്തരീകമായി പ്രണയ

ത്തിന്റെ അഭാവമുള്ളവരെയാണ് ദർശിക്കാനായതെന്ന് വ്യക്തം.

ഗോത്രസമുദായത്തിൽ വളർന്ന അവൾ പഠനാവശ്യത്തിനായി തലസ്ഥാനത്ത് പോയപ്പോഴുണ്ടായ വിവേചനങ്ങളും തീക്ഷ്ണമായി അവതരിപ്പിക്കപ്പെടുന്നു. അവളുടെ ഇരുണ്ടനിറത്തേയും ചുരുണ്ടമുടിയേയും അറ്റം ഉരുണ്ട മൂക്കിനേയും പരിഹാസത്തോടെയാണവിടെയുള്ളവർ നോക്കിക്കണ്ടത്. സൗന്ദര്യ സങ്കല്പത്തിലെ 'ക്ലീഷേ'യുടെ ഇരയായി മാറുന്ന ജനവിഭാഗത്തെ അവൾ പ്രതിനിധീകരിക്കുന്നു. വിദ്യാഭ്യാസത്തിനായി ഒരു നഗരത്തിൽ അഭയം പ്രാപിച്ച സ്ത്രീയെ സംബന്ധിച്ച് വിദ്യാസമ്പന്നരാണെന്നു ചിന്തിക്കുന്നവരിൽ നിന്നും നേരിടേണ്ടി വന്ന ആഘാതങ്ങൾ അനൗചിത്യപൂർണമാണ്. അവളുടെ ഉള്ളിലും സ്വന്തം നിറത്തോടുള്ള നിഷേധ മനോഭാവം ഉണ്ടെന്നതും വ്യക്തമാണ്. സ്വയം നിറംകുറഞ്ഞത് എന്ന ചിന്തയുടെ ഭരണത്താലാകും താനിഷ്ടപ്പെട്ടയാൾ വിവാഹം കഴിച്ച പെൺക്കുട്ടിയുടെ നിറവും സൗന്ദര്യവും അവളുടെ വർണനയ്ക്ക് വിധേയമാകുന്നത്. സമൂഹമെത്ര പുരോഗമിച്ചാലും വെളുത്ത നിറമാണ് സൗന്ദര്യമെന്ന ബോധത്തിൽ ജീവിതം നയിക്കുന്നവർ വൈചാരികമായി മാറാതെ വെളുക്കാനുള്ള ക്രീമുകൾ ഉപയോഗിക്കുകയും അവയുടെ പരിണിതഫലമായി വലിയ ശാരീരിക പ്രശ്നങ്ങൾ ഉണ്ടാവുകയും ചെയ്യുമെന്നത് സമകാലിക ചർച്ചയ്ക്ക് വിധേയമായതാണ്.(2)

അവളിഷ്ടപ്പെടുന്നയാൾ അവളെ ഓർമ്മിക്കുന്നത് കാട്ടുപന്നിയായാണ്. കാടിന്റെ മകളാണവൾ. ചേറിൽ കിടക്കുന്ന പന്നിയെപ്പോലെ മണ്ണിനോടടുത്തവൾ. അവളോട് ഒരു വായനക്കാരിയോടുള്ള സൗഹൃദവും സഹജീവിയോടുള്ള സഹാനുഭൂതിയുമാണ് അനുഭവപ്പെട്ടതെന്നയാൾ ഓർക്കുന്നു.

'കരുതാം മറ്റൊന്നല്ലതു കരുണതൻ കയത്തിലെ
പ്പരിണതോജ്ജ്വലമുക്താഫലമല്ലാതെ.'

എന്ന വരികൾ ചിന്തനീയം. കാറ്റിലയാളുടെ ചുണ്ടുകൾ വരളുന്നതായും കോശങ്ങൾ വെള്ളം കിട്ടാത്ത മരത്തിലെ ഇലകൾ പോലെ മരിച്ചവളുടെ ചുണ്ടുകൾ പോലെ വിളറുന്നതായും ചിത്രീകരിക്കുന്നു. അവൾക്കയാളോടുള്ള പ്രകൃത്യാലുള്ള വികാരങ്ങളെ പ്രകൃതിയുമായി ലയിപ്പിച്ച് അനാവൃതമാകുന്നു. അവൾക്കയാൾ മൊത്തത്തിൽ ഒരു പുരുഷനായിരുന്നു. അവളുടെ ദുഃഖവെയിലിൽ തണൽപോലെ ഒരാശ്രയമായിരുന്നു അവൾക്കയാൾ അയാളാകുന്ന മരത്തിന്റെ വേരിനേയോ തടിയേയോ അവൾ ശ്രദ്ധിച്ചിരു

ന്നില്ല. അവളാക്കുന്ന പ്രണയത്തിന് അയാളാകുന്ന പ്രകൃതിയുടെ തണൽ മാത്രമായിരുന്നു ആവശ്യം. അതായൾക്ക് മനസ്സിലായതുമില്ല. അസ്വാഭാവികമായ അവളുടെ മരണത്തിനു പോലും അയാളെന്ന അവളുടെ ഇഷ്ടത്തിനെ അകറ്റാനായില്ല. അവളുടെ ചിതാഭസ്മത്തിന്റെ തിരിച്ചറിവിൽ വേദനിക്കുന്ന അയാളെ താങ്ങാനായി ഒരു കാറ്റായെങ്കിലും പിന്തുടരാനവൾ ആഗ്രഹിച്ചു. പിന്നീടുള്ള അയാളുടെ ചുംബനങ്ങൾ അവളെ കാത്തിരിക്കുകയാണെന്നതിലൂടെ അയാളുടെ തിരിച്ചറിവിനെ സൂചിതമാക്കുകയും അദൃശ്യ കരങ്ങളാൽ മരണശേഷമുള്ള അവളുടെ വിവാഹം പരിസമാപ്തിയിലെത്തിയതായി അറിയിക്കുകയും ചെയ്യുന്നു.

മരിച്ചവരുടെ വിവാഹം എന്ന ആചാരത്തെ പ്രമേയമാക്കി രചിച്ച കഥയിൽ മരണത്തിനു മുമ്പുള്ള പ്രണയവും മരണ ശേഷം അതിനോടുള്ള സമീപനവും സ്ത്രീയുടെ സാക്ഷ്യത്തിൽ അവതരിപ്പിക്കുന്നുവെങ്കിലും ആഖ്യാതാവ് സ്ത്രീ മാത്രമല്ല. അവളുടെ പ്രണയം മാംസനിബദ്ധമായിരുന്നില്ല. അവളിൽ പ്രണയം ഒരാശ്രമായി മാറുകയായിരുന്നു. അവളുടെ അയാൾക്ക് സ്നേഹം സ്വീകാര്യമല്ലായിരുന്നു. ഇരു ധ്രുവങ്ങളിലുമുള്ളവർ പരസ്പരം പുലർത്തുന്ന സ്നേഹത്തിന്റെ വ്യതിരിക്തത, അവളുടെ ചിതാഭസ്മം സൃഷ്ടിക്കുന്ന ആഘാതങ്ങളും തന്റെ ചുംബനങ്ങൾ അവൾക്കായി സമർപ്പിക്കുന്നതിലെ പ്രണയഭാവത്തിലെ വ്യത്യസ്തത പ്രകടമാകുന്നു. സാമുദായിക പ്രതിനിധാനവും പ്രണയവും പ്രകൃതിയും വെളിച്ചം നൽകി രചിക്കപ്പെട്ട ഈ രചനയെ ആസ്പദമാക്കി അനഘ ആനന്ദ് ഇന്ദു എന്ന സിനിമ നിർമ്മിക്കുകയുണ്ടായി. കേരളത്തിന്റെ പശ്ചാത്തലത്തിൽ സംഭവിക്കുന്ന സ്നേഹത്തെ അഭൗമമായി ഉയർത്തുകയാണ്. സാമുദായികമായ വിവേചനങ്ങളെ നേരിട്ട് മുന്നേറാൻ ശ്രമിക്കുന്ന 'അവളുടെ' വികാരങ്ങൾക്ക് സമൂഹം കൊടുക്കുന്ന നിരർത്ഥകതയും വികസിതമാകുന്നു. അവളുടെ മാനസികാരോഗ്യത്തേയും ഭാവിയേയും ഇവയെല്ലാം ഏപ്രകാരം ബാധിക്കുന്നുവെന്ന് സ്വാർത്ഥതയുടെ ലോകം വിസ്മരിക്കുകയാണ്.

മീരയുടെ ആശയ കലാപങ്ങളെല്ലാം പുരുഷന്മാരോടെന്നതല്ല, സ്ത്രീ -പുരുഷ ദ്വന്ദ്വങ്ങളിലൂടെയാണ് കടന്നുപോകുന്ന ഈ കഥയിലാണെങ്കിലും സ്ത്രീ -പുരുഷ ചിന്തകളുടെ പ്രസരണത്തിന് സാക്ഷ്യം വഹിക്കുകയാണ്. അവൾ നേരിട്ട നിഷേധാത്മക പ്രതികരണങ്ങളും പുരുഷനോട്ടങ്ങളിലെ (Male Gaze) സൗന്ദര്യബോധം സൃഷ്ടിക്കുന്ന പ്രശ്നങ്ങൾ അവളുടെ മാനസികമരണത്തിലേ

ക്കവളെ നയിച്ചു. മരണം മാനസികവുമാണ്. മാനസികമായി മരണപ്പെട്ട അവൾ തന്റെ വിവാഹ സമയത്ത് നിർവികാരതയോടെ നിലക്കൊള്ളുന്നു. അങ്ങനെയുള്ളവർക്ക് ആരെയാണ് താൻ വിവാഹം ചെയ്യാൻ പോകുന്നതെന്ന ജിജ്ഞാസ ഉണ്ടാകണമെന്നുമില്ല. അവളെ സംബന്ധിച്ച് അവളുടെ മരണം മാനസികവുമാണ്. സംസ്കാരം, ജീവിതത്തിന്റെ നിരർത്ഥകത എന്നിവയോടൊപ്പം സുഖങ്ങളെല്ലാം ക്ഷണപ്രഭാചഞ്ചലമാണെന്നോർപ്പിക്കുന്ന കഥയാണ് മരിച്ചവളുടെ കല്യാണം. മരിച്ചവളുടെ കല്യാണം ശുഭമായി പര്യവസാനിക്കുന്നു.

അടിക്കുറിപ്പുകൾ

1. സക്കറിയ, കെ.ആർ.മീര കഥകൾ, പു.226,2006

2. c. sandeepani, beauty and the beast : skin - lightening cream found to cause kidney disease, September 26,2023, mathrubhumi.com

ഗ്രന്ഥസൂചി

1. മീര കെ.ആർ, കെ. ആർ. മീരയുടെ കഥകൾ, 2010, കറന്റ് ബുക്സ്, കോട്ടയം

2. രവീന്ദ്രൻ എൻ.കെ, പെണ്ണെഴുതുന്ന ജീവിതം, 2010, മാതൃഭൂമി ബുക്സ്, കോഴിക്കോട്

മാസിക

1. കുടുംബവും പെണ്ണധികാരവും: കെ.ആർ മീരയുടെ തെരഞ്ഞെടുത്ത കഥകളെ ആസ്പദമാക്കി ഒരു പഠനം, നിമ്മി എ.പി, മലയാളപ്പച്ച, ഓഗസ്റ്റ് 2016, volume 01, No:03

രേഷ്മ വി.ബി.

തൃശ്ശൂർ ജില്ലയിലെ കുന്നത്തങ്ങാടി സ്വദേശി. മലയാള സാഹിത്യത്തിൽ എം.ജി. യൂണിവേഴ്സിറ്റിയിൽ ഗവേഷണം ചെയ്യുന്നു. പന്തളം കേരളവർമ്മയും കൂട്ടുകവിത പ്രസ്ഥാനവും (ഭാഷാസാഹിത്യം: ബഹുസ്വരവായനകൾ), സ്ത്രൈണതയും ഇന്ദ്രിയബിംബങ്ങളും വി.എം ഗിരിജയുടെ കവിതകളിൽ (കനവും വിളവും) എന്നീ പഠനങ്ങൾ പുസ്തകങ്ങളിൽ പ്രസിദ്ധീകരിച്ചിട്ടുണ്ട്.

ഇമെയിൽ: rechurvb@gmail.com

സർപ്പയജ്ഞം: പെണ്ണനുഭവങ്ങളുടെ വൈജാത്യങ്ങളും വൈവിധ്യങ്ങളും

സൗമ്യ ജോസ്

പെണ്ണനുഭവങ്ങളുടെ സൂക്ഷ്മവൈവിധ്യങ്ങളും വൈജാത്യങ്ങളും മലയാളചെറുകഥാസാഹിത്യലോകത്ത് ചിത്രീകരിച്ച എഴുത്തുകാരിയാണ് കെ.ആർ മീര. ബാഹ്യവും ആന്തരികവുമായ ജീവിതാനുഭവങ്ങൾ നിറഞ്ഞ കഥാപാത്രങ്ങളിലൂടെ അവർ മലയാളകഥാലോകത്ത് ഒരു പുതിയ കവാടംതുറക്കുന്നു. ശക്തമായ ജീവിതാനുഭവങ്ങളിലൂടെ അവരുടെ കഥാപാത്രങ്ങൾക്ക് ആഴവുംപരപ്പും വർദ്ധിക്കുന്നു. മീരയുടെ എല്ലാ കഥകളുംതന്നെ സമൂഹത്തിന്റെ (പ്രത്യേകിച്ച് കുടുംബജീവിതത്തിന്റെ) ചലനങ്ങൾ ഒപ്പിയെടുക്കുന്നവയാണ്.

അധികാരകേന്ദ്രീകൃതമായ ജീവിതവ്യവഹാരങ്ങളെ പെൺമയുടെ വെളിച്ചത്തിൽ നോക്കിക്കാണാൻ ശ്രമിക്കുന്ന കഥകളാണ് കെ.ആർ മീരയുടേത്. കുടുംബബന്ധങ്ങളിൽപ്പെട്ടുഴലുന്ന സ്ത്രീജീവിതങ്ങളുടെ നിസ്സഹായാവസ്ഥയുടെ സൂക്ഷ്മാപഗ്രഥനങ്ങളായി മാറുന്നു മീരയുടെ മിക്ക കഥകളും. ഒരു മധ്യവർഗ്ഗ കുടുംബിനിയുടെ യാന്ത്രികമായ വിരസമായ ജീവിതത്തിന്റെ ചിത്രങ്ങളാണ് സർപ്പയജ്ഞം എന്ന കഥയിലൂടെ മീര പ്രതിപാദിക്കുന്നത്. എഞ്ചിനീയറായ ഭർത്താവ്, പുതുപുത്തൻ വീടുമെല്ലാം ഉണ്ടായിട്ടും ദാമ്പത്യത്തിന്റെ സന്തോഷകമായ ദിനങ്ങൾ സർപ്പയജ്ഞത്തിലെ നായികയ്ക്കുണ്ടായിട്ടില്ല. ഭൗതികസുഖങ്ങളുടെ നടുവിൽ ഏകാകിയായി കഴിയുന്ന അവളെപ്പറ്റി പണത്തിനുവേണ്ടി ആർത്തിപിടിച്ചു നടക്കുന്ന ഭർത്താവ് പരിഗണിക്കുന്നതേയില്ല. ഭർത്താവ് ഇഷ്ടാനിഷ്ടങ്ങൾക്ക് അനുസരിച്ച് ഭക്ഷണം പാകം ചെയ്ത് അയാളുടെ സുഹൃത്തുക്കൾ വീട്ടിൽ വരുമ്പോൾ അവർക്ക് വിഭവങ്ങൾ തയ്യാ

റാക്കി അവർ ദിനങ്ങൾ മുമ്പോട്ടു കൊണ്ടുപോകുന്നു. സ്വന്തം ഇഷ്ടങ്ങളെ മാറ്റിവച്ച് ഭർത്താവിന്റെ കൂടെ നിൽക്കുന്നവളാണ് കുടുംബം/സമൂഹം ആവശ്യപ്പെടുന്ന ഉത്തമയായ കുടുംബിനി. ഈ കുടുംബതടവറയിൽ അകപ്പെട്ടുപോയ കഥാനായികയ്ക്ക് രക്ഷകനയായെത്തുന്നത് പളുങ്കു കണ്ണുകളുള്ള പാമ്പാണ്. കഥയുടെ ആരംഭത്തിൽ പാമ്പിനെ കാണുമ്പോൾ കഥാനായികയിൽ ഭീതിയുളവാകുന്നു. വിരസമായ അവരുടെ ദാമ്പത്യജീവിതം വാതിൽപ്പടിയിലും ജനാലപ്പഴുതുകളിലും ഇടയ്ക്കിടെ പ്രത്യക്ഷപ്പെടുന്ന സർപ്പസാന്നിധ്യത്തിലൂടെ ആകുലമാകുന്നു. താൻ വീടിനുള്ളിൽ പാമ്പിനെ കണ്ടു എന്നു എത്രതവണ പറഞ്ഞാലും വിശ്വസിക്കാത്ത ഭർത്താവ് അവളോട് പ്രകടിപ്പിക്കുന്ന അസഹിഷ്ണുത ആ ജീവിതത്തിന്റെ തന്നെ നിരർത്ഥകതയെയാണ് വ്യക്തമാക്കുന്നത്. എഞ്ചിനീയറായ തന്റെ ഭർത്താവിന് കോൺട്രാക്ടർ ചാക്കോച്ചൻ അയാളുടെ അഴിമതിക്കു കൂട്ടുനിന്നതിന് പ്രത്യുപകാരമായി അഴിമതിക്കു കൂട്ടുനിന്നതിന് പ്രത്യുപകാരമായി വച്ചു നൽകിയതാണ് ആ വീട്. അതുകൊണ്ടുതന്നെ ആ വീട്ടിലെ താമസവും അവൾ ഇഷ്ടപ്പെടുന്നില്ല. കോൺട്രാക്ടർ ചാക്കോച്ചൻ ഒരു വഷളനാണ്. അയാളുടെ നോട്ടവും ചിരിയും ഒന്നും അവൾക്ക് ഇഷ്ടമില്ല. ഒരിക്കൽ അത്താഴവിരുന്നിന് വീട്ടിൽ വന്ന ചാക്കോച്ചനോട് നന്നായി പെരുമാറിയില്ല എന്നു പറഞ്ഞ് ഭർത്താവ് അവളെ ശകാരിക്കുകയും തല്ലുകയും ചെയ്തു. അന്നും അവൾ പതിവു പോലെ ഹാളിൽ ചെന്നുകിടന്നു. അപ്പോൾ പളുങ്കുകണ്ണുള്ള ആ പാമ്പിനെ കണ്ടു. ആ കാഴ്ചയിൽ അവൾക്ക് ഭയമുണ്ടാകുന്നില്ല. കാരണം പളുങ്കുകണ്ണുകളും കറുത്ത ത്രികോണങ്ങൾ മിന്നുന്ന വെളുത്ത ഉടലുള്ള ആ ജാരൻ വിഷം നിറച്ച പല്ലുകളുമായിട്ടായിരുന്നില്ല അവൾക്കരികെ വന്നിരുന്നത്. ഇരട്ടനാവിൽ അലിവും പറയാൻ കഴിയാത്ത സാന്ത്വനമൊഴികളുമായിട്ടായിരുന്നു എത്തിയത്. തുടർന്നുള്ള കാഴ്ചകളിൽ ആ പാമ്പ് അവൾക്ക് ആശ്വാസമായി തീരുന്നു.

ഒരു ദിവസം അത്താഴവിരുന്നിന് അവരുടെ വീട്ടിൽ എത്തിയ കോൺട്രാക്ടർ ചാക്കോച്ചന് തിരിച്ചുപോകുംവഴി പാമ്പുകടി എൽപിക്കുന്നു. അത് അറിയുമ്പോൾ മാത്രമാണ് അവളുടെ ഭർത്താവ് സർപ്പസാന്നിധ്യത്തിന്റെ സത്യാവസ്ഥ തിരിച്ചറിയുന്നത്. പിന്നീട് കിടക്കയിൽ പാമ്പിനെ കണ്ട് അയാൾ ഞെട്ടി ഉണരുന്നതും ഭാര്യയെ വിളിച്ചിട്ട് അവൾ അത് അറിയാതെ പോകുന്നതും കഥയിൽ അവതരിപ്പിച്ചിട്ടുണ്ട്.

യഥാർത്ഥത്തിൽ അവൾ ആഗ്രഹിച്ച ദാമ്പത്യജീവിതം അവളുടെ ജീവിതത്തിൽ ലഭിക്കാതെ വന്നപ്പോൾ അവളുടെ ദിനരാത്രങ്ങളിലെ അദൃശ്യമായ അഭിവാഞ്ജകളാണ് കഥയിലെ സർപ്പസാന്നിധ്യം കയ്യടക്കുന്നത്. അവളുടെ ദുഃഖങ്ങളുമായി താദാത്മ്യം പ്രാപിക്കുന്ന ഒരു പ്രതീകമെന്ന നിലയിൽ പാമ്പ് മാറുന്നു.

ഒരർത്ഥത്തിൽ ഭർത്താവിൽ നിന്നും അവളനുഭവിക്കുന്നു. അസഹിഷ്ണുതയ്ക്ക് ചുറ്റും അലഞ്ഞുതിരിയുന്ന വിഷാദത്തിന്റെ അദിമത്വരങ്ങൾ തന്നെയാണ് ആ സർപ്പം. കഥയുടെ ആരംഭത്തിൽ വലിഞ്ഞു കയറി വന്ന ആ സർപ്പം തുടർന്നങ്ങോട്ട് ഒരു കഥാപാത്രത്തിന്റെ പ്രതീതിയുളവാക്കുന്നത് രചനാതന്ത്രത്തിൽ മീര ദീക്ഷിച്ചിട്ടുള്ള കഥാപാത്ര സംവിധാനത്തിന്റെ സൂക്ഷ്മത വെളിവാക്കുന്നു. ദാമ്പത്യ ജീവിതത്തിലെ പുഴുക്കുത്തുകളെ മറികടക്കാൻ സ്ത്രീ സ്വയം സൃഷ്ടിക്കുന്ന ഒരു രക്ഷാകവചമായി തീരുന്നു സർപ്പം.

കഥയുടെ ആന്തരികാർത്ഥത്തിലേയ്ക്ക് ഇറങ്ങിച്ചെല്ലുമ്പോൾ ബോധ്യമാകുന്ന മറ്റൊരു വസ്തുത ദാമ്പത്യജീവിതത്തിലേയ്ക്കു ചെന്നെത്തപ്പെടുന്ന സ്ത്രീകളിൽ അടിച്ചേൽപിക്കുന്ന ചാരിത്രശുദ്ധിയും ഏകപതീവ്രതവുമെല്ലാം ഈ കഥയിലൂടെ ഒന്നു പൊളിച്ചെഴുതുവാൻ ശ്രമിക്കുന്നു. കാരണം കഥയിൽ പ്രത്യക്ഷപ്പെടുന്ന പാമ്പ് കഥാനായികയുടെ ഉള്ളിൽ അവരനുഭവിക്കുന്ന മാനസിക ബുദ്ധിമുട്ടുകളുടെയും പ്രതിസന്ധികളുടെയും സ്നേഹരാഹിത്യത്തിന്റെയും കാമനകളുടെയും പ്രതീകമാണ്. പലപ്പോഴും ദാമ്പത്യ ജീവിതത്തിന്റെ കെട്ടുപാടുകളെ വലിച്ചെറിഞ്ഞ് പോകുവാൻ സ്ത്രീകളെ പ്രേരിപ്പിക്കുന്നതിനുള്ള കാരണങ്ങളും ഘടകങ്ങളും ഈ കഥയിൽ കാണാൻ സാധിക്കുന്നു.

ഒരു ചരിത്രനിയോഗത്തിന്റെ പൂർണ്ണതയാണ് ഈ കഥ അഭിവ്യഞ്ജനിപ്പിക്കുന്നത്. കാലനിബന്ധമായ ദംശനവൈവിധ്യങ്ങളെ വിഷലിപ്തമാക്കുന്ന കുടുംബസംവിധാനങ്ങളുടെ സങ്കീർണതകളുടെ പൂർത്തീകരണമാണ് സർപ്പയജ്ഞം.

സൗമ്യ ജോസ്

പാലാ സെന്റ് തോമസ് കോളേജിൽ മലയാളവിഭാഗം അസിസ്റ്റന്റ് പ്രൊഫസർ.

oo

www.ingramcontent.com/pod-product-compliance
Lightning Source LLC
LaVergne TN
LVHW090409051026
849518LV00006B/2298
* 9 7 8 8 1 1 9 9 4 0 6 3 9 *